நகள்

ஜெயராமன் ரகுநாதன்

பேச்சாளர், சொற்பொழிவாளர், கதாசிரியர். பல முன்னணி இதழ்களில் இவருடைய சிறுகதைகளும் கட்டுரைகளும் வெளிவந்துள்ளன. 'மெட்ராஸ் நல்ல மெட்ராஸ்' என்னும் தலைப்பில் கல்கியில் 18ஆம் நூற்றாண்டு மெட்ராஸ் பற்றி எழுதிவருகிறார். சுஜாதா, பாலகுமாரன் ஆகியோரோடு நெருங்கிப் பழகியவர். பாலகுமாரனின் நாவல்கள் சிலவற்றுக்கு முன்னுரை எழுதியிருப்பதோடு அவர் முடிக்காமல் விட்ட 'ஸ்வர்ண வேட்கை' என்னும் நாவலையும் முடித்திருக்கிறார். புகழ்பெற்ற சில நாடகங்களையும் எழுதியிருக்கிறார். மைலாப்பூர் அகாடமியிடமிருந்து 'சிறந்த கதையாசிரியர் விருது' பெற்றிருக்கிறார். ஒரு நாவலும் இரண்டு சிறுகதைத் தொகுப்புகளும் வெளிவரவிருக்கின்றன.

சார்ட்டர்ட் அக்கவுண்டன்ட். 30 ஆண்டுகாலம் பல முக்கியப் பொறுப்புகளை வகித்த பிறகு ஒரு மென்பொருள் நிறுவனத்தைத் தொடங்கி நடத்தி வருகிறார். கல்லூரிப் பாடத் திட்டக்குழு ஆலோசகரும்கூட.

டாக்டர் வைகுண்டம் கதைகள்

ஜெயராமன் ரகுநாதன்

கிழக்கு

டாக்டர் வைகுண்டம் கதைகள்
Doctor Vaigundam Kathaigal

by *Jayaraman Raghunathan*

First Edition: January 2020
200 Pages

ISBN: 978-93-5135-040-8
Kizhakku 1189

Kizhakku Pathippagam
177/103, First Floor, Ambal's Building, Lloyds Road,
Royapettah, Chennai - 600 014. Ph: +91-44-4200-9603
Email : support@nhm.in Website : www.nhm.in

kizhakkupathippagam kizhakku_nhm

Author's Email: jraghu1956@gmail.com

Kizhakku Pathippagam is an imprint of New Horizon Media Private Limited

சமர்ப்பணம்

எழுத்தறிவித்த என் அம்மாவுக்கும்
இனிய நட்பாக இருக்கும் மனைவி லதாவுக்கும்

உள்ளே

என்னுரை

இன்றைய காலகட்டத்தில் மருத்துவத்துறையில் அபார முன்னேற்றம் ஏற்பட்டுவிட்டாலும் மக்களிடையே பயமும் கோபமும் மிகுந்து விட்டது. ஏழையோ கோடீஸ்வரனோ, ஒருமுறை ஆஸ்பத்திரியில் இருந்து மீண்டுவிட்டால் பேச்செல்லாம் அது பற்றின கவலையும், வெறுப்பும், அலுப்பும்தான் மிஞ்சி நிற்கிறது.

'ஒரு டாக்டராவது சரியா நோயைக் கண்டுபிடிக்கறதில்லை! ஜலதோஷம்னு போனாக்கூட பத்து பதனஞ்சு டெஸ்ட் எடுக்கச் சொல்லிடறாங்க!'

'அறுவது எழுவது லட்சம் செலவழித்துப் படிக்கிறாங்க! அதத் திருப்பி எடுக்கவேண்டாமா? அதான் பணம் பிடுங்கறாங்க!'

'எல்லாம் கார்ப்பரேட்மயம்! தொட்டதுக்கெல்லாம் காசு!'

இந்த அலுப்புகளுக்கிடையில் நோய்வாய்ப்பட்ட குடும்பங்களுக்கு வேறு வழியில்லை. வாழ்நாளில் டாக்டரிடமும் ஆஸ்பத்திரிக்கும் போய் வராதவர்கள் குறைவே. எல்லோரும் டாக்டர்களிடம் சென்ற, ஆஸ்பத்திரியில் அட்மிட் ஆகி ஆபரேஷன் பண்ணிக்கொண்ட எனக் கசப்பான பல அனுபவங்களைச் சுமந்துகொண்டு ஏக்கப்படுகிறோம். இங்கு மட்டுமில்லை, ஹெல்த்கேர் என்னும் மருத்துவ வசதிகள் பற்றிய கவலை அமெரிக்காவிலும் ஐரோப்பாவிலும் மிக அதிகம்.

நம் உடல் உபாதையின் மூல காரணத்தைச் சரியாகக் கண்டுபிடித்து, சரியான மருந்து கொடுத்து சொஸ்தமாக்கிவிட மாட்டாரா; அதற்குச் சல்லிசாகக் காசு வாங்கி, போதும் என்று சொல்லிவிட மாட்டாரா; இல்லை, காசு செலவழியட்டும், ஆனா குணப்படுத்திவிட்டால் போதும்... என்று பல ஏக்கங்கள் விரவிக்கிடப்பது கண்கூடு. என் குடும்பத்தில் ஆறு பேருக்கு மேல் கேன்சரில் மடிந்ததால், இதையெல்லாம் பார்த்து, வலித்து, அலுத்துவிட்ட எனக்குமே உள்ள

இந்த ஏக்கத்தைத் தீர்க்க டாக்டர் வைகுண்டம் என்னும் கற்பனை ஆசாமியைத் தோற்றுவித்து எழுத ஆரம்பித்தேன்.

கதையைப் படித்தபின்னர் எனக்கு வந்த பின்னூட்டங்களில் இது மாதிரியான டாக்டர் உடனடித் தேவை என்னும் எதிர்பார்ப்பு பரவலாக உயிர்ப்புடன் இருப்பதை உணர முடிந்தது. வைகுண்டத்தை புத்திசாலியான, மிடுக்கான, நேர்மையான, காசுக்கும் பதவிக்கும் அடிபணியாத, கஷ்டங்களுக்குத் தோள்கொடுக்கும் ஒரு மனிதராகச் சித்திரித்து எழுத எழுத, வைகுண்டம் நிஜமானவரா என்று பலரும் நம்பும் அளவுக்கு மனத்தைக் கவர்ந்தவரானார். இது என் எழுத்தால் ஏற்பட்டது என்னும் கர்வத்திற்கு இடமே இல்லை. இது போன்ற ஓர் உண்மைத் தேவை இருப்பதுதான் காரணம் என்பது எவ்வித பாசாங்குகளும் இல்லாமல் எனக்குத் தெரிகிறது. படித்த பலரும் 'புத்தகமாகப் போடுங்கள்! எனக்கு இப்பவே ஒரு காப்பி ஆர்டர் செய்துவிட்டேன்!' என்று ஆதரவு தெரிவிக்க... இதோ உங்கள் கையில்!

இந்தக் கதைகளில் வருபவை நிஜமா இல்லை கற்பனையா?

ஒரு எழுத்தாளனால் முழுக்க முழுக்கக் கற்பனையால் மட்டுமே எழுதிவிட முடியாது. கற்பனைகளே இல்லாத ஒரே புத்தகம் அந்தக் கால டெலிஃபோன் டைரக்டரி மட்டும்தான்!

'நேத்து நுங்கம்பாக்கம் ஹை ரோடுல மோட்டார் சைக்கிள் ஆள் படு வேகமாக....'

உண்மையாகத் தெருவில் பார்த்த விபத்தை விவரிக்கும்போதே அதில் கற்பனை சேர்ந்துவிடுவதைத் தவிர்க்க முடியாது. ஆனால் எது கற்பனை எது நிஜம் என்பது எழுத்தாளனுக்கே உரிய தனிப்பட்ட ரகசியம்!

படித்துவிட்டு நிச்சயம் எனக்கு எழுதுங்கள்.

லேசான இருமலும் தலைவலியும் ஆரம்பித்த ஒரு மழையில்லாத காலையில்...

ஜெயராமன் ரகுநாதன்

1

பெங்களூர் வழி அரக்கோணம்...

பெங்களூர் ஷதாப்தி எப்போதும்போல ஒரு குலுக்கலுடன் கிளம்பின போது கம்பார்ட்மெண்ட் EC பதினெட்டாம் நம்பர் சீட் ராமசாமி நன்றாகத்தான் இருந்தார்.

மேலே சொன்ன ராமசாமி ஹிந்து, எக்ஸ்பிரஸ், டைம்ஸ் என்று வர்ஜ்யாவர்ஜ்யம் இல்லாமல் எல்லா பேப்பரையும் படித்தார். பக்கத்தில் பாரிஸான மனைவி, ரமணி சந்திரன் நாவல் மூன்றும் சினேகிதியும் படித்துக்கொண்டு வந்தார். காபி குடித்த ராமசாமி கம்பார்ட்மெண்ட் முழுவதும் கேட்கும்படி இரண்டு மூன்று முறை அபான வாயுவை வெளிவிட்டபோது பலர் முகம் சுளிக்க, ஒரு எட்டு வயதுப் பெண் குழந்தை மட்டும் சத்தமாகச் சிரித்தது.

வண்டி அரக்கோணம் தாண்டினவுடன் அது நிகழ்ந்தது.

ராமசாமி ஒருக்களித்து சீட்டில் சாய்ந்தவாறே தூங்கிக்கொண்டிருந்த போஸிலிருந்து விலுக்கென்று உதறினார். அந்த திடீர் விலுக்கில் விழித்துக்கொண்டவர் கொஞ்சம் பேந்தப் பேந்த அலமலந்தார். இப்போது அவர் தலை சாய்ந்து மனைவி தோளில் இடித்தது. கண் திறந்த மனைவிக்கு முதலில் தெரிந்தது ராமசாமியின் செருகின கண்கள். கூடவே சட்டை முழுவதும் நனைந்திருந்த ஈரம். வாய் லேசாகக் கோணினபடி இழுத்துக்கொண்டிருக்க, அந்தக் கணமே மனைவி அலறினாள். சீட்டிலிருந்து எழுந்தாள். மறுபடி அலறல். அரைத்தூக்கத்தில் இருந்தவர்களும் லேப்டாப்பில் சினிமா பார்த்தவர்களும் பின்னாலிருந்து இரண்டு சீட்டுக்களின் நடுவில் பார்க்க முடியும் என்னும் விசனம் இல்லாமல் கொஞ்சிக்கொண்டிருந்த இளஞ்சோடியும் சிக்கு நாத்த யூனிஃபார்ம் அணிந்த கேபின் அட்டெண்டரும் பரபரத்து பதினெட்டாம் நம்பர் சீட்டுக்கு ஓடினார்கள்.

‘என்ன ஆச்சு?’

‘வாட் இஸ் தெ பிராப்ளம்?’

‘க்யா ஹுவா?’

மனைவியின் அலறல் இப்போது விசும்பலாகிற்று.

‘யாரானு ஏதாவது பண்ணுங்களேன்! அய்யோ!’

‘இங்க யாராவது டாக்டர் இருக்காங்களா?’

ஒருவர் சத்தமாகக் கேட்கும் முன்பே சீட் நம்பர் முப்பத்தாறில் இயர்ஃபோனில் ஜி.என்.பியின் ‘மருகேலரா’ கேட்டுக்கொண்டிருந்த பெரியவர் இயர்ஃபோனைப் பிய்த்து எறிந்துவிட்டு, தன் கைப்பையிலிருந்து ஸ்டெத்தை அள்ளிக்கொண்டு வேகமாக நகர, வண்டி இப்போது ஒரு ஜெர்க் விட, சற்றே தடுமாறி முன் சீட்டைப் பிடித்து சமரசம் செய்துகொண்டு, பதினெட்டுக்கு ஓடி வந்தார்.

‘மூவ்! மூவ்! சீட்டை ரிக்ளைன் பண்ணுங்க!’

ஸ்டெத் மார்பில் அங்கும் இங்கும் நகர அவர் காதில் இடியாய் ஒலித்திருக்கவேண்டும். சட்டென்று கை பிடித்து பல்ஸ் பார்த்தார். சுற்றி இருந்த ஆசாமிகள் இவர் வாயையே பார்த்துக்கொண்டிருக்க, மனைவி இன்னும் விசும்பலில் விடுபடாமல் குலுங்க, பின் முன் சீட்டு ஆசாமிகளும் ஒரு மாமியும், ஓர் இளைஞனும் கண்களில் ஆவலோடு பார்க்க, அந்தத் தலை கலைந்த சுடிதார் பெண் மட்டும் இன்னும் தன் மொபைலையே நோண்டிக்கொண்டிருந்தாள்.

‘புல் தெ செயின்! க்விக்! ஹி ஈஸ் சிங்கிங்!’

அட்டெண்டர் ஓடி செயினை இழுக்க, எங்கோ நாராச விசில் சத்தம் ஒலிக்க வண்டி குலுங்கியது, வேகம் குறைந்தது, நழுவியது. எல்லா உபரி நட்டும் போல்டும் கூட்டம் கூடி முனகியவாறே வண்டியின் வேகம் குறைக்க உதவின அஞ்சாம் நிமிஷம் வண்டி நின்றது.

‘போச்சு! இன்னி மீட்டிங்கும் கோவிந்தாவா?’

‘சார்! லேட்டாவுமா? எனக்கு பன்னண்டு மணிக்கு ஹுப்ளிக்கு பஸ்ஸு சார்!’

‘யோவ்! உயிர் போற விஷயமய்யா! பேசாம இரு!’

சளசளவென்று பேச்சுக்குரல்கள்.

‘இது எந்த ஊர்?’

‘சித்தேரிக்கும் அனவர்திகான்பேட்டைக்கும் நடுவு சார்!’

‘பக்கத்துல பெரிய ஊர் எது? அரக்கோணம் இப்பத்தானே போச்சு?’

'ஆமாம் டாக்டர்!'

'ஜஸ்ட் கால் எமர்ஜென்சி! ஆம்ப்யுலன்ஸ்! உடனே!'

'சார்! மசூதி தெருவுல வேலு ஹாஸ்பிடல் இருக்கு! திருமலாச்சாரி தெருவுல ஏஜி ஹாஸ்பிடல்! ரெண்டுமே நல்ல ஹாஸ்பிடல் சார்!'

'உடனே! உடனே! கோல்டன் ஹவர்ஸ்!

டாக்டர் பல்ஸ் பார்த்துக்கொண்டே மார்பைத் தடவிவிட்டுக் கொண்டிருந்தார். மனைவியிடம் பேச்சுக்கொடுத்தார்.

'இதுக்கு முன்ன ஹார்ட் பிராப்ளம் இருக்காம்மா இவருக்கு?'

'இல்லை சார்! இதுதான் முதல்ல இப்படி!'

வேறு எதுனா பிராப்ளம் உண்டா? மருந்து எடுத்துப்பாரா?'

'கேஸ் பிராப்ளம்தானுங்க! அப்பப்ப சத்தமா விடுவாரு!

சிரிப்பு.

'ஷட் அப்! மருந்து ஏதாவது?'

'பிரஷர் மருந்து சாப்பிடுவாருங்க! த பாருங்க!'

'எங்க காமிங்க!'

'ஏடென் 50! அவருக்கு என்ன பிரஷர்மா?'

'தெரியாதுங்க எனுக்கு!'

இப்போது வேடிக்கை பார்த்துக்கொண்டிருந்த ஆசாமி கேட்டார், 'ஹார்ட் அட்டாக்கா டாக்டர்?'

'தெரியல! ஐயாம் நாட் ஷ்யூர்! ஆனா சிம்ப்டம்ஸ் பார்த்தா அரித்மியாஸ் மாதிரிதான் இருக்கு. வெண்ட்ரிக்யுலர் ஃபிப்ரிலேஷன்!'

ஆம்புலன்ஸின் சைரன் ஒலித்தது.

'கூட யார்னா வரணுமுங்க!'

'யாராவது ஒதவிக்கு வாங்களேன். எனக்கு ஒண்ணுமே தெரியாது. இங்லீஷுகூட தெரியாதுங்க! இவுரு எழுந்ததும் நானே காசு கொடுத்து உங்கள கார்ல பெங்களூர் அனுப்பிச்சேர்றுனுங்க!'

சட்டென்று கூட்டம் கலைந்தது!

டாக்டர் நிமிர்ந்தார்.

‘நான் வரேன்! சீட் முப்பத்தாறுலேர்ந்து என்னோட பிரவுன் பெட்டிய எடுத்துக்கொடுங்களேன்!’

ஆஸ்பத்திரி சின்னதுதான். பெரிய வசதிகள் அதிகமில்லை. இருந்தாலும் டாக்டர் கூடவே இருந்தார்.

‘ஆஞ்சியோ இருக்கா உங்க ஹாஸ்பிடல்ல?’

‘இல்ல டாக்டர்! பட் ஈசிஜி எடுத்துர்ரேன்!’

‘போறாது! பிளட் டெஸ்ட்! புரோட்டீன் லீக் இன் டு த பிளட் செக் பண்ணனும்! எக்ஸ் ரேவும்! ஹார்ட் சைஸ் பாக்கணும்!’

‘ஓகே டாக்டர்!’

‘யெஸ்! கெடு கோயில்! க்விக்!’

‘லுக் அட் தி அபெர்ரேஷன்! ஹார்ட் மஸில் இஞ்சுரிபோல இருக்கே!’

‘மெட்ராசுக்கு மூவ் பண்ணிடலாமா?’

‘வாட் ஆர் யூ சேயிங்? ஹீ ஈஸ் நாட் ஃபிட்! போற வழியிலேயே போய்டுவாருய்யா?’

‘அப்ப?’

‘செடேட் ஹிம்! ஆல்டெப்ளேஸ் குடுக்கணும்! கூடவே குளோபிடோக்ரெல் அண்ட் ஹெபாரின்! ப்ளட் கிளாட் இருந்தா டிஸால்வ் ஆகணும்! பீட்டா ப்ளாக்கர்ஸ் ஏதானும் ஹாஸ்பிடல்ல இருக்கா?

‘செக் பண்றேன் டாக்டர்!’

‘க்விக்! ப்ராண்டோ!’

‘கார்வெடிலால், ப்ரொப்ரனோலால் டாக்டர்!’

‘குட்! கார்வெடிலால் பெட்டர். உடனே அட்மினிஸ்டர் பண்ணுங்க!’

‘எஸ் டாக்டர்!’

‘மானிட்டர் ஹிஸ் பீட்ஸ்!’

‘ஆனா நா ஒருத்தன்தான் இங்க கார்டியாக் தெரிஞ்சவன் டாக்டர்! எனக்கு வேற பேஷண்ட் இருக்காங்களே!’

‘நான் இருக்கேன்! ஐ வில் ஸ்டே வித் ஹிம்! இந்தாம்மா! நீங்க பண்ண ஒண்ணும் இல்ல. அங்க போய் உக்காருங்க! அமைதியா இருங்க! அவரு நெலம மோசம்தான். ஆனா பாத்துருவோம்! நம்மள மீறி என்ன ஆகும்!’

‘அய்யா ரொம்ப நன்றிங்க! உங்க வேல கெடுதுன்னு பாக்காம எனக்கு ஒதவி...’

‘அதெல்லாம் அப்புறம் பார்த்துக்கலாம்! டாக்டர்! கவலைப்படாதீங்க, உங்க ஹாஸ்பிடல் பேமெண்ட் நானே பண்றேன்!’

●

‘அக்கா! மணி என்ன ஆச்சு? ஷதாப்தி பதினோரு மணிக்கு வந்தாச்சு! சார்ட்டுல இவர் பேரு இருக்கு. ஆனா ஆசாமி எறங்கல!’

‘ஏதாவது எமர்ஜென்ஸியா இருக்குண்டா! மெஸேஜ் பண்ணுவாரு!’

‘என்ன எமர்ஜென்ஸியோ? நான் உனக்கு ஒரே தம்பி! என் ஒரே பொண்ணோட கல்யாணம். மூணு நாள் முன்னமே வரணும். இவருதான் கல்யாணத்தன்னிக்கு வரேன்னுட்டு அதுவும் அம்பேல்! ஏங்க்கா! இவர் இல்லேன்னா உலகமே வியாதிலேர்ந்து விடுபடாதா?’

‘தெரியலையேடா! எனக்கும் ஒண்ணும் மெசேஜ் இல்லியே?’

‘இன்னும் எத்தனை வருஷம் இப்படி அவரோட நீ சகிச்சுக்கப்போறே? நம்ம வீட்டு ஃபங்க்ஷன் ஒண்ணுத்துக்குக்கூட அவர் ஒழுங்கா வந்ததில்ல!’

‘இந்தத்தரம் வரட்டும்! நான் விடப்போறதில்ல! மனுஷன நிக்க வெச்சு கேள்வி கேட்கறேன்!’

‘செய்க்கா! செய்! அவர அப்படிக் கேட்டாத்தான் உறைக்கும்! நா போறேன்! சம்மந்தி வீட்டுல கூப்டாளாம்!’

‘போ போ! அவா மனசு சுணக்கம் ஆப்படாது!’

அவனை அனுப்பிவிட்டு மொபைலை எடுத்து நம்பர் அழுத்தினாள். ‘என்ன ஆசாமி பொழச்சுப்பானா? பொண்டாட்டி வெகுளியா இருக்கான்னீங்களே! கூடவே இருந்துடுங்கோ! எந்தம்பிய நான் சமாளிச்சுக்கறேன்!’

‘ஹி ஈஸ் இம்ப்ரூவிங்! தாங்க் யூ வேதவல்லி!’

அரக்கோணம் ஹாஸ்பிடலில் எமர்ஜென்ஸி படுக்கைக்கு அருகில் சாய்ந்த நாற்காலியில் இன்னும் சாய்ந்தவாறே நிம்மதியுடன் ஃபோனை வைத்தார் டாக்டர் வைகுண்டம்!

2

வீடு வரை

இளங்கார்வண்ணனுக்கு வயிற்றில் என்னமோ எரிந்தது. முகத்திலும் வார்த்தைகளிலுமாய் அது கொட்டியது.

'எங்கடா அந்தத் தாயோளி? இன்னிக்கு மொதக்காரியமா அங்க போய் சூட்கேச எடுத்தாரச் சொன்னேனா இல்லியா? இருவது லட்ச ரூவாய்டா தாயோளிங்களா!'

'தோ வர்ரேன்னிட்டுப் பின்பக்கம் போயிருக்காருங்க!'

'அத்தச் சொல்லு! நானே நாலு பரோட்டாதான் தின்றேன்! இவுரு எட்டு பரோட்டாவும் ஒரு பக்கெட் சால்னாவும் துன்றாரு! ஏன் புடுங்கிக்காது!'

சொல்லிக்கொண்டிருக்கும்போதே இளங்கார்வண்ணனுக்கு வயிற்றின் ஓரத்தில் வலி தொடங்கி 'பளிச் பளிச்'சென்று மேலே பரவியது. வயிறு குழைந்து ஒரு டஜன் முள் குத்தினாற்போல் வலித்தது. வலியில் அலறினார்.

'டேய்! இன்னாவோ செய்யுதுடா! டாக்டர இட்டா, போ! ஒடனே இட்டா!'

•

அந்தப் பெண்ணுக்கு ஐம்பதுக்குமேல் வயது இருக்கலாம். நடையில் ஒரு தள்ளாட்டம். புஸ்புஸென்று மேல் மூச்சு வாங்கிய பாரியான உடல்வாகு.

'இங்க உக்காருங்க!'

உட்கார்ந்தவுடன் உடல் விதிர்த்தது. மேலும் கீழும் வாங்கின மூச்சு ஓரிரு நிமிடங்களில் சீரானாலும் அவளின் படபடப்பு குறையவில்லை.

‘ரிப்போர்ட்டக் குடுங்கம்மா?’

வாங்கிப் பார்த்தார். போஸ்ட் பராண்டியலே 400க்கு மேல். போன மூன்று மாத ரிப்போர்ட்டிலும் அப்படி ஒன்றும் சிலாக்கியமில்லை. ஃபாஸ்டிங்கில் இருநூறுக்குக் குறையாமல் இருந்தது.

‘காலக் காமிங்க!’

கால் விரல் நுனி, பாதங்களில் சோகை படிந்திருந்தது. ரத்த ஓட்டத்தின் சாயலே இல்லை. வலது கால் மேல் பாதத்தில் அடிபட்டு, சீழ் பிடித்து, ரத்தமின்றி, திசுக்கள் இறந்துபோய்...

டையபெடிக் வெட் காங்கரீன்!

‘என்னம்மா வேல செய்யறீங்க?’

‘எங்கங்க, வேலைக்கிப் போக முடியலையே!’

‘இல்ல எங்க வேல செஞ்சுண்டிருந்தீங்க?’

‘அந்த கம்ப்யூட்டர் ஆஃபீசுல பெருக்கித் துடைப்பேன், காபி டீ போட்டுத் தருவேன்! ஒரு மாசமா போக முடியலீங்க!’

‘வீடு எங்க?’

‘தோ இங்கதான், கெனாலண்ட! அரிசி மண்டிக்குப் பக்கமா கட்சீ குடிசங்க!’

‘புருஷன் என்ன பண்றாரு?’

‘இல்லீங்க! பத்து வருஷம் மின்னடியே போய்ட்டாரு! கொல்த்து வேல! மொத மாடிலேர்ந்து உழுந்துட்டாரு! பெரிய ஆஸ்பத்ரியில பத்து நாள் வெச்சுப் பாத்தாங்க! தங்கல! போய்ட்டாரு!’

ஏதோ இன்று செவ்வாய்க்கிழமை என்பதுபோலச் சொன்னாள்.

‘பசங்க?’

‘பொறக்கவே இல்லீங்க!’

‘சரி இப்ப அந்தக் காலக் காட்டுங்க!’

●

‘டாக்டர் அழகேசன்! தலைவரு வலியில துடிக்கிறாரு! உடனே வாங்க!’

‘என்ன ஆச்சுய்யா? தோ வரேன்!’

‘எங்கய்யா இருக்காரு?’

‘இப்பத்தான் படுத்தாரு! வலி தாங்கலைன்றாரு!’

‘ஆமா இப்ப வந்து கேளுங்க! சொன்னா கேக்கறதே இல்ல! அவரோட வயித்து நெலமைக்கு சோடாகூட குடிக்கக்கூடாது! இவரு என்னடான்னா பிராந்தி இல்லாம படுக்கப்போறதே இல்ல! என்னவோ போ! ஏதோ நாந்தான் காரணம்போலக் கத்துவாரு!’

‘வாய்யா! வலி தாங்கல! சீக்கிரம் பாரு! எதுனா மருந்து குடு!’

‘தலைவரே! நா சொல்றதக் கேட்கவே மாட்றீங்க! வயித்துல புண் முத்திக்கினு வருது! ஆஸ்பத்ரி போனாத்தான் சரிப்படும்!’

அதெல்லாம் முடியாதுய்யா! அவனாரு அந்த ஜென்லாஸ்பத்ரி பெரிய டாக்டர், அவன வரச்சொல்லு. தனியா ஃபீஸ் குடுத்துர்ரேன்னு சொல்லிக் கூட்டிட்டு வாய்யா! என்னால நகர முடியாது! டேய்! பெரம்பலூர் ஆள் வந்தானா? டெண்டர் விடறவரைக்கும் இங்கவே சுத்திக்கினு இருந்தான். இப்பப் பாரு, ஆளையே காங்கல! ஃபோனப் போட்டு இன்னி ராவுக்குள்ள பொட்டி வரணும்னு சொல்லு! அய்யோ! வலி குத்துதுய்யா! டேய் டாக்டா! எதுனா ஊசி கீசி போட்டுப் பாருய்யா!’

‘வாங்க அழகேசன்! போலாமா?’

‘எங்கய்யா?’

‘ஜென்லாஸ்பத்ரிக்கித்தான்! போய் அந்தப் பெரிய டாக்டர் வண்டியில போட்டுக் கொணாந்திடலாம்!’

‘ஆமா நீ பெரிய இவன்! கூப்ட்டா உடனே வந்துடுவாரா?’

‘என்னா டாக்டரே! தலைவர் இளங்கார்வண்ணன்னு சொன்னா எந்திரிச்சி நிக்க மாட்டான் அந்தப்பெரிய டாக்டர்?’

‘போய்ப் பாரு! நான் வரமாட்டேன்! போன வருஷம் என்னயப் போட்டுக் காச்சிட்டாரு!’

‘த பாரு, நீயி இங்கவே இரு! தலைவருக்கு எதுனா ஊசி போட்டு வலியக்குறைக்கப்பாரு! அடுத்த ஒரு மணி நேரத்துல அவர இஸ்துக்கினு வரெனா இல்லியா பாரு!’

•

அந்தப்பெண்ணின் காலில் வீக்கம் தெரிந்தது. உணர்ச்சியே இல்லை என்றாள் அந்தப் பெண்.

இங்க உக்காருங்க! ப்யூலா! கிவ் ஹர் சம் டீ! ஸ்டிரிக்ட் நோ ஷுகர்! அனிதா! கெட் மி டாக்டர் நரசிம்மன்!’

‘நரசிம்மா! உம்பேஷண்ட்டப் பார்த்தேன்! ஸ்வெல்லிங், பிளிஸ்டெரிங் அண்ட் வெட் காங்ரீன்ப்பா!’ ஷுகர் எங்கியோன்னா இருக்கு!’

‘அதான் டாக்டர் எனக்குமே கவலை. என்ன பண்ணட்டும்!’

‘வேற வழியே இல்ல நரசிம்மா! ட்ரீட் பண்ணியே ஆகணும்! ரெஸ்டோரிங் ப்ளட் ஃப்ளோ! கூடவே ஹைபர்பேரிக் ஆக்ஸிஜன் தெராபி! முதல்ல இன்ஃபெக்ஷன ட்ரீட் பண்ணனும். அதுக்கு நாளைலேர்ந்தே ஒரு முழு கோர்ஸ் க்ளோராம்ஃபெனிகால் இல்லேன்னா க்ளிண்டாமைசின்!’

‘ஆனா புரொஃபசர்...’

‘என்ன இழுக்கறே?’

‘டெய்லி அவங்கள வரச்சொல்றது, வித் ஹர் லெக் கண்டிஷன்?’

‘கரெக்ட்! யோசிக்கறேன்!’

ப்யூலா மடமடவென உள்ளே வந்தாள். ‘டாக்டர்! தலைவர் இளங்கார்வண்ணன் வீட்லேர்ந்து வந்திருக்காங்க! எமர்ஜென்சியாம்! உங்களக் கூட்டிட்டுப் போகணும்னு சொல்றாரு!’

‘இளங்கார்வண்ணன் உனக்குத் தலைவரா? எனக்கு இல்லியே!’

‘டாக்டர்?’

‘எமர்ஜென்சியா இல்லியான்னு நாந்தான் டிசைட் பண்ணனும்! சரி, செண்ட் ஹிம் இன்!’

‘டாக்டர்! உடனே பொறப்படுங்க! தலைவருக்கு வயித்து வலி!’

‘யாருய்யா நீயி! மொதல்ல என்னோட பையைக் கீழ வெய்யி! என்னாச்சு உங்க தலைவருக்கு?’

‘நேத்து பிராந்தி கொஞ்சம் ஓவராயிடுச்சு! இன்னிக் காலையில வேற காரமா பரோட்டாவும் சால்னாவும் அடிச்சிட்டாரு! இப்பா வயித்து வலில துடிக்கறாரு!’

‘அவரு டாக்டர் ஒருத்தர் இருப்பாரே?’

‘டாக்டர் அழகேசன்! அவரும் அங்கதான் இருக்காரு!’

‘அப்ப நா எதுக்கு?’

‘சொம்மா பேசிக்கினே இருக்காதீங்க! கௌம்புங்க!’

‘யோவ்! வெளில போய்யா! வர முடியாதுன்னு பெரிய டாக்டர் சொல்லிட்டாருன்னு சொல்லு, போ!’

‘யோவ்! யாருன்னு நெனச்சீங்க! எங்க தலைவரு ஒரு வார்த்தை சொன்னா நீ இங்க டீனா இருக்க முடியாது, தெரியும்ல?’

‘ஆனதப் பாத்துக்கோ! ஆனா இப்ப நீ வெளில போறியா இல்லியா? அவினாஷ்! கால் தெ செக்யூரிட்டி! சக் திஸ் ஃபெல்லோ அவுட்!’

மறுபடி ஃபோனுக்குத் திரும்பினார்.

‘சாரி நரசிம்மன்! இங்க சின்ன ஸ்கர்மிஷ்! சொல்லு?’

‘இல்ல புரொஃபசர்! அந்த லேடியால தினமும் நடந்து கிளினிக்குக்கு வந்து இஞ்சக்ஷன் போட்டுக்கறது?’

‘கரெக்டுதான்! கெனால்கிட்டதான் வீடுன்னு சொன்னா அந்த லேடி! ஓகே, நானே தெனமும் அவ வீட்டுக்குப்போய் இஞ்சக்ஷன் போட்டுடறேன்!’

‘புரொஃபசர்! நீங்களா? வேணாம்! நான் போறேன்!’

‘இல்ல நரசிம்மா! நீ எங்கியோ மைலாப்பூர்ல இருக்க, நா பெசண்ட் நகர்தானே! எனக்குப் பக்கம்தான்! ஹாஸ்பிடலுக்கு ஒரு பத்து நிமிஷம் முன்னால கெளம்பி நானே போய் இஞ்சக்ஷன் போட்டுர்ரேன்!’

ப்யூலா! கால் தட் லேடி! அண்ட் ஸ்டோர்லேர்ந்து ஒரு கோர்ஸ் க்ளிண்டாமைசின் வயால் எடுத்து என் பையில வெச்சுடு! டோண்ட் ஃபர்கெட்!’

டாக்டர் வைகுண்டம் தன் பேஷண்ட்டைக் கவனிக்கத் தயாரானார்.

3

கடலைப்பருப்பு பாயசமும் அய்யாசாமியும்

முஹூர்த்தம் ஒன்பதரை பதினொன்று. சாப்பிட உட்காரும்போது 12 மணி ஆகிவிட்டிருந்தது. குலைப் பசி வேறு. அதிகமாகவே சாப்பிட்டு விட்டேன். காரில் திரும்பி வரும்போது கண்களை இருட்டிக்கொண்டு வந்தது. அந்தக் கடலைப்பருப்பு பாயசம் வெகு ஜோர்.

●

அய்யாசாமி எழுபதுகளில் இருந்த எல்லா மைலாப்பூர் ஆசாமி போலத்தான். பதினெட்டு வயசில் ஸ்கூல் முடித்து டைப்ரைட்டிங் ஷார்ட்ஹேண்ட் எல்லாம் பாஸ் பண்ணி அடுத்து வரப்போகும் குமாஸ்தா உத்தியோகத்துக்கு தன்னைத் தயாராக்கிக்கொண்டு காத்திருந்தான்.

மாதவப்பெருமாள் கோயில் தெருவில் மூன்றே அறை கொண்ட ஒண்டுக்குடித்தனம்தான். மூன்று தலைமுறைகள் வாழ்ந்து கொண்டிருந்தன அவன் வீட்டில். தாத்தா ராமசாமி செக்ரடேரியட்டில் டெஸ்பாட்ச் கிளார்க்காக இருந்து ரிடையர் ஆனவர். கண் கொஞ்சம் மந்தம், காது அபார டமாரம்.

'என்ன தாத்தா, பேப்பர் பாத்தேளா' என்றால், 'எங்கேடா, பாச்சாதான் இந்தப் பக்கமே லட்டரே வரதில்லியே' என்பார். கருப்பு வெளுப்பு டீவியில் தவறாமல் ஒலியும் ஒளியும் பார்த்துவிடுவார்.

'ஏண்டி சச்சு! இவ அந்த கிருஸ்தவப் பையனைக் கல்யாணம் பண்ணிண்டாளே, அவதானே' என்பார்.

'அப்பா! இன்னிக்கு பிரம்மோத்சவம் காட்டறான், வெக்கட்டுமா?'

'வேண்டாண்டி, கண்ணே சரியாத் தெரியல!'

அய்யாசாமியின் அப்பா சரியான ஆபீஸ் குமாஸ்தா. 'டாண்ணு பத்தடிச்சா ஒடனே சீட்டுல'வெல்லாம் இல்லை, அவருக்கு அது பற்றியெல்லாம் கவலையே கிடையாது. சந்தி பண்ணி, 108 காயத்ரி சொல்லிவிட்டு, 'எலயப் போட்றி' என்று சாப்பிட உட்காருவார். சம்ப்ரமமாக பருப்பு, நெய், ரசம், அப்புறம் மோர் சாதம் என்று சாப்பிடுவார். கூடவே 'இன்னும் ரெண்டு கரண்டி ஊத்துடி' என்று ரசத்தை உறிஞ்சிக் குடித்து 'ப்ஹொவ்' என்று இரைச்சலாக ஏப்பம் விட்டு எழுந்திருப்பார்.

பஞ்சக்கச்சம் வைத்த வேஷ்டி, மேலே ஆல்பக்கா கோட், எந்த உயிரினமும் முகர்ந்து பார்க்க இயலாத டர்பன் சமாச்சாரம் சகிதம் தன்னுடைய ராலே சைக்கிளில் சவாரி விடுவார். கிளம்புவதற்கு முன் தன் அப்பா ராமசாமியின் காலைத் தொட்டு நமஸ்காரம் பண்ணி அபிவாதயே சொல்லிவிட்டுத்தான் கிளம்புவார். அது குடும்ப வழக்கம். யார் எப்போது வெளியே கிளம்பினாலும் வீட்டுப் பெரியவாளுக்கு நமஸ்காரம், அபிவாதயே சொல்லியாகவேண்டும் என்பது சட்டம்.

ஒரு தரம் கக்கூசில் தண்ணி அடைத்துக்கொண்டுவிட, அய்யாசாமி ஸ்கூலுக்கு லேட் ஆகிறதே என்று இரண்டு தெரு தள்ளி இருக்கும் நண்பன் கோதண்டராமனின் வீட்டுக்குப் போய் காலைக் கடன்களைக் கழிக்கலாம் என்று கிளம்பும்போதுகூட, 'டேய்! அப்பு! தாத்தாக்கு நமஸ்காரம் பண்ணிட்டுப் போடா' என்று சச்சு சொன்னது கிண்டலா என்று நமக்கு ஆதாரபூர்வமான தகவல் ஏதும் இல்லை.

அய்யாசாமியின் அப்பா மத்தியானம் ஓரணா வேர்க்கடலையும் சூடான பாலும்தான் சாப்பிடுவார். மணி ஐந்து ஆகிவிட்டால் சைக்கிளில் ஏறி வீட்டுக்கு வந்து மறுபடி சந்த்யாவந்தனம், காயத்ரி பண்ணிவிட்டு மாதவப்பெருமாள் கோவிலுக்குப் போவார். ஏழரைக்கெல்லாம் 'எலையைப் போடுறி'தான். ஒன்பது மணிக்குக் குறட்டை ஆரம்பித்துவிடும்.

அய்யாசாமிக்கு நல்ல வேலை ஆகணுமே என்று கவலை அவருக்கு. தாத்தா பேச்சோடு சரி.

'ராஜாஜி எல்லாம் எனக்கு நண்பர். வெளியே போகும்போது, 'ராமா! கொண்டா அதை' என்று எங்கிட்டேர்ந்து பாக்குத் துண்டு வாங்கிண்டு போவார்' என்பது ராஜாஜியின் குடும்பத்துக்குத் தெரிந்தால் கிழத்தின் கையை முறித்துவிடுவார்கள். அதே மாதிரி பக்தவத்சலத்தைப் பற்றியும் இந்த மாதிரி சமயத்துக்கு ஒன்றாக ஏதாவது சொல்லுவார். ஒருவரும் அவற்றையெல்லாம் சீரியசாக எடுத்துக்கொள்வதில்லை.

அய்யாசாமியின் அப்பாதான் போஸ்டல் ஆடிட்டில் செக்ரடரி கோபாலஸ்வாமி அய்யரைப் பிடித்து எப்படியோ தலையால் தண்ணீர் குடித்து அவனுக்கு போஸ்ட் ஆபீசில் ஸ்டாம்பு க்ளார்க்கு வேலைக்கான ஆர்டரை வாங்கிவிட்டார்.

மெடிகல் டெஸ்டுக்காக அய்யாசாமியை ஜி ஹெச்சுக்கு வரச் சொல்ல, அவன் எப்போதும்போல தாத்தா, அப்பா, அம்மாவுக்கெல்லாம் நமஸ்காரம் பண்ணிவிட்டுப் புறப்பட்டான்.

எல்லா டெஸ்டும் எடுத்து அவனை அனுப்பிவிட்டார்கள்.

'என்ன அய்யாசாமி! எப்படி டெஸ்டெல்லாம்?'

'என்னென்னமோ டெஸ்டெல்லாம் பண்ணினாப்பா. இந்த பட்டன் எல்லாம் மார்மேல வெச்சு பண்ணுவாளே, அது மட்டும் ரெண்டு தடவை பண்ணினா!'

'குழந்தைக்கு என்ன, வெண்ணெயும் நெய்யுமாப் போட்டு நன்னா போஷாக்கா வளத்துருக்கேன்! ஜாம் ஜாம்னு வேலைக்குப் போகப்போறான் பாருங்கோ!'

இந்த விதி, கடவுள் அனுக்ரஹம், unsuspecting coincidence, fate, providence என்று எந்த வார்த்தை வேண்டுமானாலும் போட்டுக் கொள்ளுங்கள்.

அய்யாசாமியின் ஈ.ஸி.ஜி ரிப்போர்ட் பார்த்த டாக்டர் அதில் ஸ்பஷ்டமாக, முழுசாக, பழுதுபட்டிருந்த வால்வு ஒன்றைப் பார்த்து பரிதாபப்பட்டாலும், 'வேலைக்கு அன்ஃபிட்' என்று எழுதி பெரிய டாக்டரின் கையெழுத்துக்கு அனுப்பினான்.

பெரிய டாக்டர் அந்த ரிப்போர்ட்டைப் படித்தார். மறுபடி படித்தார். அய்யாசாமியின் மொத்த ஃபைலையும் வாங்கிவரச் சொன்னார். ஒரு நாள் வைத்துக்கொண்டார். ஜூனியர் டாக்டரை வரச்சொன்னார்.

'இந்த அய்யாசாமி கேசை நீதானே பார்த்தே?'

'ஆமாம் டாக்டர். பாவம் இந்த வயசிலே இப்படி ஒரு ப்ராப்ளம்.'

'அதான் அன்ஃபிட்டுன்னு போட்டியா?'

'எஸ் டாக்டர். ரொம்ப கிளியர் கேஸ்! மிட்ரல் அண்ட் டிரை கஸ்பிட் வால்வ் ரெண்டுமே டேமேஜ்! எப்ப வேணா ஸ்டெனோஸிஸ் அட்டாக் வரலாம்!'

'இல்ல இல்ல!, இத இப்படிமட்டும் பாக்கக்கூடாதுய்யா. அவனோட குடும்பச் சூழ்நிலை பாத்தியா?'

'இல்லை சார்!'

'பாக்கணும் நரசிம்மா! இவனோட அப்பா இன்னும் ஒரே வருஷத்துல ரிடையர் ஆகப்போறார். இவன நம்பித்தான் அந்த ஏழைக் குடும்பம் இருக்கு!'

'ஆனாலும் டாக்டர், he is in danger any time!'

'இல்லை. இவன் பண்ணப்போற வேலையப் பாரு! வெறுமன உட்கார்ந்துண்டு ஸ்டாம்ப் விக்கிறது. வீட்டுலேர்ந்து தயிர் சாதம் எடுத்துண்டு ருட்டீனா ஆபீசுக்குப் போய்ட்டு வந்துண்டு இருக்கப் போறான். Absolutely stress free job. நீ அன்ஃபிட்டுன்னு போட்டியானா இவனுக்கு வேலை இல்லேன்னு ஆய்டும். அப்புறம் இவன் கதி?'

'டாக்டர்?'

'பிராக்டிகலாவும் மனிதாபிமானமாகவும் பாக்கணும். பொய்யும் இல்லாம அன்ஃபிட்டுன்னும் போடாம மத்யமா எழுதிண்டு வா. நானே கையெழுத்து போடறேன்!'

'ஓகே டாக்டர்!'

'அடுத்த மாசம் ஒரு நாள் என்கிட்ட அப்பாயிண்ட்மெண்ட்டுக்கு வரச்சொல்லு. Oral medicines குடுத்து லைஃப் ஸ்டைல் சேஞ்ச் பத்திச் சொல்லி அனுப்புவோம். கேர்ஃபுல்லா இருந்தான்னா he will survive!'

அய்யாசாமி அமர்க்களமாக ஒரு நல்ல முஹூர்த்த தினத்தில் தாத்தா அப்பாவுக்கெல்லாம் நமஸ்காரம் பண்ணி அபிவாதயே சொல்லி வேலைக்குச் சேர்ந்தான்.

•

அவனுடைய சஷ்டியப்தப் பூர்த்தியிலிருந்துதான் நான் சாப்பிட்டு விட்டு வந்துகொண்டிருந்தேன்.

டாக்டர் வைகுண்டம் ஊரில் இல்லாததால் வரவில்லை.

4

குருதட்சிணை

மாலை பெரியவர் வீட்டில் விச்ராந்தியாக பேரனுடன் பேசிக்கொண்டிருந்தார்.

‘கிராண்ட்பா! நீங்க இன்னுமா ஆபரேஷன் பண்றீங்க! ஆர் யூ நாட் ஓல்ட்?’

‘பட் ஐயாம் கொயட் ஃபிட்! என் வேலயை நாந்தானே செய்யணும்?’

‘யெஸ்! அப்பா டெய்லி பத்து ஆபரேஷன் பண்றா? ஐ டோண்ட் நோ ஹௌ!’

‘உங்கப்பா என்னடா உங்க அப்பா! எம்பையன்னு சொல்லு, மை டியர் கிராண்ட் சன்!’

‘பட் தாத்தா, இந்தியாவில டாக்டர்ஸ் வயசானா ஆபரேஷன் பண்ண மாட்டாளா?’

‘நோ நோ! இதுல வயசு ஒரு விஷயமே இல்லை, துருவ்! கமிட்மெண்ட், எஸ் கமிட்மெண்ட்தான் முக்கியம்!’

‘எஸ் ஐ அண்டெர்ஸ்டாண்ட் தாத்தா! நான் உங்களோட நாளைக்கு ஆஸ்பிடல் வரலாமா?

‘ஷ்யூர்!’

●

‘துருவ்! இது பியூலா?’

‘ஹலோ துருவ்! ஹவ் ஈஸ் அமெரிக்கா?’

‘ஓ வெரி ஃபைன்!’

பெரியவர் பேரனுடன் ரூமுக்குள் போனார். இரண்டாவது நிமிடம் அவர் குரல் உயர்ந்து கேட்டது.

‘இது என்ன? ஜஸ்ட் லுக் அட் திஸ் மெஸ்!’

பெரியவரின் இரைச்சல் வெராண்டா வரை எதிரொலித்தது. நர்ஸ் பியூலா பரபரத்தாள்.

‘இன்னாபா ஆச்சு காலங்கார்த்தால? பெரியவர் கத்தறாரே?’

‘தெர்லக்கா! இப்பத்தான் நான் போய் அவுரு ரூம்பத் தொடச்சிட்டு வந்தேன்!’

‘சரி! நா போய் பாக்கறேன்!’

‘எஸ் டாக்டர்?’

‘பியூலா! என்ன பாத்தெடிக் வேலை இது? இதென்ன ஹாஸ்பிடலா இல்ல ஹோட்டலா? இத்தனை தூசு?’

‘சாரி டாக்டர்! இப்பவே நான் ரோஸம்மாவக் கூப்பிட்டு மறுபடி க்ளீன் பண்ணச் சொல்லிர்ரேன்!’

‘மறுபடியா? அப்படீன்னா ஏற்கெனவே க்ளீன் பண்ணினதுதான் இந்த லட்சணமா?’ டிஸ்கஸ்டிங்! என்னத்துக்கு சம்பளம் இவங்களுக்கு?’

‘ஏய்! ரோஸம்மா! பெரியவர் வெடிக்கறாரு! அரைகுறையா துடச்சிட்டு வண்ட்டியா? போ போ! சீக்கிரமா தொட்ச்சிட்டு வா! ம்?’

‘பியூலாக்கா நீயும் வா! என்னையக் குதறிப்புடுவாரு!’

‘இதப் பாரும்மா! இது டாக்டரோட ரூம். இதுவே சுத்தமா இல்லேன்ன எப்படி?’

‘மன்னிச்சுக்குங்க அய்யா! தோ உடனே சரியா பண்ணிடறேன்?’

‘சரி சரி! பியூலா! சந்தோஷ் வந்தாச்சா! இன்னிக்கு அந்த காஸ்ட்ரிக் அல்சர் பேஷண்ட்டுக்கு ஆபரேட் பண்ணனுமே! பேஷண்ட்டுக்கு எனீமா குடுத்தாச்சா? எத்தனை யூனிட் ஆஃப் ஏ ஒன் பாசிடிவ் ரெடி பண்ணியிருக்காங்க! இன்னும் ஒரு மணி நேரத்துல தியேட்டர் ரெடியாகணும்! ஒரு தூசு தும்பு இருக்கப்படாது! ஜஸ்ட் கெட் கோயிங்!’

‘எஸ் டாக்டர்!’

‘துருவ்! நீ இங்க வெயிட் பண்ணறியா? நா போய் ஆப்ரேஷன் முடிச்சுட்டு வரேன்! புக்ஸ் கொண்டுவந்திருக்கியே, அதப் படிச்சிண்டு இரேன்?’

‘ஓகே கிராண்ட்பா! டு யூ ஹேவ் அ மினிட்?’

‘அஃப் கோர்ஸ்! சொல்லு துருவ்?’

‘இது உங்க ரூம்தானே?’

‘ஆமா, என்னோட ரூம்தான்!’

‘அப்ப ஏன் யாரோ வந்து க்ளீன் பண்றாங்க? இன் பால்டிமோர் ஹாஸ்பிடல் அப்பாவே, தட் ஈஸ், உங்க பையனேதான் வாக்யுவம் க்ளீன் பண்ணுவார்! நீங்கதானே சொன்னீங்க உங்க வேலய நீங்களேதான் பண்ணனும்னு! அது கமிட்மெண்ட் இல்லியா? அப்ப ஏன் அந்த ஓல்ட் லேடிகிட்ட கத்தினீங்க?

‘பட் துருவ்...’

‘சாரி தாத்தா! ஐ தாட் தட் வாஸ் நாட் கரெக்ட்!’

‘ஐயாம் சாரி துருவ்! ஐ யாம் சாரி! இனிமே ஜாக்கிரதையா இருக்கேன்! தாங்க் யூ ஃபார் பாயிண்டிங் இட்!’

‘நோ ஹார்ட் ஃபீலிங்ஸ் தாத்தா!’

டாக்டர் வைகுண்டம் ஏன் அவ்வளவு சாந்தமாகிப்போனார் என்று பியூலா, ரோஸம்மா மற்றும் பலருக்கு ஹாஸ்பிடலில் சந்தோஷமான சந்தேகம்.

அன்று மதியம் வீட்டுக்குப் போகும் வழியில் புக் ஷாப்பில் காரை நிறுத்தி துருவுக்கு ஏழெட்டு புத்தகங்கள் வாங்கிக்கொடுத்தார்.

‘ஒய் கிராண்ட்பா! வாட் இஸ் ஆல் திஸ்?’

‘என் குருதட்சிணை துருவ்!’

அந்தக் குழந்தைக்குப் புரியவில்லையானாலும் சந்தோஷமாக வாங்கி வைத்துக்கொண்டது.

5

ஏறக்குறைய நியாயம்

பெரியவர் கையை சோப்பால் கழுவிக்கொண்டார். மறுபடியும் படுக்கைக்கு அருகில் வந்து சற்று முன் ஆபரேட் பண்ணின ஆசாமியின் மானிட்டரை உற்றுக்கவனித்தார்.

'அவினாஷ்! கீப் ய வாட்ச்! ஹார்ட் பீட்டை க்ளோசா கவனி! நோ செஸ்ட் வூண்ட் இன்ஃபெக்ஷன்! மைண்ட் யூ, ஹி ஈஸ் ய சிஏபிஜி கேஸ்!'

'எஸ் டாக்டர்!'

டாக் டாக்கென்று நடந்து காரிடார் வந்தார். ஒரு நிமிஷம் லிஃப்ட் முன்னால் தயங்கி நின்றுவிட்டு மீண்டும் எதிர்த்திசையில் நடந்தார்.

'ப்யூலா! லெட்ஸ் வாக் டௌன்!'

தன் பாரியான உடலைத் தூக்கிக்கொண்டு ப்யூலா பின்னாடியே ஓடினாள்.

'ப்ரீ நேடல் கேர்ல சுமதி வந்தாச்சா?'

'வந்துட்டாங்க புரொஃபஸர்!'

'அவங்க அம்மாவுக்கு எப்படி இருக்காம்?'

'தெரியல டாக்டர்!'

'ஆஸ்க் ஹர் ப்யூலா! அடுத்த வாரம் என்னை வந்து பாக்கச்சொல்லு!'

'ஓகே டாக்டர்'

'ப்ளட் பாங்க் ஸ்டாக் ஸ்டேட்மெண்ட் வந்தாச்சா?'

'இன்னும் இல்ல!'

'கால் லக்ஷ்மண்! என்ன வெட்டி முறிக்கற வேலை இதைவிட அவனுக்கு!'

'ஓகே டாக்டர்!'

'ந்யூரோசயன்ஸ்ல பிராஜக்ட் ரிப்போர்ட் ரெடியாமா?'

'இன்னிக்கு ஈவினிங் உங்ககிட்ட அப்பாயிண்ட்மெண்ட் இருக்குன்னு நிர்மலா காலையில சொன்னாங்க டாக்டர்!

'யெஸ்! லெட் ஹர் கம் அட் ஃபோர் ஓ க்ளாக் டுடே!'

முதல் மாடி மெஸ்ஸனைனில் எமர்ஜென்ஸி வார்டில் கூட்டம் அம்மியது. மாடிப்படிக்கு அருகே இரண்டு மூன்று போலீஸ்காரர்கள்.

'என்ன இங்க? ஏது போலீஸ்?'

'இதோ கேக்கறேன் சார்!'

இரண்டே நிமிடங்களில் ப்யூலா வந்து மூச்சிரைக்க நின்றாள்.

'கிராப் குமார அட்மிட் பண்ணியிருக்காங்க டாக்டர்!'

'என்ன பேரு இது? கிராப் குமாரா? யார் அவன்?'

டாக்டர்! போன மாசம் அந்த எட்டு வயசுப் பொண்ண ரேப் பண்ணி கொலை பண்ணினதா பிடிச்சாங்களே அவந்தான்!'

'ஓ தட் புரூட்! என்ன ஆச்சாம் அவனுக்கு? வெயிட், நானே வரேன்!'

'இன்ஸ்பெக்டர்! இதோ டீனே வர்றாரு!'

'சார்! நான் இன்ஸ்பெக்டர் கதிரவன்! கிராப் குமார அட்மிட் பண்ணியிருக்கோம். நானே உங்கள வந்து பாக்கணுமின்னு இருந்தேன். ஐஜி உங்க கிட்ட சொல்லச்சொன்னாரு!

'என்ன ஆச்சு இன்ஸ்பெக்டர்? கஸ்டடியில் அடிச்சீங்களா?'

'மிருகம் சார் இவன்! எட்டு வயசுப்பொண்ண... ச்ச்ச்ச்! நீங்க பாத்திருக்கணும் அந்தக் குழந்தைய சாக்குப்பைக்குள்ளார போட்டு...'

'அடிச்சீங்களா?'

'பின்னிட்டோம் சார்! எனக்குத் தெரிஞ்சு முதுகெலும்பப் பேத்துட்டோம்னு நெனைக்கிறேன்!'

'அப்புறம் இங்க கொண்டு வந்து போட்டு நான் ட்ரீட்மெண்ட் குடுக்கணுமா? உங்களுக்கு யாரு இதுக்கெல்லாம் பர்மிஷன் தர்றாங்க?'

'ஐஜியே முடிஞ்சா தீத்துருங்க இவனன்னு சொல்லிட்டாருங்க! அந்த அளவுக்கு சேதம் பண்ணியிருக்கான் அந்தப் பாப்பாவ!'

'அதுக்கெல்லாம் நமக்கு உரிமை கிடையாது இன்ஸ்பெக்டர்! ப்யூலா! அட்மிட் ஹிம் இன் எமர்ஜென்ஸி ஐசியூ! கால் நரசிம்மன்! யாரு இன்னிக்கு ஆர்த்தோல ட்யூட்டி?

'பட்டாபிராமன் டாக்டர்!'

'குட்! உடனே வரச்சொல்லு! ந்யூரோலேர்ந்து நிர்மலாவையும் கூப்பிடு! ஐ வாண்ட் ப்ரோக்நோஸிஸ் இன் ஆல் டைரக்ஷன்ஸ்!'

டாக்டர்கள் கூட்டம் கூடுதல், எல்லா டெஸ்டுக்கான சாமக்கிரியைகள் வந்து சேர அவற்றைப் பொருத்தி ஒவ்வொரு ஸ்பெஷலிஸ்டும் ஒரு டெஸ்டைச் செய்ய கிராப் குமார் வலி தாங்காமல் முனகினான்.

'மை காட்! என்ன அடி அடிச்சிருக்காங்க! இன்ஹ்யூமன்! பிரைமரி ட்ரௌமா தாண்டி பையோகெமிக்கல் காஸ்கேடுனால டிஷ்யூ டாமேஜ் ஆகியிருக்கே!'

அடுத்த ஒரு வாரம் பெரியவரே நேரில் மேற்பார்வை பார்த்தார். ஒவ்வொரு டாக்டரையும் விரட்டி விரட்டி வேலை வாங்கினார்.

'நிர்மலா! பார்த்தியா? டெர்மடோமை விட மையோடோம் டாமேஜ் அதிகம்!'

'ஆமாம் புரொஃபசர்! அவன செடேஷன்லேர்ந்து இன்னமும் எடுக்க முடியல! வலி தாங்காம கதறரான்!'

நோ நோ! கீப் ஹிம் செடேட்டெட்! பாவம் வலி கொன்னுடும்!'

'பட்டாபி! போன் கண்டிஷன் எப்படி இருக்கு?'

'டிபியா ஃபிபுலா ஃப்ராக்சர் டாக்டர்!'

'கண்டிஷன்?

'கொயட் சிவியர்!'

'ஃபெமூரே அடி வாங்கியிருக்கு! செமத்தியா அடிச்சிருக்காங்க!'

இரண்டு வாரங்களுக்குப்பிறகுதான் கிராப் குமார் சுய நினைவுக்கு வந்தான்.

'டாக்டர்! கேஸ் ரொம்ப ஹை புரொஃபைலாயிடுத்து! பேப்பர்லயும் டீவிலயும் கிழி கிழின்னு கிழிக்கறாங்க! அடுத்த வாரமே ஹைகோர்ட்டுல வந்துடும்! இவன டிஸ்சார்ஜ் பண்ணிடுவீங்களா?'

'அவனுக்கு நல்ல ரோபஸ்ட் ஹெல்த்! உங்க அடியையும் மீறிப் பொழச்சிட்டான்!'

'அவன அப்படியே கொன்னிருக்கணும் டாக்டர்! இவனுக்கெல்லாம் பாவமே பாக்கக்கூடாது!

'நோ இன்ஸ்பெக்டர்! சட்டம்னு ஒண்ணு எதுக்கு இருக்கு? நாமளே கையில் எடுத்தா அனார்க்கிதான்! எனி வே, அடுத்த வியாழன்தானே கேஸ்? புதன் சாயங்காலம் டிஸ்சார்ஜ் பண்ணிடலாம்!'

ஓகே டாக்டர்!

புதன் கிழமை மாலை டிஸ்சார்ஜ் ஆகும்போது கிராப் குமாரைப் பார்க்க பெரிய டாக்டர் வரவில்லை. ப்யூலா வந்து சொன்னாள்.

'டிஸ்சார்ஜ் ஆகிப் போய்ட்டான் புரொஃபசர்! இன்னம் நிமிர முடியல! கூனி மாதிரிதான் நடத்திக் கூட்டுட்டுப் போறாங்க! '

'ஓகே! மருதநாயகம் கேஸ் என்ன ஆச்சு? யூரோடைனமிக்ஸ் ரிஸல்ட் வந்தாச்சா?'

'இதோ பாக்கறேன் புரொஃபஸர்! இன்ஸ்பெக்டர் கதிரவன் வந்திருக்காரு! ஒரு நிமிஷம் உங்களப் பாக்கணுமாம்!'

'யெஸ் இன்ஸ்பெக்டர்?'

'கிராப் குமார டிஸ்சார்ஜ் பண்ணிட்டோம் சார்! ஐஜி உங்களுக்கு தாங்க்ஸ் சொன்னாரு! நான்தான் சொல்லப்போறதில்ல! இவனுக்கெல்லாம் நல்ல சாவு வரக்கூடாது டாக்டர்!'

'அத நீங்களும் நானும் முடிவு பண்ணக்கூடாது இன்ஸ்பெக்டர்! சட்டம்தான் முடிவு பண்ணனும்!'

'என்ன சட்டம் டாக்டர்! எத்தன ஓட்டை இருக்கு அதுல! நாளைக்கி கேஸ்! தண்டனை கிடைக்குமோ, இல்ல இவனும் மத்தவங்க மாதிரி சாமர்த்திய வக்கீலோட பேச்சால சாட்சியம் போறலைன்னு வெளியே வந்துடுவானோ! இந்த ஹ்யூமன் ரைட்டுன்னு ஒரு கயவாளிக் கூட்டம் வருவாங்க! தொல்லை டாக்டர்! நீங்க ட்ரீட் பண்ணாம அவன இங்கியே முடிச்சிருக்கணும்!'

'ஓ நோ இன்ஸ்பெக்டர்!'

'சாரி டாக்டர்! அவ்வளவு கோவமா வருது! நீங்க அந்தக்குழந்தையோட பாடியப் பார்த்திருக்கணும்! எட்டு வயசு! அதப்போய்? எப்படி மனசு வரும்! பாஸ்டர்ட்! சாரி டாக்டர்!'

‘ஓகே! உங்க வெறுப்பு புரியறது! ஆனா நான் டாக்டர்! என் வேல உயிரைக் காப்பாத்தறதுதான்! மீதியெல்லாம் அந்த ஸ்ரீரங்கத்துக்காரன் பார்த்துப்பான்!’

‘என்ன கடவுளோ டாக்டர்! இருந்திருந்தா அந்தக் குழந்தைக்கு இப்படி ஒரு கதி வந்திருக்குமா?’

‘இன்ஸ்பெக்டர்! வில் யூ நௌ லிஸன் டு மீ கேர்ஃபுல்லி!’

‘எஸ் டாக்டர்?’

‘நாளைக்கு வரப்போற கிராப் குமார் கேஸ்ல நீங்கதானே ட்யூடி ஆஃபிஸர்?’

‘எஸ் டாக்டர்!’

‘இந்தக் கேஸ்ல அவனுக்கு தூக்கு தண்டனைக்குக் கம்மியா கெடைக்கக்கூடாது! ஒரு ஓட்டை கூட விடாம கேஸ நடத்தி முடிக்கணும் நீங்க! டோண்ட் லீவ் எனி லூப்ஹோல்! ஐஜிகிட்ட நான் சொன்னேன்னு சொல்லுங்க! கெட் தெ காபிடல் பனிஷ்மெண்ட் ஃபார் திஸ் ப்ரூட்!’

டாக்டர் வைகுண்டத்தின் குரலில் இருந்த ரௌத்திரமும் வார்த்தைகளின் தடித்த ஒலியும் அவர் பல் கடித்த முறுக்கும் இன்ஸ்பெக்டர் கதிரவனுக்கு ஆச்சரியமாக இருந்தது. ‘காபிடல் பனிஷ்மெண்ட்’ என்று உச்சரித்த வார்த்தை வெடிபோலக் கேட்டது.

6

ஜனாதிபதியை விட...

‘கங்கிராஜுலேஷன்ஸ் புரொஃபசர்!

‘ப்யூலா! என்ன இது? கூட்டமா எல்லோரும்? என்ன விசேஷம்? எனக்கு எதுக்கு கங்கிராஜுலேஷன்ஸ்?’

‘புரொஃபசர்! நீங்க இப்ப பிசி ராய் அவார்டு வின்னர்!’

‘என்னது? பிசி ராய் அவார்டா?’

‘ஆமா டாக்டர்! இப்பத்தான் ஈமெயில் வந்தது! எமினெண்ட் மெடிகல் பர்ஸன்ங்கற காடிகரியில!’

‘எங்க, கொண்டா?’

‘இந்த மாசம் பதினெட்டாம் தேதி இந்திய ஜனாதிபதியே சென்னைக்கு வர்றார். ராஜ்பவன்ல ஃபங்ஷன்! டாக்டர்! வி ஆர் ப்ரௌட்! இன்னிக்கு ட்ரீட்!’

‘வாட் நான்சென்ஸ்! எல்லோரும் முதல்ல கெட் அவுட்! ப்யூலா! க்ளீயர் தெம் அவே! இர்ரெஸ்பான்ஸிபிள் டாக்டர்ஸ்! கோ பேக் டு யுவர் ட்யூட்டி!

சிரித்துக்கொண்டே அவர்களை வெளியேற்றினார்.

‘முனுசாமியும் அவன் பொண்டாட்டியும் வந்திருக்கணுமே! அவங்க ரெண்டு பேரையும் வரச்சொல்லு! ப்யூலா! ஆஸ்பிட்டல்ல எல்லோருக்கும் கேக் ஆர்டர் பண்ணிடு. காசு என்கிட்ட வாங்கிக்கணும். அண்ட், க்ளோஸ் தி டோர்! வாங்க முனுசாமி! வாங்கம்மா! உக்காருங்க!

‘வணக்கமுங்க அய்யா!’

‘ஆச்சா இன்னித்து டையாலிஸிஸ்?’

‘ஆச்சு டாக்டர்! கேரா இருக்கு! ஜுரம் அடிக்கறாமாதிரி இருக்கு!’

‘இன்னிக்கு ஒரு நாள் அப்படித்தான் இருக்கும். நாளைக்கு நல்லா ஆய்டுவ முனுசாமி!’

‘இன்னும் எத்தனை நாளுக்கு இப்படி டாக்டர்?’

‘த பாரு முனுசாமி! உன்கிட்ட பொய் சொல்ல மாட்டேன்! உன்னோட கிட்னி டாமேஜ் ஆயிருக்குப்பா! அதுவும் மோசமா!’

‘அய்ய்ய்யோ!’

‘சக்கரை வியாதிய கண்ட்ரோலே பண்ணல நீ! பதினாறு வருஷமா 350க்கு மேலயே இருந்திருக்கு! போறாத்துக்கு நீ பாட்டுக்கு பிரியாணி இனிப்புன்னு வெளுத்து வாங்குவியாமே!’

‘இது கோள் சொல்லிச்சா டாக்டர்? ஒரே முட்டா புளுகுது டாக்டர்!’

‘அவங்க ஏன் புளுகணும்? சரி விடு! உன்னோட கிட்னி கண்டிஷன் ஆபத்துதான்! எண்ட் ஸ்டேட் ரீனல் டிஸீஸ்ம்போம் நாங்க!’

‘டாக்டர்! எனக்கு இன்னும் நாலஞ்சு வருஷமாவது வாழணும்! மூணு பொண்ணுங்க இருக்குது. எல்லாம் பாஞ்சு வயசுக்கு மேல வயசுல! அவுங்கள காலேஜ் வரிக்கும் படிக்க வெச்சுட்டா கல்யாணம் காட்சிங்கள அதுங்களே பாத்துக்கும்!’

‘அதெல்லாம் அமக்களமாப் பண்ணலாம் முனுசாமி! ஆனா சரியா ட்ரீட்மெண்ட் பண்ணினா இன்னும் பத்து வருஷம் கியாரன்டி உனக்கு!’

‘என்ன ட்ரிட்மெண்ட் டாக்டர்?’

‘கிட்னி டிரான்ஸ்ப்ளாண்ட்! அதாவது மாத்து கிட்னி பொருத்தணும்ப்பா! பண்ணிக்கிறியா?’

‘அய்யோ கிட்னி மாத்து ஆபரேஷனா? டேஞ்சர் இல்லிங்களா அது?’

‘அடப்போ முனுசாமி! முத கிட்னி டிரான்ஸ்ப்ளாண்ட் எப்ப பண்ண ஆரமிச்சாங்க தெரியுமா? 1950லயே! அந்த பேஷண்ட் 5 வருஷம் இருந்தாரு!’

‘அஞ்சு வருஷம்தானா?’

‘அப்பல்லாம் இம்யூனோஸப்ரெஸிவ் தெராபியெல்லாம் இல்லாத காலத்துலயே அமக்களமா கிட்னி மாத்து பண்ணியிருக்காங்க. இப்பல்லாம் அது சர்வ சாதாரணம், நாங்க டாக்டர்ல்லாம் இருக்கோமில்ல, பாத்துப்போம்!’

‘ரொம்பச்செலவாகுமே டாக்டர்?’

‘அதான் உனக்கு கவர்மெண்ட் இன்ஷூரன்ஸ் இருக்கே! பணத்தப்பத்திக் கவலையை விடு. நா ஏற்பாடு பண்றேன்.’

‘அப்ப பண்ணிக்கலாம்ங்கறீங்களா?’

‘பண்ணியாகணும் முனுசாமி! இல்லேன்னா உன் உயிருக்கு நா காரண்ட்டி தரமுடியாது!’

‘டாக்டர்! இவுரு உயிருக்கு ஒண்ணும் ஆபத்தில்லியே?’

‘ஒண்ணும் கவலைப்படாதீங்கம்மா! டிரான்ஸ்ப்ளாண்ட் டெக்னாலஜியெல்லாம் இப்ப நல்லா முன்னேறியிருக்கு. என்னோட ஸ்டூடண்ட் டாக்டர் சுனீல்னு. இந்த சப்ஜெக்ட்டுல எக்ஸ்பர்ட். அவனத்தான் பண்ணச்சொல்லப்போறேன்!’

டாக்டர்! நீங்க பண்ணமாட்டீங்களா? வேற யாரும் வாணாம் டாக்டர். நீங்க பண்ணினாத்தான் நா ஒத்துப்பேன். இல்லேன்னா இப்படியே இருந்துட்டு போறேன்!’

‘விளையாடாத முனுசாமி! நான் டிரான்ஸ்ப்ளாண்ட்டெல்லாம் படிச்சதில்ல. எனக்கு இது பத்தி தெரியாது!’

‘டாக்டர்! உங்களுக்குத் தெரியாத சமாச்சாரம் ஒண்ணு இருக்கா! அதெல்லாம் முடியாது. நீங்க கூட இருந்தாத்தான் எனக்கு ஆபரேஷன். இல்லேன்னா வாணாம்! அவ்வளவுதான்.

‘என்ன முனுசாமி இது குழந்த மாதிரி பிடிவாதம்! சரி சுனீல்தான் ஆபரேஷன் பண்ணுவார். ஆனா நிச்சயமா நா ஆபரேஷன் தியேட்டர்ல கூடவே இருக்கேன் போறுமா?’

‘அதுதான் எனக்கு வேணும் டாக்டர்!’

‘சரி நா பேசிட்டு ரெண்டு நாள்ல சொல்றேன். உங்களுக்கு யார்னா கிட்னி குடுக்க சம்மதிப்பாங்களா உங்க வீட்டுல?’

‘அப்படீன்னா?’

‘உங்க ஒறவு மனுசங்க யாரானு ஒரு கிட்னி தானம் பண்ணுவாளா?’

‘த பார்ரா! கிட்னி தானமா? எனுக்கு உடம்புக்குன்னாலே ஒரு பயபுள்ள கிட்ட நெருங்க மாட்டானுவ! எங்க மனுஷாளுங்க தாம்பரம் செங்கல்பட்டுன்னு ஒளிஞ்சுப்பாய்ங்க. இதோ இவ ஆசாமிங்க ஊர விட்டே ஓடிருவாங்க! அத்தனை அன்பு எம்பேர்ல!’

'ஆமாய்யா, சொல்லு இப்ப! கண்ணாலம்போது நீ என்ன குடி குடிச்சு எங்கூட்டு ஆளுங்கள எப்படில்லாம் ஏசியிருப்ப. இப்ப நமக்கு அவசரம்னா வருவாங்களா?'

'உங்கண்ணன் ஒருத்தன் இருக்கானே, அவஞ்செஞ்ச கூத்தை டாக்டராண்ட சொல்லவா?'

'சரி சரி இங்க வாண்டாம் உங்க அக்கப்போர்! கிளம்புங்க! நா ப்யூலாவ விட்டு ஃபோன் பண்ணச் சொல்றேன்!'

'ப்யூலா! கெட் மி டாக்டர் சுனீல்.'

'ஹலோ புரொஃபசர்! என்ன ஒரு ஆச்சரியம்! சொல்லுங்க என்ன கேஸ்?'

'சுனீல்! உடனே கேஸ்னு எப்படி சொல்றே? நான் சும்மா ஃபோன் பண்ணியிருக்கக்கூடாதா?'

'யாரு? நீங்களா? சும்மா ஃபோனா? கம் ஆன் புரொஃபசர்! கிவ் மி ய ப்ரேக்! சரி! சொல்லுங்க!'

'நீ எப்ப ஃப்ரீ? ஒரு கிட்னி டிரான்ஸ்ப்ளாண்ட் பண்ணனும்! என்னோட பேஷண்ட்!'

'லைவ் டோனரா இல்ல...'

'லைவ் டோனர் கிடையாது சுனீல்! கார்டியக் டெத் டோனோர்தான் பாக்கறேன். இப்ப எங்கிட்ட ரெண்டு கேஸ் க்ளோஸ் டு எண்ட் இருக்காங்க. நான் இன்னிக்கே முனுசாமியோட பானல் ரியாக்டிவ் ஆண்டிபாடி டெஸ்ட் பண்ணி ஹெச்.எல்.ஏ கம்பாடிபிலிட்டியைப் பாத்துடறேன். ஆமா, நீ எப்ப ஃப்ரீயா இருக்கே?'

'டைரியப் பாத்து சொல்றேன் புரொஃபசர்!'

•

'புரொஃபசர்! ராஜ்பவன்லேர்ந்து ஃபோன்!'

'எஸ்!'

'ஜனாதிபதி வரும் 18ஆம் தேதி காலை ராஜ் பவனில் உங்களுக்கு பிசிராய் விருது வழங்குகிறார். நிகழ்ச்சி காலை ஒன்பது மணிக்கு. நீங்கள் எட்டு மணிக்கே வந்துவிடவேண்டும். சில செக்யூரிடி விஷயங்கள் பார்க்கவேண்டியிருக்கிறது. உங்களுடைய கெஸ்டாக இரண்டே பேர் மட்டும் வரலாம். ஃபோட்டோ எடுக்க அனுமதி இல்லை. எங்களின்

அஃபிஷியல் ஃபோட்டோகிராஃபர் எடுத்த படங்கள் உங்களுக்குக் கொடுக்கப்படும். நிகழ்ச்சிக்கு முன்பு பிரெஸ்ஸில் பேசவேண்டாம். வாழ்த்துகள்!'

●

'சுனீல்! எனி கிட்னி டோனர்?'

'டாக்டர்! உங்களுக்கு இன்னிலேர்ந்து நூறு வயசு! இப்பத்தான் நானே ஃபோன் பண்ணனும்னு நெனச்சேன்! இன்னிக்கு மத்தியானம் எங்க ஹாஸ்பிடல்ல ஒரு பிரெயின் டெட் பேஷண்ட்! ஆர்கன் ஹார்வெஸ்ட் பண்ணிக்கச் சொல்லிட்டார். நீங்க அனுப்பியிருந்த முனுசாமி சாம்பிளோட ஹெச்.எல்.ஏ கம்பாடிபிலிட்டி பாத்துட்டேன். பர்ஃபெக்ட் மாட்ச்! நாளைக்கு காலையிலேயே பண்ணிடலாம். எல்லா ஏற்பாடும் என் ஹாஸ்பிடல்லியே பண்ணிட்டேன்!'

'நாளைக்கா? நாளைக்கு 18ஆம் தேதியில்ல?'

'ஆமா டாக்டர்! ஓ உங்களுக்கு அவார்ட் ஃபங்க்ஷன் இல்ல? ஐ ஹேவ் டு மிஸ் தட் டாக்டர்! கங்கிராட்ஸ் அகைன்!'

'இல்ல சுனீல்! நானும் உன்னோட ஆபரேஷன்ல இருக்கணும்!'

'ஓ நோ! நா பாத்துக்கறேன் புரொஃபசர்! நீங்க அவார்டு ஃபங்க்ஷன் மிஸ் பண்ண முடியாது!'

'இல்ல சுனீல்! இது ஒருவித வாக்குறுதி! கமிட்மெண்ட்! ஓகே! நான் நாளைக்கி கார்த்தால ஏழு மணிக்கு உங்க ஹாஸ்பிடல் வந்துர்ரேன்!'

'ப்யூலா! முனுசாமிய வரச்சொல்லு! கால் ராஜ் பவன்!'

●

டாக்டர் சுனீலின் ஆஸ்பத்திரியில் முனுசாமியின் ஆபரேஷன் முடியும் போது மணி பத்தை நெருங்கிவிட்டது.

'க்ரேட் ஜாப் சுனீல்! பக்கத்துல இருந்து பார்க்கும்போதுதான் உன்னோட ஸ்கில் லெவல் புரிஞ்சுது! எக்ஸ்டெர்னல் இலியாக் ஆர்டெரில கனெக்ட் பண்ணின பாரு, பிரில்லியண்ட்! ப்ரெட்னிஸோலோன் சமாச்சாரத்த நான் போஸ்ட் ஆபரேடிவ் கேர்ல கவனிச்சுக்கறேன்!'

'பட் புரொஃபசர் நீங்க உங்க பிசி ராய் அவார்ட தவற விட்டுட்டீங்களே!'

சிரித்துக்கொண்டே ஜெனெரல் ஆஸ்பத்திரிக்குப்புறப்பட்டார்.

•

ஆஸ்பத்திரி வாசலில் கூட்டம். போலீஸ் தலைகள் தென்பட்டன. டீவி ஆசாமிகள் காமிராவும் மைக்குமாக அலைந்தார்கள். ஒரு மாதிரியாகக் கூட்டத்தை விலக்கி இரண்டாவது மாடியில் லிஃப்ட்டிலிருந்து வெளியே வந்தபோது இன்னும் கூட்டம்.

ப்யூலா வேர்க்க விறுவிறுக்க ஓடி வந்தாள்.

'ப்யூலா! என்ன நடக்கறது இங்க? ஒய் ஆல் திஸ்?'

'டாக்டர்! உங்க ரூம்ல ஜனாதிபதி!'

'வாட்?'

இவரின் நாற்காலிக்கு எதிரே அரை நரையாக இருந்த தன் நீண்ட முடியைப் பின்னுக்குத் தள்ளிவிட்டுக்கொண்டு ஜனாதிபதி அமர்ந்திருக்க, சுற்றிலும் பதட்டத்துடன் அவரின் உதவியாளர்கள் மூன்றுபேர், இரண்டு ஏடிஸிக்கள், ஒரு இன்ஸ்பெக்டர்.

'வாங்க டாக்டர்!'

நாகர்கோவில் தமிழில் ஜனாதிபதி வரவேற்றார்.

'யுவர் எக்ஸலென்ஸி! நீங்களே இங்க வந்துட்டீங்களா? ஐயாம் சாரி! வெரி சாரி!'

'இல்ல இல்ல. நீங்க ஏன் அவார்டு வாங்க நேரில வர முடியலைன்னு ராஜ் பவன்ல சொன்னாங்க! எனக்கு இப்படிப்பட்ட டாக்டர நேரில பாக்கணும்னு ஆசை. அதான் அவார்டு ஃபங்கஷன உங்க ரூமிலயே வெச்சுக்கலாம்னு வந்துட்டோம். இப்ப என் கையால இந்த அவார்ட நா உங்களுக்குத் தரலாமா?'

கொஞ்சம் உள்ளுக்குள் நடுங்கியவாறே இந்திய ஜனாதிபதியிடம் அவார்டை வாங்கிக்கொண்டார். காமராக்கள் பளிச்சிட்டன. லேசான கைதட்டல்.

'உங்களைப்பார்க்க வருபவர்களுக்கு டீ, காபி குடுத்து உபசரிக்க மாட்டீர்களா டாக்டர் வைகுண்டம்?'

சிரித்துக்கொண்டே கேட்ட ஜனாதிபதி தொடர்ந்தார்.

'எனக்கு சர்க்கரை இல்லாமல் அரை கப் டீ!'

'ப்யூலா!'

கூப்பிட்ட டாக்டர் வைகுண்டத்தின் குரல் லேசாகக் கம்மியிருந்ததை ப்யூலா மட்டுமே புரிந்துகொண்டாள்.

7

பலாப்பழம்

‘இன்னும் எவ்வளவு காலம் இந்த கவர்மெண்ட் ஆஸ்பிடல்லியே வேல செஞ்சு உளுத்துப் போகப்போற?’

‘கமான் நீரஜா! கவர்ன்மெண்ட் ஆஸ்பிடல்னா என்ன இளக்காரம் உனக்கு? எங்ககிட்ட இருக்கற எக்விப்மெண்ட்ஸ்லாம் உங்க அமெரிக்கா ஆஸ்பிடல்லகூட இருக்காது, யூ நோ!’

‘என்ன சம்பளம் இப்ப உனக்கு அவினாஷ்? ஒரு லட்சம் வாங்குவியா?’

‘ம்ஹூம்! பிடிப்பெல்லாம் போக எழுவத்தி நாலாயிரத்திச் சில்லறை!’

‘லுக் அட் தட்! பீநட்ஸ்! இதுதான் உன் காபினா? எங்க கொலம்பஸ் ஆஸ்பிடல்ல டாய்லெட்கூட இதை விடப் பெரிசு அண்ட் ய லாட் க்ளீனர்! எட்டு வருஷ எக்ஸ்பீரியன்ஸுக்குப்பிறகும் இந்த மாதிரி சத்தத்துக்கும் அழுக்குக்கும் நடுவுல கிடந்து அல்லல் படப்போறியா? அமெரிக்கா வந்துடு அவினாஷ்! மாசத்துக்குப் பன்னண்டாயிரம் டாலர்! வீடு, கார், கிளப் அண்ட் வாட் நாட்?’

‘வோய்லா! மாசத்துக்கே எட்டு லட்சமா? ட்டேயப்பா! ஆனா வேண்டாம்!’

‘ஒய் அவினாஷ், ஒய் ப்ளைமி?’

‘பிகாஸ் இங்கதான்... வெல், உனக்குப் புரியாது நீரஜா!’

‘இல்ல அவினாஷ்! சொல்லேன்! புரிஞ்சுக்க டிரை பண்றேன்!’

‘எட்டு வருஷத்துக்கு மிந்தின கதை சொல்லட்டுமா?’

‘சே தட்! சே தட் வெல்! என்னால ஒப்புக்க முடியறதான்னு பாக்கறேன்!’

•

ஜெனெரல் ஆஸ்பிடலின் அந்த மத்தியான வேளையில் ஐசியூ வார்டு இருந்த மூன்றாம் மாடியில் காரிடாரில் பரபரப்பு. வெள்ளை கோட் போட்ட இளைஞன் ஐசியு கதவைத் திறந்து ஓடி வந்து, அப்படியே சுவரருகே மடங்கி குந்தினாற்போல உட்கார்ந்து... குலுங்கிக் குலுங்கி அழுததை அந்த காரிடாரே கொஞ்சம் அதிர்ச்சியில் பார்த்தது.

ஸ்ட்ரெச்சர் தள்ளி வந்த சவரிமுத்து, நான்காம் மாடிக்குப் படிவழியாகப் போய்க்கொண்டிருந்த நர்ஸ் வயலெட், பிளட் பாங்கின் ராமன், உள்ளே வெவ்வேறு ஸ்திதியில் அவஸ்தை பட்டுக் கொண்டிருந்த நோயாளிகளின் உறவினர்கள் என்று எல்லோரும் உறைந்துபோய்ப் பார்த்த அழுகை.

அழுதவன் ஓர் இளைஞன்! அதுவும் ஒரு டாக்டர்!

லஞ்ச் முடித்துவிட்டு டீன் அந்த நேரம் பார்த்தா ஐசியூவை இன்ஸ்பெக்ட் செய்ய வரவேண்டும்! அவரின் செக்ரட்டரி கூடவே.

'என்ன ஆச்சு! என்ன பரபரப்பு இங்க?'

யாரும் ஒன்றும் பேசவில்லை. அமைதி.

'ப்யூலா! யார் அது? லுக்ஸ் லைக் ய டாக்டர்!'

'அ..ஆமாம் டாக்டர்! அவினாஷ் மாதிரி இருக்கு!'

'அவினாஷ்? ஹெமடாலஜியா? அண்ட் வாட் ஈஸ் ஹி டூயிங் ஹியர்?'

இப்போது சவரிமுத்து டீனிடம் நல்ல பெயர் வாங்கும் அல்ப முயற்சியில் பேசினான்.

'தோ இப்டீக்கா உள்றேந்து ஓடியாந்தாரு! அப்படியே உக்காந்து அழுவறாரு!'

'நோ நோ! டாக்டர் அவினாஷ்! பிரேஸ் யுவர்செல்ஃப்! மூவ் அவுட் ஆஃப் ஹியர்!'

அவினாஷ் சுதாரித்துக்கொண்டான். எழுந்து டீனிடம் மன்னிப்பாகப் பார்த்தான்.

'சாரி டாக்டர்! அங்க மை பேஷண்ட்... பன்னண்டே வயசு... செத்துப்போய்ட்டா. நா எவ்வளவோ டிரை பண்ணினேன்! அரை மணி முன்னாடி எங்கிட்ட சிரிச்சுப் பேசி பாட்டுப் பாடினா. ஆனா இப்ப, ஷி ஈஸ் நோ மோர்!'

குரல் உடைந்து மீண்டும் அழுகை.

டீனின் குரல் கடுமையாகியது. 'அவினாஷ்! கண்ட்ரோல் யுவர்செல்ஃப்! நீ ஒரு டாக்டர்! நீயே இப்படியெல்லாம் எமோஷனலா ஆகக்கூடாது!'

இப்போது குரலைத் தாழ்த்திக்கொண்டு ரகசிய பாவனையில் சொன்னார். 'திஸ் ஈஸ் ரிடிக்யுலஸ்! ஆஸ்பத்திரி பேரையே கெடுக்கற! உடனே நீ போய் அஸிஸ்டண்ட் டீனையும் அழைச்சிண்டு என் ரூமுக்கு வா! அண்ட் ரைட் நௌ!'

டீனின் வார்த்தையில், நடையில் தோள் குலுக்கலில் சேதாரம் தெரிந்தது. அவினாஷுக்கு பயம். நெர்வஸானான். ஓடினான். அஸிஸ்டண்ட் டீன் ஏதோ ரிப்போர்ட் பார்த்துக்கொண்டிருந்தார். அவினாஷின் நிலைமையைப் பார்த்தார்.

'என்ன ஆச்சு அவினாஷ்? கமலா போய்ட்டாளா? நான் இன்னும் ரெண்டு நாளாகும்னு நெனச்சேன்! யூ டிட் யுவர் பெஸ்ட்! ஆனா நம்ம கையில எல்லாம் இல்லியே! அழணும்போல இருக்கா? வா வந்து இங்க உக்காந்துண்டு அழு! நத்திங் ராங்!'

அவினாஷ் உடைந்து மறுபடி அழுதான்.

'டாக்டர்! ஷி வாஸ் பிரிம்மிங் வித் ஹேப்பினெஸ்! பாடினா! சிரிச்சா! ஓ மை காட்! என் வாழ் நாள் முழுக்க இந்தக் காட்சி என்னைத் தூங்க விடாது! ஐ ஹேட் திஸ் மெடிக்கல் புரொஃபெஷன்!'

அஸிஸ்டண்ட் டீன் பேசாமல் பார்த்தார்.

'டாக்டர்! நான் ரிசைன் பண்ணப்போறேன்!'

'ரிசைன் பண்ணிட்டு என்ன பண்ணுவே?'

'ஏதாவது பண்ணுவேன்! தோட்ட வேலைக்குப் போவேன். தாலுக்கா ஆஃபீஸ்ல குமாஸ்தாவாப் போறேன் டாக்டர்! ஆனா இந்த வேல வேண்டாம்!'

அஸிஸ்டண்ட் டீன் சிரிக்கவில்லை. அவினாஷ் முகத்தைத் துடைத்துக்கொண்டான். அவர் டேபிளிலிருந்து பாட்டில் தண்ணீரை ஒரு மிடக்கு குடித்தான்.

'அவினாஷ்! நீ கரெக்ட் ட்ரீட்மெண்ட்தான் குடுத்தே? த்ராம்போசைடோபீனியாவுக்கு என்ன பண்ண முடியும்! பிரெயின்ல சிவியர் ப்ளீடிங்! ஏற்கெனவே வெரி லோ ப்ளாடெலட் கவுண்ட்! இன்னிக்கு இல்லேன்ன இன்னும் ஒரு வாரத்துக்கு மேல கமலாவால தாக்குப் பிடிக்க முடிஞ்சிருக்காது அவினாஷ்!'

'பட் ஷி வாஸ் ஸோ யங்! பன்னண்டே வயசு! அநியாயம்!'

'எஸ் அண்ட் நோ! விதி, கடவுள் அண்ட் ஆல் தட், அவினாஷ்!'

அவினாஷ் கொஞ்சம் சுதாரித்தான். 'சாரி டாக்டர்! டீன் உங்களையும் அழச்சிண்டு என்னை அவர் ரூமுக்கு வரச்சொன்னார்!'

'டீன்?'

'நான் ஐசியுவுக்கு வெளில அழும்போது அவர் வந்துட்டார்!'

'ஓ நோ! சரி விடு! நான் பாத்துக்கறேன்! இன்னும் கொஞ்ச நாழி இங்க இருந்துட்டு அப்புறமாப் போ!'

'இல்லை டாக்டர்! டீன் ரொம்பக் கோவமாயிட்டார். எனக்கு பனிஷ்மெண்ட் உண்டுன்னுதான் நெனைக்கிறேன்!'

'கமான் அவினாஷ்! நீ இங்க டிரெய்னீ ஹெமடாலஜிஸ்ட்! அப்படியெல்லாம் உன்னை பனிஷ்பண்ண விடமாட்டேன். டாக்டரும் மனுஷந்தானே! அதுவும் நீ இன்னும் சின்னவன்தான்! இதெல்லாம் அனுபவம்! இதுதான் உன்னைப் பிற்காலத்தில் கம்பாஷனேட் டாக்டராக்கும். ஜஸ்ட் கெட் கோயிங்! டீனை நான் சமாளிக்கிறேன்!'

'அப்ப டீனைப்பார்க்க?'

'ஐ செட் ஐ வில் மானேஜ் ஹிம்! நீ போய் கமலாவோட ரிலேடிவ்ஸ்கிட்டப் பேசு! அவங்களுக்கு ஆறுதல் சொல்லு. மறுபடி அழுகை வந்தாலும் இட்ஸ் ஓகே!'

●

நீரஜா தோளைக் குலுக்கிக்கொண்டாள். 'அவினாஷ்! என்ன சொல்ல வரே? இதுக்காக நீ அமெரிக்க வராம இங்க கவர்ன்மெண்ட் ஆஸ்பிடல்லயே உழண்டுண்டு இருப்பியா? புரியல! ஐ யாம் அட் ய லாஸ்!'

'நீரஜா! எனக்காகப் பரிஞ்சு பேசின காரணத்துக்காக, என்னை சஸ்பெண்ட் பண்ணவிடாம தடுத்ததுக்காக, மினிஸ்டர் வரைக்கும் போய் எனக்காக பரிஞ்சு பேசின அஸிஸ்டண்ட் டீனைப் பழி வாங்கினார் அந்த டீன். அவருக்கான புரொமோஷன் அஞ்சு வருஷம் தள்ளிப்போச்சு. இதோ ரெண்டு வருஷம் மின்னாடிதான் அவருக்கு டீன் போஸ்டிங் கிடைச்சது! அண்ட் அவரோட அறிவு, பேஷண்ட்டை டீல் பண்ற விதம், அப்புறம் அந்த எதிக்ஸ்... நீரஜா! அவர்ட்ட ஒர்க் பண்ற மாதிரி, அமெரிக்கா என்ன உலகத்துல எங்கியுமே வராது! நோ நீரஜா! டாலர்ஸ் டோண்ட் இண்டெரெஸ்ட் மீ!'

நீரஜா பேசத்தொடங்கும் முன் அந்தச் சின்ன காபினின் கதவு படாரெனத் திறந்தது.

'வாட் தெ ஹெல் அவினாஷ்? அந்த எட்டாம் நம்பர் பெட்டுக்கு ஆன்காலஜி ரிப்போர்ட் கேட்டேனே, என்ன பண்றே? யூ ஆர் வெரி லேஸி! ஓ சாரி! பேஷண்ட்டா?'

'நோ நோ புரொஃபசர்! இது என்னோட கஸின்! நீரஜா! அவளும் டாக்டர்தான், ஆனா இங்க இல்ல. அமெரிக்கால!'

'ஓ கிளாட்! அவினாஷ்! சீக்கிரம் முடி! எனக்கு இன்னும் பத்தே நிமிஷத்துல ரிப்போர்ட் வரணும்! ஒரு நிமிஷம் லேட்டானாலும் ஐ வில் ஹேவ் யூ ஃபார் ப்ரேக்ஃபாஸ்ட்! சீ யூ நீரஜா! டோண்ட் டிஸ்டர்ப் மை டாக்டர்ஸ் ஆன் ட்யூடி! சீக்கிரம் கிளம்பு!'

கதவு மறுபடி அடித்துச் சாத்தியவுடன் நீரஜா கேட்டாள், 'மை காட்! ஹவ் க்ரூட்! ஹூ இஸ் திஸ் டெவில்?'

அவினாஷ் சிரித்தவாறே, 'ஓகே நீரஜா! நீ கிளம்பு! எனக்கு வேலை இருக்கு! அண்ட் தாங்க்ஸ் ஃபார் தெ இன்விடேஷன் டு அமெரிக்கா. ஆனா நோ தாங்க்ஸ்தான்! பை தி வே, இவர்தான் அந்த அஸிஸ்டண்ட் டீன்! இப்ப டீன் அண்ட் மை பாஸ்! டாக்டர் வைகுண்டம்!'

நீரஜா கதவைக் கொஞ்சம் அதிகமாகவே அடித்துச் சாத்திவிட்டு வெளியேறியதை அவினாஷ் புன்னகையோடு கவனித்தான்.

8

‘ஆம்... அவர்தான்!’

‘பயப்படும்படியா ஏதானும்?’

‘ஒண்ணும் இல்ல உங்களுக்கு! வெறும் கேஸ் டிரபிள்தான்!’

‘அப்பாடா! நெஜமா டாக்டர்?’

‘ஆமா! பாருங்க உங்க ஈசிஜி கரெக்டா இருக்கே!’

‘அப்ப அந்த டாக்டர் என்ன உடனே அட்மிட் ஆகச்சொல்லி ஆஞ்சியோகிராம் பண்ணச் சொன்னாரே?’

‘அது பத்தி நா எப்படி சொல்லலாம்? உங்க ஹார்ட் நல்லாருக்குன்னு மட்டும்தான் சொல்லுவேன்!’

‘ரொம்ப தாங்க்ஸ் டாக்டர்! நா வரேன்!’

●

‘டாக்டர்! வரலாமா?’

‘வாங்க! உங்க ரிசல்ட் வந்தாச்சு!’

‘அதான் அந்த ஆஸ்பிடல்லியே எடுத்தாங்களே! ஏதோ ஸ்கோர்ன்னு சொன்னாங்க!’

‘ஆமாம் க்ளீஸன் ஸ்கோரும்போம் நாங்க!’

‘அது ஏழு இருக்காமே! உயிர் பொழக்கறது கஷ்டம்ன்னாங்களே!’

‘நான்சென்ஸ்! யார் சொன்னது?’

‘அந்த கிளினிக்குல...’

'அதெல்லாம் சும்மா! க்ளீசன் ஸ்கோருல ரெண்டு இருக்கு. ப்ரிடாமினண்ட் கிரேடு உங்களுக்கு இரண்டுதான். செகண்டரிதான் அஞ்சு. அதனால டிரீட் பண்ணிடலாம், கவலையே படாதீங்க!'

'ஏதோ ரேடியோ தெரபி ஹார்மோன் தெரபியெல்லாம் பண்ணனும், அட்மிட் ஆகணும். எல்லாருக்கும் சொல்லிடுங்க! ரெண்டு மூணு லட்சம் ரெடி பண்ணிக்குங்கன்னு...'

'மை காட்! அதெல்லாம் ஒண்ணும் தேவையில்ல சார்! வெறும கன்ஃபார்மல் ரேடியொதெரபின்னு ஒரு சின்ன ப்ரொசீஜர் பண்ணினா போறும்! இதெல்லாம் நாங்க பாத்துக்கறோம்! நீங்க ஏன் கொழப்பிக்கிறீங்க!'

'எனக்கு இப்பதான் உசிரே வந்தது டாக்டர்! நடுங்கிண்டு இருக்கேன்!'

'அதெல்லாம் ஒண்ணும் கவலை இல்ல. நீங்க ஜாம் ஜாம்னு உங்க பேரப் பையன் கல்யாணத்தப் பாக்கத்தான் போறீங்க!'

●

'டாக்டர் நரசிம்மன்! சேர்மன் உங்கள வரச்சொன்னார்!'

'என்னையா?'

'என்ன நரசிம்மன்! கம்! சிட் டவுன்!'

'குட் ஈவினிங் சேர்மன்!'

'நோ, நாட் ய குட் ஈவினிங் நரசிம்மன்!'

'சார்?'

'பின்ன என்னய்யா! போன மாசம் உனக்கு 280 பேஷண்ட் வந்திருக்காங்க. கன்சல்டன்ஸி ஃபீஸ் மட்டும் நாலு லட்சம்! ஆனா எகொ கார்டியோ. ஈசிஜி, மத்த டெஸ்ட் எல்லாம் படு கேவலமா இருக்கேய்யா! ஒருத்தனையும் டெஸ்டுக்கு அனுப்பறதில்லையா?'

'அவசியம் இல்லாம எப்படி?'

'இருக்குய்யா, எனக்கு அவசியம் இருக்கு! எண்பது கோடி ரூபாய் போட்டு இந்த ஆஸ்பத்திரிய ஒரு ஃபைவ் ஸ்டார் ஹோட்டல் மாதிரி கட்டி வெச்சிருக்கேனே! எனக்கு எவன் லாபம் தருவான்! இந்த மாதிரி வர்ரவனெல்லாம் ஒண்ணும் இல்ல, ஒண்ணும் இல்லன்னு நீ அனுப்பினியானா நா எப்படி என்னோட ஆர்.ஓ.ஐய எடுக்கறது!'

'ஆனா சார்...'

'ஒண்ணும் பேசாத! போன மாசமே உங்கிட்ட ரிவ்யூம்போது சொன்னேன். திஸ் ஈஸ் ய பிஸினஸ்னு! நீ உன் வழிய மாத்திக்கறா மாதிரி இல்ல. உனக்கு பேஷண்ட் முக்கியம்னா உங்க வீட்ல போர்டு போட்டு வர்ரவங்கிட்ட அஞ்சோ பத்தோ வாங்கி வைத்தியம் பண்ணு! இங்க ஆஸ்பிடல்ல வந்து சீனியர் கன்ஸல்டண்ட்ன்னு உக்காராத!'

சேர்மன்! ஆனா...'

'ஆனா ஆவன்னா... திஸ் ஈஸ் தி லிமிட்! நான் வேற ஒருத்தர அப்பாயிண்ட் பண்ணிட்டேன்! நீ தயவு செஞ்சு ரிஸைன் பண்ணிடு! அட்மினுக்குப்போய் செட்டில்மெண்ட வாங்கிண்டு கிளம்பு!'

•

டிரிங்! டிரிங்!

'என்ன நரசிம்மா! இப்ப என்ன புது பேஷண்ட்டா? சரி அனுப்பு! ஆமா உன்னோட பாஸ், ராவ் என்ன சொல்றான்? எத்தன கோடி லாபமாம் இந்த வருஷம்?'

'பேஷண்ட் அனுப்பறதுக்கு இல்ல புரொஃபஸர்! நேத்திக்கு என்னை டிஸ்மிஸ் பண்ணிட்டாங்க!'

'கங்கிராஜுலேஷன்ஸ் நரசிம்மன்! நீதான் மடத்தனமா ரெண்டு வருஷ அக்ரீமெண்ட்டுல கையெழுத்து போட்டுட்டு முழிச்சே! இப்ப அவனே அனுப்பிட்டானா! குட் குட்! இனிமே நிம்மதியா பேஷண்ட்ஸ் கவனி! வீட்ல க்ளினிக் ஆரமிக்கற அன்னிக்கு எங்கிட்ட சொல்லு, நா வரேன்! ஆல் தெ பெஸ்ட்!'

அந்தப் பக்கம் ஃபோனை வைத்தார் டாக்டர் வைகுண்டம்!

9

ஆட்டிஸம்

ஹெய்! க்ரிஸ்! ஹவ் ஈஸ் தி பாய்?'

'வெல் ராகவ்! அஸ்பெர்கெர்ஸ் சிண்ட்ரோம்! நோ டவுட்! அவனோட காதுகளிலயும் எந்த பிராப்ளமும் இல்லை! அதனால் அஸ்பெர்கெர்ஸ் தான்! சாரி!'

'இஸ் இட் சீரியஸ் க்ரிஸ்?'

'நோ நோ! எல்லாமே மெதுவாகத்தான் செய்வான்! அதற்கேற்றார் போல் நீங்கள் அவனை வளர்க்கவேண்டும். எல்லாக் குழந்தை களையும்போல விஷமம் செய்ய மாட்டான். மெதுவாக யோசித்து யோசித்துத்தான் பேசுவான். ஆம், ராகவ், அவனால் நார்மல் பள்ளிக்குப் போக முடியாது. இவனைப் போன்றவர்களுக்கென்ற பள்ளிகள் இருக்கே!'

'ஓ நோ! வயதாக வயதாக மோசமாகுமா?'

'ஆகலாம்! செரிப்ரல் பால்ஸியாக மாறலாம்! ஹோப் நாட்!'

'என்ன ட்ரீட்மெண்ட் கிரிஸ்?'

'க்ரூமிங்தான் ராகவ்! எதுவுமே க்யூரேடிவ் இல்லை!'

'மை காட்! கிரிஸ்! எனக்குப் போய் இப்படி ஒரு குழந்தையா? கிரிஸ் யூ நோ! நான் ஐஐடியில ஃபர்ஸ்ட் ராங்கர்!'

'இட் ஹாப்பென்ஸ் ராகவ்! சியர் அப்!'

●

'ராகவா! என்னடா சொல்றே? அஷ்வினுக்கா? அதெல்லாம் இருக்காதுடா!'

‘இல்லெப்பா! டோண்ட் பி இன் ய டினயல் மோட்! எக்ஸ்பர்ட்டே கன்ஃபர்ம் பண்ணிட்டார். எனி வே, நாம இதை எதிர்கொண்டுதான் ஆகணும்! அடுத்த வாரம் நாங்க இந்தியா வரோம். மூணு வாரம் ஹாலிடே! எனக்கு அங்கேர்ந்து பெய்ஜிங் போகணும். மாயாவும் அஷ்வினும் திரும்ப இங்க வந்துடுவாங்க! ஓகேப்பா, ஐயாம் கெட்டிங் ய கான் கால்!’

●

‘அப்பா, ப்ளீஸ்! ஸ்டான்ஃபோர்ட் மெடிக்கலோட பெஸ்ட் டாக்டர் சொல்லியிருக்கார். உங்க வைகுண்டத்துக்கு என்ன தெரியும்! கிவ் மீ ய ப்ரேக்ப்பா! அதெல்லாம் வாண்டாம்!’

‘இல்ல ராகவா! நீ வராட்டா போ. நா குழந்தைய அழச்சிண்டு போறேன்!’

‘ஓகே உங்க இஷ்டம்! ஆனா அவர் மருந்து குடுத்தார்னு கண்ட கண்ட ஜங்க்கெல்லாம் குடுக்க அலவ் பண்ண மாட்டேன்!’

‘மாயா நீ வரயா?’

‘இல்லப்பா! இன்னிக்கு எனக்கு மேனிக்யூரிங் அப்பாயிண்ட்மெண்ட் இருக்கு! நீங்க அஷ்வின அழச்சிண்டு போங்கோ!’

●

‘என்னப்பா இது? கொஞ்சங்கூட பிராக்டிகலா இல்லாம இப்படி நீங்களும் சொல்றேள்?’

‘டேய்! நா மட்டுமா சொல்றேன்? டாக்டர் வைகுண்டமே சொல்றாரேடா!’

‘என்ன வைகுண்டமோ போங்கோப்பா! ஹி ஈஸ் யன் ஓல்ட் டைமெர்! ஹீ ஈஸ் ய டைனாஸர்! அவரோட காலங்கள்ளாம் முடிஞ்சு போச்சுப்பா! அவர் இன்னும் பிராக்டிஸ் பண்றதே தப்பு!’

‘அட போடா! வைகுண்டத்தப் பத்தி இப்படி சொல்றத யாரானு கேட்டா நீ ஊருக்குத் திரும்ப முடியாது!’

‘அப்பா! பி ரீஸனபிள்! நா பதினாலு வருஷமா கலிஃபொர்னியாவுல இருக்கேன்! அங்க ஸ்டான்ஃபோர்ட் மெடிகல்ல பல டாக்டர்களப் பாத்தாச்சு! அவாளுக்கெல்லாம் ஒரே டையக்னோஸிஸ்தான். ஆடிஸம்!’

‘உளறாதடா! கொழந்த என்னமா புரிஞ்சுக்கறான்! என்னமா லெகோ கேம்ஸ் வெளையாடறான்! நா நேத்திக்கி பீமன் கதை சொன்னபோது ரசிச்சுக் கேட்டானே! பேச்சுதான் வரல! உடனே ஆட்டிஸமா? நான்சென்ஸ்!’

‘அப்பா! ஸ்டான்ஃபோர்டோட டைரக்டரே அஷ்வினைப் பார்த்தார். எங்க எம்டிகிட்டப் பேசி அப்பாயிண்ட்மெண்ட் வாங்கினேன்! ஹி சார்ஜஸ் 500 டாலர்ஸ் அன் ஹவர், யூ நோ? அவரே அஸ்பெர்கெர்ஸ் சிண்ட்ரோம்தான்னு சொல்லிட்டார்! இந்த வைகுண்டம் என்னடான்னா, ‘ஒண்ணும் பிராப்ளம் இல்ல. நீங்க மொதல்ல இண்டியாவுக்கு திரும்பி வாங்கோ’ங்கிறது! ஹௌ ஸ்டுப்பிட்!’

‘ராகவா! மறுபடி சொல்றேன்! வைகுண்டம் நெவெர் மேக்ஸ் மிஸ்டேக்ஸ்! செஞ்சுதான் பாரேன்!’

‘மாமா!’

என்னம்மா மாயா, நீ என்ன சொல்லப்போறே?’

‘எப்படி மாமா எங்களால இண்டியாவுக்கு திரும்ப முடியும்?’

‘ஏன்மா உன்னோட சொந்த ஊர் பண்ருட்டிதானே, பாலோ ஆல்டோ இல்லியே?’

‘மாமா, ப்ளீஸ்! ராகவ் ஒரு வைஸ் பிரெசிடெண்ட்! அவரோட கம்பெனி டர்னோவெர் பில்லியன் டாலரத் தொடப்போறது! ஹி ஈஸ் இண்டிஸ்பென்ஸபிள் டு ஹிஸ் கம்பெனி!’

‘ஏன், உன்ன விட்டுட்டியே? நீயும்தானே ஆரக்கிள்ள பெரிய தூண்! சாரி நாட் பன் இண்டெண்டட்!’

‘அப்பா! போறும் வெட்டிப்பேச்சு! எங்களால அமெரிக்காவ விட்டு வர முடியாது! அதுவும் ஒரு காலாவதியான டாக்டர் சொல்றதக் கேட்டு! அஷ்வினுக்கு அங்கியே ஆட்டிஸ்டிக் ட்ரீட்மெண்ட் பண்ணிக்கறோம்! உங்ககிட்ட கேட்டது தப்பு! வா மாயா! எக்ஸ்பீடியா போய் டிக்கட்ட ப்ரீபோன் பண்ணிடு!’

‘ராகவா! ப்ளீஸ்! கொழந்த முக்கியம் இல்லியா?’

‘முக்கியம்தான்! அதுக்கு என்ன பண்ணச் சொல்றேள்?’

‘எனக்கு ஒரு சான்ஸ் குடு! நா போய் டாக்டர் வைகுண்டத்தப் பார்த்து மறுபடியும் பேசிட்டு வரேன்!’

‘இன்னும் மூணு நாள்ள நாங்க கௌம்பறோம்! அதுக்குள்ள நீங்க யாரை வேணாப் பாருங்க! பட் அவர் ப்ளான் ஸ்டேஸ்!’

●

‘ப்யூலா! யாரு வந்திருக்கா? எனக்கு அப்பாயிண்ட்மெண்ட் கிடையாதே?’

‘இல்ல புரொஃபஸர்! அந்த ராமச்சந்திரன் சார்! உங்க கிட்ட ரெண்டு நிமிஷம் பேசணுமாம்!’

‘வாங்க ராமச்சந்திரன்! இப்ப என்ன? உங்க புள்ள அமெரிக்காவ விட்டு வரமாட்டேங்கறானா?’

‘ஆமாம் டாக்டர்!’

அப்ப ஒண்ணு பண்ணுங்க! நீங்களும் ஒய்ஃபும் ஆறு மாசம் போய் அவங்களோட இருங்க! அதுவுமே வில் ஹெல்ப்!’

‘நாங்களா? ஆறு மாசம் வீட்ட விட்டுட்டா...’

‘அட போய்யா! வீடு முக்கியமா, உன் பேரன் முக்கியமா? ப்யூலா! செண்ட் ஹிம் அவுட்!’

‘சரி டாக்டர், நாங்க போறோம்! என்ன பண்ணனும்?’

‘தினோம் பேரனோட பேசுங்க! அவனோட கவனத்தை உங்க பக்கம் திருப்பிப் பேசணும். அஷ்வின்! இதப் பாரு! நான் இந்த காரை ஓட்டப்போறேன்! இந்த புக்கைத் திறக்கப்போறேன், அப்படீன்னு!’

‘ஓகே டாக்டர்!’

‘அவனோட லெவலுக்கு ஒரு படி மேல நீங்க போகணும். அவன் ரெண்டு வார்த்தைதான் பேசினா, நீங்க மூணு நாலு வார்த்தை பேசுங்க! ஆனா அவனக் குழப்பறா மாதிரி சிக்கலான செண்டென்ஸெல்லாம் கூடாது. குரலக் கொஞ்சமா உசத்துங்க. ஏம்மா நீங்க பாடுவீங்களா?’

‘......................’

‘வெக்கப்பட்டா எப்படிம்மா! தினமும் பாடுங்க, குழந்தை கேட்கணும்! நீங்க கதையெல்லாம் படிங்க! அடுத்த ஆறு மாசத்துல அவன் நெறையக் கேட்கணும். நெறைய கவனம் செலுத்தணும் உங்க பேச்சு பாட்டுல!’

‘சரியாய்டுமா டாக்டர்?’

‘ஆகாத பின்ன? சரி போய்ட்டு வாங்க! ப்யூலா நெக்ஸ்ட் யாரு?’

●

‘அப்பா! என்ன சொல்றேள்? நீங்களும் எங்களோட வரேளா?’

‘வாவ்! கிரேட்! அம்மா நீங்களும் வாங்கோம்மா! எனக்கும் ஹெல்ப்பா இருக்கும்! வெள்ளிக்கிழமையானா நீங்க கோவிலுக்குப் போகலாம். இப்ப நெட்ஃப்ளிக்ஸ்ல எல்லா தமிழ்ப்படமும் வந்துடறது, தெரியுமோ?’

‘ராகவ்! ஒரு கண்டிஷன்! அஷ்வினை அரை நாள் ஸ்கூல்லதான் போடணும்! மீதி நேரம் வீட்டுல நாங்கதான் பார்த்துப்போம்!’

‘ஓ டிவைன்ப்பா! இதோட எங்களுக்கு என்ன வேணும்? நீங்கதான் லாஸ்ட் டைமே மூணு மாசத்துல பேர் அடிக்கறதுன்னு வந்துட்டேள்!’

‘ஆனா இப்ப நாங்க வரது அஷ்வினுக்காக!’

●

ஆறு மாதங்களுக்குப்பிறகு...

‘வாங்க ராமச்சந்திரன்! எப்ப அமெரிக்காவுலேர்ந்து வந்தேள்?’

‘போன வாரம்தான் டாக்டர்! கொஞ்ச ஜெட் லாக் அசதி!’

‘பேரன் இப்ப எப்படி இருக்கான்?’

‘பிரமாதமாப் பேசறான் டாக்டர்! ஒரு வார்த்தை தவர்ரதில்ல! ஸ்பஷ்டமா தமிழ் இங்லீஷ்னு வெளுக்கறான்!’

‘நாந்தான் சொன்னேனே! அவனோட மூணரை வயசு வரைக்கும் தனியாவே இருந்திருக்கான். பேரண்ட்ஸ் ரெண்டு பேரும் பிஸி! அவனோட பேசறதே இல்ல. கேர் டேக்கர் அவனுக்கு சாப்பாடு குடுத்துட்டு சுவிங்கத்த மென்னுண்டு டீவி பார்ப்போ! குழந்த எப்படி பேசும்! அதான் சஜஸ்ட் பண்ணினேன், அவாள இங்க வந்துடச் சொல்லி! முடியாதுன்னுட்டாள்! நீங்க போனது நல்லதாச்சா? பேச்சு குடுத்துண்டே இருந்தா எப்படி சார் நம்ம ஊர் கொழந்தேகள் பேசாம இருக்கும்?’

‘உங்களுக்கு எங்க ஃபாமிலியே கடமைப்பட்டிருக்கு டாக்டர்! எம் பையன் உங்ககிட்ட மன்னிப்பு கேட்கச் சொல்லியிருக்கான்!’

‘ஒண்ணு தெரியுமா? ஆல்பர்ட் ஐன்ஸ்டீனே லேட்டாத்தான் பேச ஆரமிச்சார்! நான் சொல்லலை. ஸ்டீஃபன் பிங்கர்ன்னு ஒரு ந்யூரோ ஸயண்டிஸ்ட் சொன்னது!’

‘கிரேட்ஃபுல் டாக்டர், வெரி கிரேட்ஃபுல்!’

‘போங்க போங்க! வாராவாரம் பேரன் ஸ்கைப்புல சோட்டா பீம் கதை சொல்லுவான், கேட்டு ரசிங்க!’

ராமச்சந்திரன் வெளியே போனவுடன் டாக்டர் வைகுண்டம் ‘ஆட்டிஸம்! மை ப்ளடி ஹக்!’ என்று உரக்கச் சொன்னது ப்யூலாவுக்கு கேட்டு அவளை ஆச்சரியப்படுத்தியது.

10

பால் பதிர்பேணி

எப்போதும்போல ஒரு காலை.

சூடேறும் வெயிலும் அரக்கப்பரக்க நடமாடும் மக்களும் கோணாமாணா டிராஃபிக்கும் யூனிஃபார்ம் குழந்தைகளும் நட்ட நடு ரோடில் வண்டியை நிறுத்தி அட்ரஸ் கேட்கும் ஓலா டாக்ஸி ஆசாமியும்...

ஜெனெரல் ஆஸ்பத்திரியின் காலைகள் வேறு மாதிரியானவை.

எப்போதும்போல என்று சரியாக நாலு வரிகளுக்குமுன் சொன்னதை வாபஸ் வாங்கிக்கொள்கிறேன். ஒவ்வொரு நாளும் ஒவ்வொரு விதம். ஆனால் எல்லா நாட்களிலும் நிறைந்து இருப்பது வலி, ரத்தம், அழுகை, கெஞ்சல், அதட்டல், மருந்து நெடி, சள சளவென பேச்சுக்குரல், அழுக்குப்படிந்த நோயாளிகள், துல்லிய வெள்ளையில் டாக்டர்களும் நர்ஸுகளும்...

'அவினாஷ்! நோட்டீஸ் த பாராமீட்டர்ஸ்! வெரி க்ளியர்!'

'எஸ் சீஃப்!'

'யாரு பொஸிட்ரான் எமிஷன் பண்ணச்சொன்னது?'

'ம்.ம்... நாந்தான் டாக்டர்!'

'குட் டெஸிஷன் அவினாஷ்! சிடியிலயோ எம்ஆர்ஐயிலயோ இவ்வளவு க்ளியராத் தெரிஞ்சிருக்காது!'

'தாங்க் யூ புரொஃபசர்!'

'இவரோட கூட யாரு வந்திருக்கா?'

'ஒய்ஃபும் பிள்ளையும் புரொஃபஸர்!'

'ப்யூலா! என் ரூமுக்கு அழச்சிண்டு வா!'

‘வாங்கம்மா! வாங்க! சிட் டௌன்! எப்பலேர்ந்து வலிக்கறதுன்னாரு?’

‘போன மாசம் ஒரு நா இவர் குரல் கம்மியிருந்தது! சத்தமே வராம காத்தா வந்துது டாக்டர்!’

‘டாக்டர்ட்ட காமிச்சீங்களா?’

‘அப்ப இல்ல டாக்டர்!’

‘ஏன்?’

‘இவர்தான், ‘வேற வேலையில்ல! நேத்து பன்னீர் பொகயல ஜாஸ்தியாடுத்து! அதான்! ரெண்டு தரம் கார்கிள் பண்ணா சரியாய்டும்’ன்னுட்டாரு!’

‘சரியாகல, இல்லியா?’

‘உடனே கும்மோணத்துல துக்காம்பாளையத் தெருவுல டாக்டர் மாதவராவ்ட்ட காமிச்சோம்!’

‘டாக்டர் மாதவராவ்? ஸ்பெஷலிஸ்டா?’

‘இல்ல இல்ல! அவர் சித்தா டாக்டர்!’

‘என்னது சித்தாவா? சூரணம் குடுத்தாரா?’

‘சரியாச் சொல்றீங்க டாக்டர்! உடம்பு சூடு கண்டுருக்கு, இது ஆலோசக பித்தம்னு ஒரு சூர்ணம் குடுத்தார். அப்புறம் கீரை சேர்த்துக்கச் சொன்னார். தயிர் வாண்டாம்னுட்டார்!’

‘சரி, ஒண்ணும் குணம் தெரியலியா?

‘இல்ல! அதான் நேரா இங்க வந்துட்டோம்!’

‘அம்மா! அவரோட பழக்க வழக்கமெல்லாம் எப்படி?’

‘ஜாலியான பேர்வழிங்க! நல்லா வக்கணையா சாப்பிடுவாரு! தினோம் வெத்தல சீவல் பன்னிர் பொகயலன்னு அதக்கிண்டே இருப்பாரு! இவருக்குனு முசிறிலேர்ந்து வரவழைச்சு போட்டுப்பாரு டாக்டர்!’

‘இன்னிக்கு என்ன சாப்ட்டாரு?’

‘ஒரு வாரமாவே ஒண்ணும் சாப்பிட முடியல டாக்டர்! தொண்டையில வலின்னாரு. முழுங்க முடியாம கஷ்டப்பட்டார். நீராகாரம்தான் குடுக்க முடிஞ்சது டாக்டர்! இருமி இருமி எச்சு துப்பிட்டே இருந்தாரு! அதான் டெஸ்டெல்லாம் முடிச்சுட்டு குடுக்கலாம்னு பொரிச்ச குழம்பும் கொட்டு ரசமும் பண்ணி எடுத்துண்டு வந்திருக்கேன் டாக்டர்! இப்ப அவருக்குக் கொடுக்கலாமா?’

'என்னது கொட்டு ரசமா? அப்படீன்னா இன்னம்மா?'

'ப்யூலா! கீப் கொயட்! த பாருங்கம்மா அவரால முன்ன மாதிரி ஈஸியா சாப்பிட முடியாது! அவருக்கு தொண்டையில கான்சர் வந்திருக்கு!'

'அய்யோ! கான்சரா?'

'ஆமாம்மா! நீங்க கொஞ்சம் வெளில இருங்க! நான் எங்க டாக்டருங்கட்ட பேசிட்டு ட்ரீட்மெண்ட் சொல்றேன்!'

'டாக்டர்! அவர எப்படியாவது காப்பாத்துங்க டாக்டர்! அடுத்த மாசம் அவரோட தங்கை பேரனுக்கு கல்யாணம். பட்டப்பாவத்தான் சமையலுக்கு ஏற்பாடு பண்ணனும். பால் பதிர் பேணி பண்ணச் சொல்லணும்னு பிளான் பண்ணிண்டு இருக்காரு! அவருக்கு கான்சர்ன்னா...'

'ஒண்ணும் பண்ண முடியாதும்மா! புகையிலயப் பல வருஷமா பழக்கம் பண்ணினா இப்படித்தான்! எதுக்கும் பாக்கறோம்மா! நாங்களும் மனுஷங்கதானே!'

'ப்யூலா! கால் அவினாஷ், நிர்மலா அண்ட் ராகவன்!'

'வாட் டிட் யூ சீ அவினாஷ்?'

'ஏழு செண்டிமீட்டருக்கு மேல இருக்கு புரொஃபசர்! அட்ஜாயினிங் டிஷ்யூல்லல்லாம் பரவியிருக்கு!'

'நிர்மலா?'

'ஸ்டேஜ் மூணு நிச்சயமா!'

'சான்ஸஸ் ராகவன்?'

'லெஸ் தேன் 10 பர்செண்ட் புரொஃபசர்!'

'ஓகே! ஐ அக்ரீ! ட்ரீட்மெண்ட்? நீ சொல்லு நிர்மலா?'

'சர்ஜரி உபயோகப்படாது புரொஃபசர்! இம்ப்ளாண்ட் ரேடியேஷன்! ஹாஸ்பிட்டல்ல அட்மிட் பண்ணி ரேடியேஷன் குடுத்துட்டு அப்புறமா கிமோவும் ஒண்ணு இல்ல ரெண்டு கோர்ஸ் புரொஃபசர்!'

'ப்ராகியோவா இல்ல ரேடியோ-ஐஸொடாப்பா?'

'ப்ராகியோ வில் பி டூ மச் புரொஃபசர்! ரேடியோ-ஐஸோடாப்தான்!'

'அவினாஷ்? ராகவன்?'

'அக்ரீ டாக்டர்!'

'இன்னொரு விஷயம் புரொஃபசர்!'

'சொல்லு நிர்மலா!'

'ரெண்டு மூணு நாள்ள மால் ந்யூட்ரிஷன் ஆய்டுமே! அதனால சாப்பாட்டுக்கு நாஸோகாஸ்ட்ரல் பண்ணிடலாமா?'

'நோ நோ நிர்மலா!'

'ஏன் ராகவன்?'

'ரேடியேஷன் தரப்போறோம்! அதுவும் தொண்டையில! அதனால நாஸோகாஸ்ட்ரல் ஆபத்து! அப்டமினல்தான்!'

'அப்டமினலா? பாவம் ஆள் வண்ணமாச் சாப்பிடுவாராம்! அத்தனையும் போச்சு! ஓகே ஐ வில் கெட் ரெடி வித் அப்டமினல் இன்ஸிஷன்!'

'வெயிட் ராகவன்!'

'யெஸ் புரொஃபசர்!'

'இவருக்கு இன்ஸிசிவ் ஃபீடிங் வேண்டாம். முடிஞ்ச அளவு வாய் மூலமாவெ குடுக்கட்டும்!'

'பட் புரொஃபசர்...'

'இரு அவினாஷ்! எனக்குத் தெரிஞ்சு ஆசாமிக்கு லைஃப் இன்னும் ரெண்டு மாசம்தான்! நீ இன்ஸிசிவ் ஃபீடிங் போட்டா அவருக்கு ஒண்ணுமே இல்லைன்னு ஆயிடும். முழுங்கக் கஷ்டப்பட்டாலும் பிடிச்சத ருசிச்சுச் சாப்பிடட்டும். அப்டமினல் ஃபீடிங் கொடுமைய்யா! வெறுமனே ந்யூட்ரிஷன் மட்டுமேன்னா, இருக்கற கொஞ்ச நஞ்ச வில் பவரையும் ஆசாமி விட்டுருவான்...'

'யெஸ் புரொஃபசர்! ப்யூலா! சரவணனை வரச்சொல்லு!'

கூப்டீங்களா டாக்டர்?'

'ஆமாம் இந்தா சரவணா நூறு ரூபாய். நீ என்ன பண்றே, நேரா பாரிசுக்குப்போய் அகர்வால் பவன்னு நம்ம குறளகத்துக்கு எதிரே இருக்கற தெருவுல இருக்குமே?'

'தெரியும் டாக்டர்!'

'அங்க போய் பால் பதிர்பேணின்னு ஒண்ணு குடுப்பான். உடனே வாங்கிண்டு வா!'

'சரிங்க டாக்டர்!'

'ப்யூலா! பதிர்பேணி வந்தவுடனே அந்தம்மாட்ட குடுத்து அவருக்குத் தரச்சொல்லு!'

‘ஓகே டாக்டர்!’

‘அவினாஷ்! நிர்மலா! அவர் பதிர்பேணி சாப்பிடட்டும்! அதுக்கப்புறம் ஸ்டார்ட் யுவர் ட்ரீட்மெண்ட்!’

டாக்டர் வைகுண்டம் ஆயாசத்தோடு சுழல் நாற்காலியில் உட்கார்ந்து, ஒரு சுற்று சுற்றி எதிர் ஜன்னல் வழியே தெரிந்த, காலம் கடந்து கம்பீரமாக நிற்கும் அந்த சிவப்பு பிரிட்டிஷ் காலக் கட்டடத்தைக் கண் கொட்டாமல் பார்த்தார்.

11

அட்லாண்டிக்குக்கு அந்தப்புறம்

சிக்காகோவின் நார்த் வெஸ்டெர்ன் மெமோரியல் ஹாஸ்பிடல் எப்போதும்போலப் பரபரப்பாக இயங்கிக்கொண்டிருந்த காலை.

நீலத்தில் வரிகள் போட்ட வெள்ளை டிரெஸ் நர்ஸுகளும், முழு நீலத்தில் யூனிஃபார்ம் அணிந்த இண்டர்ன்களும், 'இம்பெக்கபள்' என்று சொல்லக்கூடிய ரால்ஃப் லௌரென் சட்டை அணிந்து டையைக் கழுத்தில் லூசாக விட்டுக்கொண்டிருந்த 'செயலான' டாக்டர்களும் ஊடாடிக்கொண்டிருந்த காலை.

டாக்டர் அநிருத்தின் அறையில் லேசான பரபரப்பு.

படுக்கையில் ஒரு வயதுக் குழந்தை மிட்செல், உடலை முறுக்கி வலியில் நெளிந்துகொண்டிருந்தான். கண்ணில் மஞ்சள். உடல் சோர்ந்து, ஒல்லியாக, டாக்டர்கள் சொல்லும் 'ஸ்கரானி' உடம்பு. குழந்தையின் பெற்றோர் கவலைக்கண்களுடன். அநிருத் ரிப்போர்ட்டுகளை ஆழ்ந்து படித்துவிட்டு நிமிர்ந்துபார்த்துப் பேசினான்.

'டெல் மீ! எல்லாவற்றையும் முதலிலிருந்தே சொல்லுங்கள்!'

அம்மாதான் பேசினாள்.

'ஐயாம் சிண்டி! அண்ட் திஸ் ஈஸ் ராபர்ட். த சைல்ட் ஈஸ் மிட்செல்!'

'ம்!'

'மிட்செல் பிறந்த மூன்றாம் மாதத்திலிருந்தே சங்கடங்கள்! அடிக்கடி ஜுரம் வர ஆரம்பித்தது. முதலில் ஆண்ட்டி-இஸ்தமின், பின்னால் ஆண்ட்டி-பையாடிக் என்று சம்பிரதாயமான ட்ரீட்மெண்ட் தந்தார்கள்!'

'எந்த ஹாஸ்பிடல்?'

‘ரஷ் யூனிவர்ஸிடி ஹாஸ்பிடல்! நான் அந்த யூனிவர்சிடியில் ரிசர்ச் ஸ்காலர்!’

‘ம் கோ அஹெட்!’

‘ஒன்றும் பிரயோசனப்படவில்லை. மேலும் மேலும் டெஸ்ட் எடுத்தார்கள்!’

‘மிட்செல்லுக்கு என்ன சிம்ப்டம்ஸ் வந்தது?’

‘அடிக்கடி வயிற்று வலி. வாந்தி! யூரின் மஞ்சள் நிறம். ஸ்டூல்ஸ் ஒரு வித வெளிர் நிறமாக இருக்கும்!’

‘அப்புறம்?’

‘சில மாதங்களில் அரிப்பு எடுக்க ஆரம்பித்தது. முட்டியில் வலி என்பான். சோர்ந்து சோர்ந்து உட்கார்ந்துகொண்டுவிடுவான்.’

சிண்டி இப்போது பேச முடியாமல் அழுதாள். அநிருத் காத்திருந்தான். இப்போது ராபர்ட் அவளின் தோளை அணைத்துக்கொண்டு பேச ஆரம்பித்தான்.

‘இன்னும் நெறைய டெஸ்ட் எடுத்தார்கள். ஆட்டோ இம்யூன் டிஸார்டர் என்றார்கள். மிட்செல்லுக்கு வந்திருப்பது இடியோபதிக்... வெல், ஐடிபி என்று சொன்னார்கள்.’

‘இடியொபாதிக் த்ராம்போசைடொபேனிக் பர்புரா! அதான் ஐடிபி!’

‘எஸ் அதேதான்!’

‘என்ன ட்ரீட்மெண்ட் கொடுத்தார்கள்?’

‘ஏதோ ஸ்டிராய்டுகள்! அவைதாம் ஒரே வழியாமே?’

‘யெஸ், பிறகு?’

‘ஒரு மாதத்துக்குத் தேறினாற்போல இருந்தது. கொஞ்சம் திடம் ஆனான். வலி சொல்லவில்லை. ஆனால் ஒரு மாதத்திற்குப்பிறகு மீண்டும் அதே. இப்போது கண்கள் இன்னும் மஞ்சளாகின. ஒரு துளி ஜூஸ் சாப்பிட்டாலும் வாந்தி எடுத்துவிடுவான். ஆறு மாதக் குழந்தை பார்ப்பதற்கு இரண்டு மாதம்போல இருப்பான். வளர்ச்சியே இல்லை.’

‘ஸ்டிராய்ட்ஸ்!’

‘ஆம்! குழந்தையின் அவஸ்தை சகிக்கவில்லை. போன வாரம் எங்கள் யூனிவர்சிடியில் நடந்த ஃப்ரெஷ்மன் கூட்டத்தில் ஒரு இந்தியர் உங்களைப்பற்றிச்சொன்னார்!’

‘ஆம் அது என் உறவினர். என்னிடமும் பேசினார்!’

'இந்தக் குழந்தை பிழைப்பானா? இவன் படும் அவஸ்தையைப் பார்த்தால் இவன் இறந்துவிடுவதே மேல்!'

இப்போது ராபர்ட்டும் குலுங்கினார்.

மிட்செல் கண் கொட்டாமல் இவர்களைப் பார்த்துக்கொண்டிருந்தான்.

'ஓ நோ நோ! குழந்தைக்கு முன்னால் இப்படிப் பேசலாமா? நாங்கள் டாக்டர்கள் எதற்கு இருக்கிறோம்? அப்படியெல்லாம் ஒரு உயிரை விட்டுவிடுவோமா? கூல்!கூல்! ஆவ்ரில்! மிட்செல்லை காற்றாட ஒரு வாக் கூட்டிப் போயேன்!'

'ஹாய் மிட்செல்! உனக்கு சில பழுப்பு புறாக்கள் காட்டட்டுமா?'

கண்களில் எந்தவித ஆச்சரியமும் இல்லாமல் புறப்பட்டுப்போனான் மிட்செல்.

'குழந்தையை அட்மிட் பண்ணிவிடுவோம். நானும் டெஸ்டுகள் எடுக்கவேண்டும்.!'

'மிட்செல் பிழைப்பானா டாக்டர்?'

'நான் முயலப்போகிறேன்! முழு மூச்சுடன் முயலப்போகிறேன்! எனக்கும் இரண்டு வயதில் ஒரு குழந்தை இருக்கிறான்!'

'தாங்க் யூ டாக்டர்!'

•

சென்னை சென்ட்ரல் ஸ்டேஷன் கடிகாரம் எட்டு மணி அடிக்காத போது எதிரே ஜெனரல் ஆஸ்பத்திரி முழுவதுமே ஐசியூ வார்டு போல பரபரத்தது.

டீனின் கார் உள்ளே வந்தது.

'யப்பா! நீ கெளம்பு! பெரிசு வந்தாச்சு! நா இங்க நிக்கறதப் பார்த்தா, போச்சு!'

காரிடாரில் நடக்கும்போதே கண்களால் சுற்றிப் பார்த்துக்கொண்டே போனார். அதைக் கவனித்த ஏழுமலை சட்டென்று ஓடிப்போய் 'மாப்'பை எடுத்து தரையின் ஓரத்தைத் துடைத்தான்.

'ப்யூலா! இன்னிக்கி அவினாஷ் லீவுன்னானே? அவனோட ட்யூட்டி நிர்மலா வந்தாச்சா?'

'வந்தாச்சு புரொஃபசர்! அப்றம் உங்களுக்கு கால்! அமெரிக்காவிலேர்ந்து! டாக்டர் அநிருத் பேசறார்!'

'ஹலோ அநிருத்! ஏன் ஆஸ்பிடல் டைம்ல கூப்பிடறே? ராத்திரி பேசலாமா?'

'பர்சனல் கால் இல்லை! எனக்கு வந்திருக்கற ஒரு கிரிட்டிகல் கேஸ் பத்தி உங்க கிட்ட டிஸ்கஸ் பண்ணனும்! அதான்!'

'ஓ கேஸா? அமெரிக்கா டாக்டர், நம்மூர் ஜெனரல் ஆஸ்பிட்டல் டாக்டர்ட்ட ஆலோசனயா! கிரேட்! சரி சொல்லு! அண்ட் பை தெ வே, இந்தக் காலுக்கு சார்ஜ் நீதானே குடுப்பே?'

'ஓ நோ! இது வாட்ஸப் கால்! காசே கிடையாது!'

'இப்ப இப்படீல்லாம் வேற வசதி இருக்கா! ஓகே சொல்லு!'

'ரெண்டு மூணு மாசமா ஒரு குழந்தைக்கு ட்ரீட்மெண்ட் பண்ணறேன்! பெக்யூலியர் அண்ட் இண்ட்ரிகீயிங்! பொறந்த சில மாசங்கள்ளயே பிராப்ளம் ஆரமிச்சுடுத்து. ஆட்டொ இம்யூன் டிஸீஸ்னு ரஷ் யூனிவர்சிடி ஹாஸ்பிடல்ல லோக்கல் டாக்டர்ல்லாம் ஸ்டிராய்ட் குடுத்துருக்கா! முதல்ல ரெண்டு மூணு மாசம் சரியா இருந்திருக்கு. ஆனா மிட்செலுக்கு, அதான் அந்தக் குழந்தை, ஒரு வயசு ஆகும்போது கண்ணுல்லாம் மஞ்சளாகி ஜாண்டிஸ் வந்துடுத்து.'

'அப்ப லிவர் ஃபெய்லியூர்!'

'எக்ஸாக்ட்லி. இங்க சிக்காகோல எங்கிட்ட கொண்டு வந்தாங்க. ஆட்டோ இம்யூன் ஹெபாடைடிஸ் சிம்ப்டம்ஸ்.'

'உடம்போட இம்யூன் சிஸ்டம் அட்டாக்கிங் தி லிவர்!'

'யெஸ்! நானும் இம்யூனோஸப்ப்ரெஸெண்ட் குடுத்தேன். நாலு வாரமாச்சு. ஒரு இம்ப்ரூவ்மெண்ட்டும் இல்லை. குழந்தையோட கண்டிஷன் மோசமாயிண்டே வர்ரது. பார்த்தா ரொம்பப் பாவமா இருக்கு.'

'பாவம்தான்! ஆனா அநிருத்! மெடிக்கல் சயன்ஸுல அதுக்கெல்லாம் எடம் கிடையாது. ஹ்யூமன் பாடிங்கறது கெமிக்கல்ஸ், கேஸஸ் அண்ட் ம்யூகஸ் கம்பைன்தான்! நோயாளியைவிட சுத்துப்பட்டவங் களுக்குத்தான் மனசு தாபம் சோகம் எல்லாம்! எனி வே, நீ ஒண்ணு பண்ணேன். மிட்செல்லோட லிவர் பையாப்ஸி ரிப்போர்ட்ட எனக்கு அனுப்பேன். ஈமெயில் பண்ணு. ஒக்கே, எனக்கு டயம் ஆறது. இன்னிக்கு ஒரு சர்ஜரி இருக்கு. டேக் கேர்!'

'ப்யூலா! டைம் ஒன்பது ஆகப்போறது! யாரு இன்னிக்கு அனஸ்தீஸிஸ்ட்? சாரநாதனா? காண்டீன்ல இருப்பான்! சவரிமுத்துவை அழச்சிண்டு வரச்சொல்லு! எட்டாம் நம்பர் பெட்டுக்கு டெக்ஸ்ட்ரோஸ் குடுத்தாச்சா?'

ஜெனெரல் ஆஸ்பிட்டலின் தினசரி அக்கப்போர்களில் மூழ்கினார். மனசுக்குள் ஆட்டொ இம்யூன் ஹெபாடைடிஸ் நிழலாடிக் கொண்டிருந்தது. சாப்பிட்டவுடன் இரண்டு நிமிடம் கண்ணயர்ந்தவர் சடக்கென எறும்பு கடித்தாற்போல எழுந்தார்.

'ப்யூலா! கெட் மீ டாக்டர் ராஜன்!'

'எம்.எம்.எம் டைரக்டரா புரொஃபசர்?'

'உனக்குதான் டைரக்டர்! எனக்கு ஸ்டூடண்ட்!'

'ராஜன்!'

'சொல்லுங்க புரொஃபசர்!

'ராஜன்! டெல் மீ! சமீபத்துல ஆட்டோ இம்யூன் ஹெபாடைடிஸ் கேஸ் டீல் பண்ணினியா?'

'சமீபத்துல இல்ல. ஆனா போன வருஷம்! ஒரு எட்டு வயசுப் பெண்!'

'என்ன ஃபைண்டிங்ஸ்னு சொல்ல முடியுமா?'

'இவ் மீ டென் மினிட்ஸ்! கேஸ் ஃபைலை எடுத்துடறேன்.'

•

'ப்யூலா! புரொஃபசர் இருக்காரா? இரு இரு! அவரக் கூப்பிடறதுக்கு முன்னாடி உங்ககிட்ட ஒண்ணு கேக்கணும்! பை திஸ் டைம், உங்களுக்கு ப்ளட் பிரஷர் வந்திருக்கணுமே!'

'...........'

'சரிம்மா! உங்க பாஸைப்பத்தி ஒண்ணும் சொல்லிடலை! போறுமா? ஓ ஹலோ புரொஃபசர்!

'சொல்லுய்யா?'

'பொண்ணு வந்தபோது வயத்த வலின்னுதான் ஆரமிச்சா. டெஸ்டுல பார்த்தா டார்க் யூரின் அண்ட் பேல் ஸ்டூல்ஸ்! கூடவே அப்னார்மல் ப்ளட் வெஸ்ஸெல்ஸ்!'

'ஸ்பைடெர் ஆஞ்சியோமாஸ்!'

'கரெக்ட்! புரொஃபசர்! உங்க ரேசர் ஷார்ப் இண்டெலெக்ட் அப்படியே இருக்கு!'

'ஐஸ் வெக்காத! மேலே சொல்லு?'

'மீதி எதிர்பார்த்த சிம்ப்டம்ஸ்தான்! வாமிட்டிங், மூட்டு வலி, பசி இல்லை, வயத்துல சங்கடம் எக்ஸெட்ரா!'

‘என்ன பண்ணினே?’

‘முதல்ல வைரல் ஹெபாடைடிஸ் இல்லேன்னு ரூல் அவுட் பண்ணினோம். லிவர் செக் பண்ணினோம். ஆண்ட்டிபாடி என்னன்னு பார்த்தோம்.’

‘என்ன வந்தது?’

‘ஆண்ட்டி ந்யூக்ளியர் ஆண்ட்டிபாடி.’

‘என்ன ட்ரீட்மெண்ட்?’

‘இம்மூனோஸப்பிரெஸண்ட்தான் புரொஃபசர்! கார்டிகொஸ்டிராய்ட்ஸ்.’

‘ப்ரெட்னிஸோனா இல்லை பெதாமிதாஸோனா?’

‘ப்ரெட்னிஸோன்தான் புரொஃபசர்!’

‘பேஷண்ட் இப்ப எப்படி இருக்கா?’

‘இன் ரெமிஷன், புரொஃபசர்! இன்னும் 18 மாசம் ஆகலை!’

‘ஓகே தாங்க்ஸ் ராஜன்! அப்புறமா வீட்டுக்கு வாயேன்!’

ப்யூலா உள்ளே வந்தாள்.

‘புரொஃபசர்! இந்தாங்க ஈமெயில். சிக்காகோலேர்ந்து!’

‘‘சரி இங்க வெச்சுட்டு சாரநாதன் வந்தாச்சா பாரு!’

அன்று இரவு கண் விழித்து ஏதோ படித்துக்கொண்டிருந்தார். வேதம் எதேச்சையாக விழித்துக்கொண்டபோது மணி இரண்டு. அவர் ரூமில் விளக்கு எரிந்துகொண்டிருந்தது.

அடுத்த நாள் காலையில் வாக்கிங் போகாமல் தூங்கினார். எழுந்தவுடன் என்றும் சுறு சுறுப்பாகக் கிளம்புபவர் படுக்கையிலேயே கொஞ்சம் சாய்மானமாக உட்கார்ந்துகொண்டு வேதவல்லியைக் கூப்பிட்டார்.

‘வேதம்! த்ருவ்வோட வீடியோ ஃபோட்டொவெல்லாம் உன் மொபைல்ல வெச்சிருப்பியே? எனக்கு போட்டுக் காண்பியேன்!’

வேதவல்லிக்கு ஆச்சரியம். தினமும் காலை ரத்தக்களறியாகப் பரபரத்து ஆஸ்பிடலுக்கு கிளம்பும் ஆசாமி இன்று?

‘என்ன இன்னிக்குப் பேரன் மேல அன்பு பெருக்கெடுத்து ஓடறது? முக்கியமான கேஸ் எதுவும் இல்லியா டாக்டருக்கு?’

‘இல்ல வேதம்! ஒரு ரெண்டு வயசுக் குழந்தை! நம்ம த்ருவ் வயசுதான். ஆட்டோ இம்யூனல் வியாதில கஷ்டப்படறதாம். அதோட ரிப்போர்ட்ஸெல்லாம் படிக்கறப்ப எனக்கு த்ருவ் ஞாபகம் வந்துடுத்து.’

‘ஓகே ஓகே! இந்தாங்கோ!’

‘அசையாமல் பேரனின் விளையாட்டை விடியோவில் பார்த்தார். அரை மணி நேரம் ஓடினபின் சடாரென எழுந்து கிளம்பிவிட்டார்.

ஆஸ்பிடலில் நுழைந்தவுடன் கன்சல்டிங் ஹெபடாலஜிஸ்டைத் தேடினார். அவர் வந்தவுடன் மிட்செல்லின் பையாப்ஸி ரிப்போர்ட்டுடன் அறையில் ஒரு மணி நேரம் பேச்சு ஓடிக்கொண்டிருந்தது.

அவினாஷ், நிர்மலா, சாரநாதன் எல்லாரும் வந்து பார்த்துவிட்டுப் போனார்கள். ப்யூலா பெரியவரைத் தொந்தரவு செய்ய முடியாது என்று மறுத்துவிட்டாள். ஹெபடாலஜிஸ்ட் கிளம்பினவுடன் மீண்டும் ஏதேதோ படித்தார். யாருக்கோ ஃபோன் பண்ணிப் பேசினார். பன்னிரண்டு மணிக்கு ப்யூலாவைக் கூப்பிட்டார்.

‘அன்னிக்கு ஏதோ சொன்னானே டாக்டர் அநிருத்! வாட்ஸ் திஸோ என்னவோ?’

‘வாட்ஸப் புரொஃபசர்!’

‘அதுதான்! அதுல டாக்டர் அநிருத்தைக் கூப்பிடேன்!’

‘இப்பவா? சிக்காகோவுல மணி ராத்திரி பன்னண்டரை!’

‘பரவாயில்லை கூப்பிடு!’

‘ஹூ தெ ஹெல் ...ஓ! சாரி! ப்யூலாவா? என்ன இப்ப கூப்பிடறீங்க?’

‘சாரி சார்! புரொஃபசர்தான் பேசணும்னாரு!’

‘ஓ! ஓகே! என்ன விஷயம்?’

‘அநிருத்! மிட்செல் கேஸ்! எனக்கு ஒரு ஐடியா!’

அநிருத்தின் டாக்டர் செல்கள் விழித்துக்கொண்டன. சுறுசுறுப்பானான்.

‘சொல்லுங்க!’

‘மிட்செல்லோட கேஸ்ல லிவர் டிரான்ஸ்ப்ளாண்ட் சரி வராது! அப்படியே பண்ணினாலும் அது டெம்பரரி ரிலீஃப்தான் அநிருத்!’

‘சரி?’

‘எனக்கு பேசிக்காவே ஒரு சந்தேகம் வரது! அவனோட பையாப்ஸியில நா பார்த்தது ஒரு ரேர் ஜையண்ட் செல் ஹெபாடைடிஸ்! கண்டிஷன் என்னதுன்னு உன்னால சொல்ல முடியறதா?’

‘இல்லை! ஐயாம் க்ளூலெஸ்!’

‘கூம்ப்’ஸ் பாசிடிவ் ஹெமோலிடிக் அனீமியா!’

‘வாட்? நாட் பாஸிபிள்! ஏன்னா அந்த கண்டிஷனுக்கு ஆண்ட்டி பாடிஸ் சிகப்பு செல்லைன்னா அழிக்கணும்!’

‘அதேதான்! இங்க வித்தியாசமா ஆண்ட்டிபாடி ப்ளாடெலெட்டை அழிச்சுண்டு இருக்கு!’

‘என்ன சொல்ல வரீங்கன்னு புரியல!’

‘மிட்செல்லுக்கு கூம்ப்’ஸ் தான் இருக்கணும். ஆனா அவனுக்கு ஐடிபி இருக்கு!’

‘ஓ மை காட்! எனக்கு இப்ப லேசா புரியறா மாதிரி இருக்கு! யூ மீன்?’

‘எஸ் மை டியர் அநிருத்! உடனே ரிடக்ஸிமாப் ஒரு கோர்ஸ் ஆரம்பிச்சுடு!’

‘ஓ ஷ்யூர்!’

‘முதல் டோஸ் ரொம்ப ரொம்ப ஸ்லோவா குடுக்கணும். சைட் எஃபக்ட்ஸைக் கூர்மையா மானிட்டர் பண்ணு! குழந்தை வேற! டபிள் கேர்ஃபுல் அநிருத்!’

‘நிச்சயமா! ரிடக்ஸிமாப் அட்மின்னுக்கு எங்க கிட்ட ஒரு நூறு பக்க மான்யுவலே இருக்கு!’

‘குட்! அதும்படிச் செய்!’

‘சரியாகிடுமா?’

‘சரியாகணும்! எனக்கு டெய்லி மெசேஜ் குடு! என்னமோ மிட்செல் எனக்கு நெருங்கினமாதிரி தோண ஆரமிச்சுடுத்து!’

‘ஹி ஈஸ் ய வெரி க்யூட் சைல்ட்! அண்ட் ய வெரி பிக் தாங்க்ஸ் மை டியர் அப்பா!’

‘அடச்சீ! ஃபோனை வைடா! சத்தம் போடாதே! த்ருவ் எழுந்துடப் போறான்! நீயும் தூங்கப்போ! யூ நீட் அ குட் நைட்ஸ் ஸ்லீப்!’

மூன்று மாதங்களுக்குப்பிறகு டாக்டர் வைகுண்டம் சிக்காகோவுக்கு அநிருத்தைப் பார்க்கப் போனபோது 'கஷ்க் முஷ்க்’கென்று புஷ்டியாக இருந்த மிட்செல்லை வரச்சொல்லி, வைகுண்டம் மடியில் இந்தப்பக்கம் த்ருவ் அந்தப்பக்கம் மிட்செல்லை உட்கார்த்தி வைத்து ஃபோட்டோ எடுத்துக்கொடுத்தான்!

12

பாதாம் அல்வா

'உள்ளே வரலாமா டாக்டர்?'

கணீரென்ற குரல்.

நரசிம்மன் வெராந்தாவுக்கு வந்து கதவைத் திறந்தார்.

'வாங்க!'

பெரியவர் மெதுவாகத் தன் லெதர் செருப்பை கொஞ்சம் நடுங்கிய கால்களுடன் கழற்றிவிட்டு நாற்காலியில் உட்கார்ந்தார். கொஞ்சம் மேல் மூச்சு வாங்க ஆசுவாசப்படுத்திக்கொள்ளும்வரை டாக்டர் நரசிம்மன் காத்திருந்தார்.

'சொல்லுங்க!'

'என் பேர் சங்கமேஸ்வரன்! வயசு எண்பத்திரெண்டு. டாக்டர் பார்த்தசாரதி அனுப்பினார். உங்ககிட்ட கன்சல்ட் பண்ணச்சொன்னார்!'

'லெட்டர் குடுத்தாரா?'

'இல்லை. நேரவே சொல்லிடலாம்ன்னார்!'

'சரி!'

'டாக்டர்! என்னோட பிராப்ளம் அடிக்கடி வாந்தி வர்ரது! இல்ல, வர்ர சென்சேஷன் இருந்துண்டே இருக்கு! கிட்டத்தட்ட ஆறு மாசமா இந்த பிராப்ளம்!'

'எத்தனை தரம் வாந்தி எடுக்கறீங்க?'

'வாமிட் வரதில்ல. எப்பவாவது கொஞ்சமா எடுத்துடறேன். ஆனா சென்சேஷன் எப்போதும் இருக்கு!'

'முழு நாளும் இருக்கா?'

'காலம்பர அவ்வளவா இருக்கறதில்லை. சாயங்காலம் ஆச்சுன்னா வர்ரது டாக்டர்!'

'சாப்பாடு மோஷன்லாம்?'

'அதெல்லாம் ரெகுலர் டாக்டர்! ஒண்ணும் பிராப்ளம் இல்லை!'

'பார்த்தசாரதி என்ன மருந்து குடுத்தார்?'

'பெரிநாம் போட்டுக்கச் சொன்னார்!'

'அப்பவும் சரியாகலியா?'

'இல்ல டாக்டர்! போன நாலு மாசமா போட்டுக்கறேன்! ஒண்ணும் பெரிசா இம்ப்ரூவ்மெண்ட் இல்ல!'

'உங்க டெயிலி ருட்டீன் சொல்லுங்க?'

'மார்னிங் ஆறு மணிக்கு எழுந்தாவுடனே காபி, சக்கர தூக்கலா. அப்புறம் ஒம்பது மணிக்கு சாப்பாடே சாப்டுடுவேன். ரெண்டு மணிக்கு காபி. நாலு மணிக்கு ஏதானும் டிஃபன், பட்சணம். ஏழரைக்கெல்லாம் டின்னர். ஒம்பதுக்கு படுத்துண்டுடுவேன்!'

'எப்ப வாமிட்டிங் சென்சேஷன் இருக்கு?'

'மத்தியானம் ஆரமிக்கறது டாக்டர். ஆறு மணியாச்சுன்னா ஜாஸ்தியாய்டறது. அப்பறம் ராப்பூரா சங்கடமாவே இருக்கு. ரெண்டு மூணு தரம் எழுந்து வாமிட் பண்ண டிரை பண்ணுவேன். வராது ஆனால் அந்த ஃபீலிங் மட்டும் சித்திரவதையா இருக்கு டாக்டர்!'

'சரி, இனிமே பெரிநாமுக்குப்பதிலா டோம்ஸ்டல் தரேன். ரெண்டு வேளையும் சாப்பிடுங்க. அடுத்த வாரம் வாங்க! பார்க்கலாம்!'

'சரி டாக்டர்!'

●

'வாங்க! சங்கமேஸ்வரன்! இந்த வாரம் எப்படி இருந்தது?'

'முதல் ரெண்டு நாள் பெட்டரா இருந்தது. அப்புறம் மறுபடி அதே மாதிரிதான் டாக்டர்!'

'இந்த வாரம் என்னல்லாம் சாப்டீங்க?'

'அன்னிக்கு சொன்னா மாதிரிதான்! ஆனா டெய்லி வாக் போகும்போது நூறு கிராம் பாதாம் ஹல்வா சாப்பிடுவேன் டாக்டர்!'

'என்னது பாதாம் ஹல்வாவா?'

'ஆமாம்! நம்ம கிராண்ட் ஸ்வீட்ல வாங்கி சாப்டுட்டுப் போவேன் டாக்டர்!'

'தினமுமா?'

'ஆமாம் டாக்டர்! எனக்கு கிராண்ட் ஸ்வீட் பாதாம் ஹல்வான்னா ரொம்பப் பிடிக்கும்!'

'எத்தனை நாளா சாப்பிடறீங்க?'

'அடையாறுக்கு வந்ததுலேர்ந்து... போன ஒரு வருஷமா டாக்டர்!'

'உடனே அதை நிறுத்தணும்! அதுதான் காரணம்!'

'டாக்டர் பார்த்தசாரதிக்கு இது தெரியுமா?'

'அவர்ட்ட சொல்லலை டாக்டர்!'

'என்ன சார் இது? இவ்ளோ சிம்பிளா காரணம் இருக்கு! எண்பத்திரெண்டு வயசுக்கு ஸ்வீட்டெல்லாம் நிறுத்தணும் சார்! உங்க காஸ்ட்ரோ இண்டஸ்டைனல் டிராக்ட்ல பிராப்ளம் இருக்கும்! நிறுத்துங்க அந்த பாதாம் ஹல்வாவ!'

'ஓ!'

'என்ன இழுக்கறீங்க? இன்னியோட நிறுத்திட்டு அடுத்த வாரம் என்னை வந்து பாருங்க! ஸ்ட்ரிக்டா இருக்கணும், சொல்லிட்டேன்! கண்டதையும் சாப்பிட்டு என்கிட்ட வந்து வாந்தி பேதின்னா ஒரு டாக்டர் என்ன பண்ணமுடியும் சார்!'

கொஞ்சம் கடுமையாகவே சொல்லி அனுப்பினார் டாக்டர் நரசிம்மன். அன்று மாலையே டாக்டர் பார்த்தசாரதிக்கு ஃபோன் பண்ணிவிட்டார்.

'நல்ல ஆள அனுப்பிச்சீங்க பார்த்தசாரதி!'

'ஏன், என்ன ஆச்சு?'

'மனுஷன் தினோம் பாதாம் ஹல்வா சாப்பிடறார்! அப்புறம் வாந்தின்னா என்னத்தப் பண்றது?'

'அடப்பாவி! பாதாம் ஹல்வா தினோமா? இந்த வயசுக்கா? எங்கிட்ட ஒரு வார்த்தை சொல்லாம ஆறு மாசம் தாலிய அறுத்திருக்கார்யா!'

'He is prone to an acidic digestive tract and indigestion!'

'கரெக்ட் நரசிம்மன்!'

'அத்தோட malabsorption with functional bowel disease and ulcerative colitis வேற வந்துரும்!'

'என்ன பண்றது இப்படி இருந்தா! நாம் டாக்டர்கள்தான்! அவர் உடம்பை அவர்தானே பாத்துக்கணும். சரி விடுங்க. எனிவே, தாங்க் யூ நரசிம்மன்!'

அடுத்த ஒரு மாசம் ஆசாமி வரவே இல்லை. அந்த வியாழக்கிழமை வந்துவிட்டார்.

'என்ன பாதாம் ஹல்வாவ நிறுத்தினப்பறம் வாந்தி நின்னுதா?'

'நின்னுடுத்து டாக்டர்! ஆனா எனக்குதான் ரொம்ப கஷ்டமா இருக்கு!'

'ஏன் என்ன கஷ்டம்?'

'எனக்குன்னு நா பிடிச்சுப் பண்ற ஒரே விஷயம் இந்த பாதாம் ஹல்வாதான் டாக்டர்! ரொம்ப எதையோ பறிகொடுத்தா மாதிரி இருக்கு டாக்டர்! எல்லாத்துக்கும் கோவம் வர்ரது! வீட்ல கத்தி ரகளை பண்ணிடறேன்! வாரத்துக்கு ரெண்டு மூணு தரமாவது சாப்பிடறேனே! இன்னும் ஸ்டிராங்கா ஏதானும் மருந்து இருந்தா கொடுங்களேன்!'

'சங்கமேஸ்வரன்! என்ன விளையாடறீங்களா?' என்னால முடியாது! அப்படி என்ன சார் டெம்டேஷன்!'

'டாக்டர்! ப்ளீஸ்?'

'இதப்பாருங்க சங்கமேஸ்வரன்! இனிமே உங்கள ட்ரீட் பண்ண என்னால முடியாது. நா ஒரு லெட்டர் தரேன்! என்னோட சீனியர்! அவரப் பாருங்க! அவர் வேணுமானா எதானும் ஹெல்ப் பண்ணலாம்!'

●

'யோவ்! நரசிம்மா!'

'சொல்லுங்க புரொஃபசர்!'

'அந்த சங்கமேஸ்வரன எங்கிட்ட ஏன்யா அனுப்பினே? சிம்பிள் கேஸ்! நீயே ட்ரீட் பண்ணியிருக்கலாமே?'

'இல்ல புரொஃபசர்! சொன்னா கேக்கவே மாட்டேங்கறார்! தினமும் பாதாம் ஹல்வா திம்பேன்னா எப்படி புரொஃபசர்? அதுவும் இந்த வயசுக்கு!'

'சரி! நாளைக்கு மறுபடி வரச்சொல்லியிருக்கேன். பாக்கறேன்!'

'தாங்க் யூ புரொஃபசர்! கொஞ்சம் ஹார்ஷா சொல்லிவிடுங்க! நீங்க சொன்னா கேப்பாருன்னு தோணறது!'

●

மூன்றாம் நாளே வந்துவிட்டார்.

‘என்ன சார்! பெரியவரப் பாத்தீங்களா?’

‘பார்த்தேன்! அவர் நான் பாதாம் ஹல்வா சாபிடலாம்னுட்டார்! உங்ககிட்ட அப்பப்ப வந்து பார்த்துட்டு போச்சொன்னார்!’

‘என்னது புரொஃபசரா அப்படிச் சொன்னார்?’

‘ஓ அவர் உங்க புரொஃபசரா? ஆனா, அவர்தான் பாதாம் ஹல்வா சாப்பிடலாம்னுட்டார்! உங்களுக்கு தாங்க்ஸ் சொல்லிடலாம்னு வந்தேன்! வரேன் டாக்டர்!’

நரசிம்மனுக்குப் பொறுக்கவில்லை. புரொஃபசருக்கு ஃபோன் போட்டார்.

‘புரொஃபசர்! சங்கமேஸ்வரன் வந்தார் இன்னிக்கி. என்னமோ நீங்க அவர பாதாம் ஹல்வா சாப்பிடலாம்னு சொல்லிட்டதா புளுகிட்டு போறார்!’

‘அவர் புளுகலை நரசிம்மா! நாந்தான் பரவாயில்ல, சாப்பிடுங்கன்னுட்டேன்!’

‘புரொஃபசர்! ஹீ மே கெட் அல்சரேடிவ் கோலிடிஸ்!’

‘தெரியும்! நரசிம்மா! கொஞ்சம் அவரோட லைஃப்பையும் பாக்கணும்! மனுஷன் சம்பாத்தியத்துக்கு கஷ்டப்பட்டிருக்கார். ரெண்டு பிள்ளைகளையும் கடன் உடன வாங்கி, வாயைக்கட்டி வயித்தைக்கட்டிப் படிக்க வெச்சு, அவங்க வேலைக்குப்போய், கல்யாணம் பண்ணிண்டுன்னு இப்பத்தான் ஒரு நல்ல ஸ்திதில இருக்காங்க. இவருக்கு பாதாம் ஹல்வான்னா அப்செஷன். சின்ன வயசுலேர்ந்து தியாகம் பண்ணி அது பாரனாய்டா ஆயிருக்கு!’

‘ஆனா புரொஃபசர்?’

‘மனுஷனுக்கு இப்பவே எண்பத்திரெண்டு வயசு ஆறது. இன்னமே எப்ப அந்த ஏக்கத்தத் தீக்கறது. அதுவே அவருக்குப் பெரிய மெண்டல் வியாதியா போய் வீட்ல எல்லாரையும் திட்டி கத்தின்னு டிரௌமாவாப் போயிடும்! தினமும் வாண்டாம்! ஒரு நா விட்டு ஒரு நா சாப்பிடுங்கன்னு சொல்லி அனுப்பியிருக்கேன். நீ டாம்ஸ்டல் டோஸேஜ விடாத. மனுஷன் சந்தோஷமா இருந்துட்டுப் போட்டும்! நாமல்லாம் டாக்டர்ஸ்தான்! அப்பப்ப மனுஷனா இருந்து பேஷண்ட்ஸோட மனசையும் பாக்கவேண்டியிருக்கே நரசிம்மா!’

அந்தப் பக்கம் ஃபோனை வைத்தார் டாக்டர் வைகுண்டம்!

வாசல் கேட்டைத்திறந்து வெளியே போய்க்கொண்டிருந்த எண்பத்திரெண்டு வயது சங்கமேஸ்வரனின் நடையில் ஒரு துள்ளல் இருந்ததை நரசிம்மன் கவனிக்கத் தவறவில்லை.

13

'இந்திர விழாவில் சுந்தர வதனம்!'

'சகாயம்! எங்க அடுத்த பேஷண்ட்? தூங்கிட்டியா?'

'இல்ல டாக்டர். இதோ அனுப்பறேன்! யோவ்! போய்யா சீக்கிரம்! பெரியவர் என்னைக் காய்ச்சறார். நீ என்னடான்னா தலையைச் சீவிட்டு இருக்க. டாக்டரப் பாக்க என்னய்யா அலங்காரம் வேண்டிக்கெடக்கு?'

'ம்?'

'உங்ககிட்ட அனுப்சாருங்க!'

'யாருய்யா அது?'

'இந்தாங்க லெட்டர்!'

'இந்த பேஷண்ட் அடிக்கடி மூச்சுத் திணறுகிறார். இரவெல்லாம் தூங்க முடியாம கஷ்டம். விடாத இருமல். சில சமயம் ரத்த வாந்தி. போன வருடமே செக் பண்ணினதில் அக்யூட் ட்யூபர்கொலோஸிஸ் இருக்கும் எனச் சந்தேகித்தேன். கடந்த ஒரு வருஷமாக ரிமாக்டேனும் மையாம்ப்யூடாலும் கொடுத்திருந்தும் சரியாகவில்லை. உங்கள் ஒபீனியன் கிடைத்தால் சௌகரியம்!'

'எப்பலேர்ந்து டாக்டர் சுரேஷ்ட்ட போக ஆரமிச்சே?'

'ஒரு வருஷமா அவர்ட்டதான் காமிக்கறேன் டாக்டர்!'

'ஒழுங்கா மருந்து சாப்பிடறயா?'

'ம்...'

'சரி என்ன வேல செய்யறே?'

'அஸிஸ்டண்ட் டைரக்டரா இருக்கேனுங்க!'

'எந்தக் கம்பெனியில இருக்கே?'

‘ஆர்வீஎஸ் சினிடோன்!’

‘சினிமா கம்பெனியா?’

‘ஆமாங்க! நீங்க இந்த ‘ஓரமா ஒரு படத்தைக் காணும்னு’ வந்த சினிமா பாத்திருப்பீங்களே! அதோட வசன உதவி நாந்தானுங்க!’

‘தெரியாதுப்பா! நா கடசியா பாத்த சினிமா சந்திரலேகா!’

‘அப்படி ஒரு படம் வந்துதாங்க? தெலுங்கு டப்பிங்கா? உங்களப் பாத்தா காக்கிநாடா யுகாந்தர ரெட்டி சாரோட பெரிப்பா மாதிரி இருக்குங்க!’

‘அது யாருய்யா காக்கிநாடா ரெட்டி?’

‘போன வருஷம் சில்வர் ஜுபிளி குடுத்தாருங்களே, இந்திரவிழாவில் சுந்தரவதனம்னு ஒரு படம், அத்தோட புரொட்யூசர் சார்!’

‘இல்லைப்பா! நா இல்ல. நா சாதாரண டாக்டர்! சரி உனக்கு என்ன பண்ணுது?’

‘ஒரு வருஷமாவே தூங்கவே முடியலிங்க! பொழுது சாஞ்சா கையெல்லாம் நடுங்குது! படுத்தாலே மூச்சு திணறுது! சுரேஷ் டாக்டர் குடுத்த மருந்தெல்லாம் சாப்ட்டுகூட குணமே தெரியலைங்க!’

‘சரி இங்க படு!’

‘ஆமா, ஒனக்கு கல்யாணம் ஆய்டுச்சா?’

‘இல்லீங்க! டைரக்டரானப்றம்தான் கல்யாணம் பண்ணிக்கணும்னு ஒரு லட்சியத்தோட இருக்கேனுங்க!’

டாக்டர் லேசாகச் சிரித்தது அவனுக்குக் கேட்கவில்லை.

‘எழுந்திருப்பா! நான் ஒரு லெட்டர் தரேன். நீ டாக்டர் சுரேஷ்கிட்ட கொடு. அவர் உனக்கு சரியான ட்ரீட்மெண்ட் தருவாரு!’

‘ஒரு ஊசியானு போட்டுவிடுங்க டாக்டர்!’

‘அதெல்லாம் கூடாதுய்யா! நீ போய் டாக்டர் சுரேஷப் பாரேன்!’

‘சொஸ்தமாயிடுங்களா? கேஜிஆர் படத்துக்கு கமிட் ஆக ஒரு வாய்ப்பு வருதுங்க! அதுல ஜெயிச்சுடுவேங்க!’

‘ஆல் தெ பெஸ்ட்ப்பா! சகாயம், அடுத்த பேஷண்ட்!’

•

‘சொல்லுங்க டாக்டர் சுரேஷ்?’

‘எப்படி டாக்டர்? ஒரே எக்ஸாமினேஷன்ல! ‘எலிஸா டெஸ்டுக்கு அனுப்பினேன். அப்ஸல்யூட் பாஸிடிவ்!’

‘அதோட விடாத. வெஸ்டேர்ன் ப்ளட் புரொசீஜரும் பண்ணிப் பாத்துரு!’

‘நிச்சயமா! சார் நீங்க அமேசிங்! என்னால பேசவே முடியல! ஹேட்ஸ் ஆஃப்!’

‘ரொம்ப சிம்பிள்! அவன் தொழில ஒழுங்கா பாக்காம எங்கயோ சிதறிப்போய் ஹெச்ஐவிய வாங்கிண்டு வந்திருக்கான். இந்த ஹெச்ஐவி கேஸெல்லாம் ஈஸி டார்கெட் ஃபார் ட்யூபர்கொலோஸிஸ்! நீ எப்படி மிஸ் பண்ணினே?’

‘சாரி டாக்டர்!’

‘ஸ்டான்லியா, மெட்ராஸ் மெடிக்கலா?’

‘மெட்ராஸ் மெடிக்கல்!’

‘எந்த வருஷம்?’

‘1971-77 டாக்டர்!’

‘ஓ! அதான் நான் கிளாஸ் எடுக்கலை! ஐ வாஸ் இன் பெட்ஃபோர்ட், லண்டன்! என்னோட எஃப்.ஆர்.சி.எஸ் தீஸிஸ்!’

‘ஆமாம் டாக்டர்! எங்க பாட்ச் உங்களோட டீச்சிங்க மிஸ் பண்ணிட்டோம்!’

‘எனி வே, நீ அந்த ஆளை குளோஸா பர்சனலா கவனிச்சுக்கோ. ஹி மே சர்வைவ்!’

‘ஓகே டாக்டர்!’

‘இந்திரவிழாவில் சுந்தரவதனம்! ஹௌ ஃபன்னி!’

டாக்டர் வைகுண்டத்தின் முணுமுணுப்பும் சின்னச் சிரிப்பும் இந்தப்பக்கம் டாக்டர் சுரேஷுக்கு சன்னமாகக் கேட்டது.

14

‘ஹௌரா மெயில்’

ஹௌரா மெயில் ஃபோன் பண்ணியிருந்தான். ஹௌரா மெயில் என்பது கே.எஸ்ஸின் மகன்.

‘என்னய்யா பேரு இது’ என்கிறீர்களா?

அதற்கு முன்பு உங்களுக்கு கே.எஸ் பற்றிச் சொல்லவேண்டும். கே.எஸ் எங்கள் அம்பத்தூர் ஃபாக்டரியின் அக்கவுண்ட்ஸ் மானேஜர். நல்ல மனிதர். கொஞ்சம் அவசரம், அசட்டுத்தனம் நிறைந்த ஆசாமி.

ஏன் அசட்டுத்தனம்? சொல்கிறேன்!

ஹௌரா மெயில் என்னும் அவர் மகன் பற்றிய செய்தி அவரே சொன்னது.

கே.எஸ்ஸுக்கு மூன்று பெண் குழந்தைகள். பதினாறு, பதினாலு, பத்து வயதில். போதும் என்று நிறுத்திவிட்டார். பிள்ளை இல்லையே என்ற குறை உண்டு. ஆசாமிக்கு வீடு கொரட்டூரில் ரயில்வே கேட்டுக்கு அருகாமை. ஹௌரா மெயில் இருக்கிறதே அது விடியற்காலை நான்கு மணி அளவில் கொரட்டூரை நெருங்கும்போது ரயில்வே கேட் தாண்டிக் குதித்து காலைக்கடனுக்குப் போகும் ஆசாமிகளை விரட்ட பெரிதாக ஊதிக்கொண்டே போகும். அந்த வட்டாரத்து வீடுகளில் உள்ளவர்களுக்கு அந்த ஊதல் சத்தத்தில் தூக்கம் நிச்சயம் கெடும். அப்படி ஒரு நாள் தூக்கம் கெட்ட அதிகாலையில் செய்த விஷமத்தின் பயனாகப் பிறந்த பையன்! அதனால் எங்கள் மத்தியில் அவனுக்கு ஹௌரா மெயில் என்றே பெயராகிவிட்டது!

கே.எஸ் பற்றி எங்கள் ஆடிட்டர் ராஜு கதை கதையாகச் சொல்லுவார்.

‘ரகு! உங்க அப்பீல் காலி! பெனால்டி எட்டேமுக்கா லட்சம்! தண்டம் அழுங்க!’

‘ராஜு! என்ன விளையாடறீங்களா? அதுக்குதானே அப்பீலுக்கு போனோம்! உங்க யோஜனைதானே?’

‘சரி, என் யோஜனைதான்! நீங்க ஏன் கே.எஸ்ஸை என்னோட அனுப்பினீங்க?’

‘என்ன ஆச்சு? கே.எஸ் என்ன பண்ணினார்?’

‘கமிஷனருக்கு முன்னால எதெல்லாம் சொல்லக்கூடாதுன்னு படிச்சு படிச்சு சொல்லித் தந்தேனோ அதையெல்லாம் கரக்டாச் சொல்லிட்டார். கமிஷனர் தீட்டிட்டான்!’

‘நீங்கதான் கூட இருந்தீங்களே! வார்ன் பண்ணக்கூடாதா?’

‘பேசாதீங்க ரகு! எனக்கு எரியறது!’

‘ராஜு! சஸ்பென்ஸ் வெக்காமச் சொல்லுங்க!’

‘இந்த கே.எஸ் நம்ம இன்வெண்டரி ரைட் ஆஃப் பத்திப் பேச ஆரமிச்சவுடனேயே எனக்கு திக்குனு ஆகிப்போச்சு! சடார்னு அவர் காலை மிதிச்சேன்! இது உடனே திரும்பி, அதுவும் கமிஷனருக்கு முன்னாலேயே என்கிட்ட, ‘என்ன ராஜு! காலை மிதிக்கிறீங்க! இருங்க கமிஷனர்ட்ட ஃபுல் டீடெயில் சொல்லிடறேன்னு... சுத்தம்! ஒண்ணு விடாம எல்லாத்தையும் போட்டு உடச்சுடுத்து!’

‘அடடா! அப்புறம்?’

‘அப்புறம் என்ன விழுப்புரம்தான்! அன்னிக்கே கமிஷனர் பெனால்டி ஆர்டர் போட்டுட்டார்! பதினாலு லட்சம்! கெஞ்சிக் கூத்தாடி எட்டே முக்கா லட்சத்துக்கு முடிச்சேன்!’

‘ரகு! நீங்க இதெல்லாம் கொஞ்சம் பர்சனலா கவனிச்சிருக்கணும்!’

சேர்மனிடம் நான் டோஸ் வாங்கினேன்!

அன்று ஹௌரா மெயில்தான் ஆஃபீஸில் என்னை வந்து பார்த்தான்.

‘எப்படி இருக்கு ஐ.ஐ.எம் கொல்கத்தா?’

‘வெரி ஹெக்டிக் அங்கிள்! செமஸ்டர் முடிஞ்சதும் அப்பாவோட ஹெல்த் செக் அப் பண்ணிடலாமேன்னு சென்னை வந்தேன்!

கே.எஸ் சில மாதங்களாக வயிற்று வலி, டையோரியா என்று அவஸ்தைப்பட்டுக்கொண்டிருந்தார். நான்தான் வற்புறுத்தி செக் அப்புக்கு அனுப்பிவைத்தேன்.

‘என்ன சொல்றாங்க டாக்டர்ஸ்? என்ன டிரீட்மெண்ட்?’

‘ஆபரேஷன் பண்ணனுமாம்! அப்பா ரொம்ப பயப்படறா!’

‘நோ நோ! இதெல்லாம் இந்தக் காலத்துல ரொம்ப சர்வ சாதாரணம்! நான் எங்க டாக்டர் நரசிம்மன்ட்ட அனுப்பி செகண்ட் ஒபினியன் கேட்கறேன். ரிப்போர்ட்டெல்லாம் குடு!’

ஹௌரா மெயில் கிளம்பிப்போனான். டாக்டர் நரசிம்மனும் தான் கவனிப்பதாகச் சொல்லி ரிப்போர்ட்டெல்லாம் வாங்கிவைத்துக் கொண்டார்.

●

‘என்ன நரசிம்மா, இந்த நேரம் ஃபோன் பண்ணியிருக்க? ஏதானும் கேஸா? சரி, ரிபோர்ட்ட அனுப்பி வை! ஆஸ்பிடல்ல என்ன சொல்றாங்க?’

‘அல்சரேட்டிவ் கோலிட்டிஸ்! ஆபரேட் பண்ணனும்ங்கறாங்களாம்!’

‘சரி! டேட் ஃபிக்ஸ் பண்ணினப்றம் என்கிட்ட சொல்லு! ஆபரேஷன் அன்னிக்கு நானும் போறேன்! யாரு சர்ஜனாம்!’

‘சுந்தரராமன்!’

‘ஓ, என் ஸ்டூடண்ட்தான்! 1964! உனக்கு மூணு வருஷம் சீனியர் நரசிம்மா!’

‘தெரியும் புரொஃபசர்! கொலொரெக்டல் சர்ஜரி டாப்பர்! ஜாஸ்மின் ஃபெர்னாண்டசைக் கல்யாணம் பண்ணிண்டார்!’

‘இந்த அக்கப்போரெல்லாம் தெரிஞ்சு வெச்சுக்கோ!’

‘நோ புரொஃபசர்! இட் வாஸ் ய சென்சேஷன் இன் தோஸ் டேஸ்! எங்களுக்கெல்லாம் காஸிப்பிங் டாபிக்!’

●

கே.எஸ்ஸுக்கு செப்டம்பர் எட்டாம் தேதி ஆபரேஷன் குறித்தார்கள். டாக்டர் சுந்தரராமன்தான் ஆப்ரேஷன் செய்தார்.

‘புரொஃபஸர்! நீங்க வந்தது எனக்கு பெருமை!’

‘ஓ நோ சுந்தர்! ஜாஸ்மின் எப்படி இருக்கா?’

‘வெரி ஃபைன் புரொஃபசர்! அவ இப்ப வெரி பிஸி கைனக்!’

‘தெரியுமே! நெறய கேள்விப்படறேனே! எப்படி இருக்கு பேஷண்ட்டோட கோலொன்?’

‘நல்ல வேளை, டாக்ஸிக் மெகா கோலொன் அட்டாக் வரல. வந்திருந்தா ப்ளீடிங் கண்ட்ரோலே பண்ணியிருக்க முடியாது!

புரொஃபசர்! நான் போய் உங்களுக்குச் சொல்றதாவது! யூ நோ! ஈலியோ அனஸ்டொனோஸிஸ்தான் புரொஃபஸர்! ஐ வில் ஸ்யூ இட் அப் க்விக்லி!'

ஆபரேஷனை ஸ்கிரீனில் உன்னிப்பாகக் கவனித்துக்கொண்டிருந்த புரொஃபசர் பதறினார்.

'சுந்தர்! லுக்! லுக் அட் தி செல்ஸ் காம்பொ! மை காட்!'

'புரொஃபஸர்! ஐயாம் ஷாக்ட்! ரிப்போர்ட் ஒண்ணுமே சொல்லலியே? கொலோன்ஸ்கோபி ரிப்போர்ட்கூட க்ளீன் புரொஃபசர்!'

'சுந்தர்! கிளாசிக் கேஸ்! 3% ஃபெயில்யூர் குரூப்புல விழுந்திருக்கு! ஸ்லேகல், பாக் அண்ட் கோல் ரிஸர்ச் பேப்பர்! யூ நோ தட்!'

'எஸ் புரொஃபசர்! அப்ப பேஷண்ட்?'

'சுந்தர்! யூ நோ த கண்டிஷன்! பிளைண்ட் கோலோன் பாலிப்ஸ்! வெரி அன்ஃபார்ச்சுனேட்!'

'புரொஃபசர்! கோலோன ரிமோவ் பண்ணிடலாமா? புரோக்டோலெக்டோமி!'

'வேண்டாம் சுந்தர்! ஜஸ்ட் லீவ் இட்! ஸ்யூ ஹிம் அப்! கொலோனத் தொடவே வேண்டாம்!'

'ஏன் புரொஃபஸர்?'

'பேஷண்ட்டோட கண்டிஷன்ல பத்து பர்சன்ட் சான்ஸ்கூட இல்லை சுந்தர்!'

'கரெக்ட் டாக்டர்! ஆனா?'

'இல்ல சுந்தர்! இப்படியே விட்டா ரெண்டு மாசமாவது இருப்பார். இல்லேன்னா இந்த ஆபரேஷன் டேபிள்ளயே தாங்கமாட்டார்! தெ ஸ்ப்ரெட் ஆஃப் கான்ஸர் ஈஸ் ஷாக்கிங்! அடினொடோமஸ் பாலிப்ஸ் ஜாஸ்தி! லீவ் ஹிம்! அவஸ்தைப்படாம நடமாடிண்டே இருக்கட்டும், கூடுமானவரை!'

இதோ ஒரு வருஷம் கழித்து ஹௌரா மெயில் ஃபோன்!

'ஹலோ! எப்படி இருக்கு கோர்ஸ்?

'ரொம்ப ஹெக்டிக்கா இருக்கு அங்கிள்! உங்களுக்குத்தான் தாங்க்ஸ் சொல்லணும்! நீங்க சொல்லித்தான் டாக்டர் வைகுண்டம் ஆபரேஷன் தேட்டர்ல அப்பாவோட இருந்தார். அவராலதான் அப்பாவுக்கு இன்னும் ரெண்டு மாசம் டைம் கெடச்சுது!

'எனக்கெல்லாம் தாங்க்ஸ் சொல்லவேண்டாம்ப்பா! வீ ஆல் மிஸ் யுவர் ஃபாதர்!''

'நாளைக்கி அப்பாவுக்கு வருஷாப்திகம்! நான் ரெண்டு நாள் லீவுல வந்திருக்கேன் அங்கிள்! அடுத்த தரம் உங்களை நேரில வந்து பாக்கறேன்! ஏன்னா வெள்ளிக்கிழமையே ஹௌரா மெயில்ல புறப்படறேன்!'

வருத்தத்துக்கு நடுவிலும் என்னால் லேசாகப் புன்னகைக்க முடிந்தது.

15

அரபிக்கடலோரம்

'ஓகே! ப்யூலா! அந்த பேஷண்ட் ராமசாமிய வரச்சொல்லு. கூட வந்திருக்கறது யாரு, அவன் ஒய்ஃபா?'

'எஸ் டாக்டர்!'

'வாப்பா ராமசாமி, உக்காரு. நீயும் உக்காரும்மா.'

வந்தவனுக்கு வயது நாற்பதுக்குக் கீழேதான். கண்கள் இருண்டு கிடந்தன. சோகையாக இருந்தான். முகத்தில் அவஸ்தையின் வலி மிச்சங்கள் தெரிந்த ஆயாசம். ஒல்லியாக இருந்தான். கொஞ்சம் சாதாரண பிளாட்ஃபார்ம் கடை சட்டை, பாண்ட். கூட வந்த அவன் மனைவி வத்தக்காய்ச்சியாக இருந்தாள். நார்மலுக்குக் கீழான ஹிமாக்ளோபின் அளவு கண் சோர்வில் தெரிந்தது. சாதாரண புடவை, கசங்கின ப்ளவுஸ், கழுத்தில் மிக மெல்லிய சங்கிலி.

'வீடு எங்க உங்களுக்கு?'

'ராயப்பேட்டைங்க.'

'எங்க வேல பாக்கற?'

'துபாய்ல டிரைவரா இருக்கேன்.'

'என்னது, துபாய்லயா?'

'ஆமா டாக்டர்!'

'ஏம்மா நீங்களும் துபாய்லயா இருக்கீங்க?'

'இல்லீங்க! இங்க இவங்க அண்ணன் அண்ணியோட இருக்கனுங்க!'

'வேலைக்கிப் போறீங்களா?

'இல்லீங்க! வீட்டு வேல செய்யவே நேரம் சரியா இருக்குமுங்க. முதல்ல ஒரு டாக்டராண்ட எடுபிடி வேல செஞ்சேன்!'

'ஓ தட்ஸ் வெரி குட்! உங்க அண்ணன் என்ன செய்யறாரு?'

'அவருக்குத் தனியா வேல ஒண்ணுமில்லங்க. நா அனுப்பற பணத்த வட்டிக்கு விட்டு பாத்துக்கறாருங்க.'

அவினாஷ் உள்ளே வந்தான்.

'அவினாஷ்! ரிப்போர்ட் பார்த்தியா?'

'பாத்தாச்சு புரொஃபசர்! நத்திங் மேஜர்...'

'ஓகே அவினாஷ்! நான் பாத்துக்கறேன்! த பாருங்க ராமசாமி! நாளைக்கு காலையில உங்க அண்ணன் அண்ணியோட என்ன வந்து பாருங்க! உங்க உடம்பு பத்திக் குடும்பத்துல பேசணும். அப்புறம்தான் ட்ரீட்மெண்ட்! என்ன?'

'ஏங்க இவருக்கு ஆபத்துங்களா? இவருக்கு ஒண்ணுன்னா நா நாதியத்துப் போய்டுவங்க!'

'த சும்மாரு! சரிங்க! நாளைக்கி அண்ணாத்தையோட வர்ரனுங்க!'

அவன் கையைப்பிடித்துக்கொண்டு மெதுவாக வெளியேறியவர்களைப் பார்த்தார்.

'புரொஃபசர்! நத்திங் மேஜர்! ஜஸ்ட் பெப்டிக் அல்சர்! அவ்வளவுதான்!'

'ஐ நோ அவினாஷ்! ட்ரீட்மெண்ட் ராமசாமிக்கு இல்லை. அவன் குடும்பத்துக்கு!'

அடுத்த நாள் ப்யூலாவுடன் தன் அறைக்குள் நுழைந்த ஆசாமி, ராமசாமியின் கண்களோடு அந்த மூக்கின் நுனியும் சேர்த்து இருந்த காப்பியாக இருந்தான். உயர்தர சட்டை பாண்ட். கழுத்தில் தடித்த செயின். கையில் ப்ரேஸ்லெட் வளையல் மாதிரி கனத்தது. உற்றுக் கவனித்ததில் டிஸ்ஸார்ட் வாட்ச்! அவன் மனைவி அலட்சிய யுவதியாக இருந்தாள். முகத்தில் சீராக அப்பிய பவுடர். நெற்றியில் வட்டப் பொட்டுக்கு அடியில் ஒரு சந்திர வளையம், அதனடியில் பளபளக்கும் சில்வர் புள்ளிகள். கழுத்தில் தடித்த ரெட்டை வடம். உடலோடி ஒட்டிய ஷிஃபானில் அரேபியா மிளிர்ந்தது. உயர்தர செண்ட் வாசனை கூடவே வந்தது.

'வாங்க! நீங்கதான் ராமசாமியோட அண்ணன் அண்ணியா? வாங்க ராமசாமி! நீங்களும் உக்காருங்க!'

'வரச்சொன்னீங்களாமே!'

குரலில் லேசான அலட்சியமும் அலுப்பின் சாயல்.

‘ஆமாம்! உங்க தம்பிக்கு உடம்பு மோசமா இருக்கு. அவரால இனிமே வேலைக்கெல்லாம் போக முடியாது. இத்தனை வருஷம் அவர் சம்பாதிச்சுப் போட்டாருல்ல, இனிமே நீங்கதான் அவரப் பாத்துக்கணும். வேளா வேளைக்கி சத்தான சாப்பாடு சாப்பிடணும். இன்னம் ஆறு மாசத்துக்கு முழு ரெஸ்ட் தேவைப்படும், என்ன செய்வீங்களா? அப்பத்தான் அவர் பிழைப்பார்!’

மனைவி இப்போது மளுக்கென்று அழுதாள். அண்ணன் முகத்தில் அதிர்ச்சி. அண்ணி இன்னும் அலட்சியம் விலகாமல் நெற்றிப் புருவத்தை மட்டும் சுருக்கினாள்.

‘சரிங்க! நாங்க பாத்துக்கறம்! இப்ப எதுனா மருந்து குடுத்துடுங்க!’

‘அப்படியெல்லாம் சட்டுனு குடுத்துட முடியாது! நாளன்னிக்கி அடுத்த நாள். அதான் வியாழக்கிழமை அழைச்சிட்டு வாங்க! ஒண்ணும் கவலைப்படாதம்மா! அண்ணன் அண்ணி இருக்காங்க இல்ல? நல்லா பாத்துக்கிட்டா ரெண்டு வருஷத்துல சரியாய்டுவாரு!’

அண்ணனும் அண்ணியும் சடாரென விலக, ராமசாமியும் மனைவியும் தயங்கித் தயங்கி நடந்தார்கள்.

‘ப்யூலா! கெட் மி டாக்டர் சுந்தர் ஃப்ரம் துபாய் அல் சாஹ்ரா ஹாஸ்பிடல்!’

வியாழனன்று ராமசாமியும் மனைவியும் மட்டும் வந்தார்கள். மனைவியின் கண்களில் இரவு அழுத சாயல். ராமசாமி இன்னும் சோர்வாக இருந்தான்.

‘ப்யூலா! ரெண்டு காபி சொல்லு! என்ன ராமசாமி! அண்ணன் வீட்டை விட்டுப் போய்ட்டாரா, இல்ல உங்கள தொரத்திட்டாரா?’

ராமசாமி ஆச்சரியத்தில் பார்க்க மனைவிதான் பேசினாள்.

‘எங்கள தொரத்திட்டாருங்க! இவரு சம்பாரிச்சதல்லாம் போச்சு! இப்ப நாதியில்லாம நிக்கிறமுங்க!’

அடக்க மாட்டாமல் கேவினாள். ராமசாமியும் கண் கலங்கினான்.

‘ஒண்ணும் கவலைப்படவேண்டாம். உனக்கு உடம்புக்கு ஒண்ணுமில்ல!’

‘என்ன டாக்டர்? ஒண்ணுமில்லையா?’

ஆமாப்பா! வெறும் பெப்டிக் அல்ஸர்தான்! ரெண்டு மாசம் ஜாக்கிரதையா சாப்பிட்டு வந்தீன்னா சரியாய்டும். நான் மருந்து தரேன்!’

‘அப்ப அன்னிக்கி?’

‘அட போய்யா! இவ்வளவு அப்பாவியா இருக்கீங்களே! அது சரி, துபாய் வேலய விட்டுட்டியா இல்ல மறுபடி போனா வேல குடுப்பாங்களா?’

‘உடம்புக்கு முடியலைன்னு விட்டுடேனுங்க!’

‘சரி பாஸ்போர்ட்டெல்லாம் எடுத்து வெச்சிருக்கியா?’

‘அதெல்லாம் கவனமா எடுத்தாந்துட்டேங்க!’

அதக்குடு! என் ஸ்டூடெண்ட் ஓர்த்தான் துபாய் ஆஸ்பத்திரில பெரிய டாக்டரா இருக்கான். அவங்க ஆஸ்பத்திரிக்கு டிரைவர் வேணுமாம். உன்ன அனுப்பறேன்னு சொல்லிட்டேன்! இன்னம் ரெண்டு வாரத்துல விசா டிக்கட்டெல்லாம் ஏற்பாடு பண்ணிடலாம்!’

‘ரொம்ப நன்றிங்கய்யா!’

‘த பாரும்மா! ஒரு வருஷம் கழிச்சு நீயும் துபாய் போக ஏற்பாடு பண்றேன்? சரியா?

‘அய்யா! இவள எங்க விட்டுட்டு போவேனுங்க? ஆருமே இல்லியே?’

‘அதெல்லாம் நா ஏற்பாடு பண்றேன்! ஏம்மா ஒரு வருஷத்துக்கப்புறம் தான் நீ துபாய்க்கு போக முடியும். நர்ஸிங் கோர்ஸ் அனுப்பறேன், படிச்சு பாஸ் பண்ணு. அதே ஆஸ்பிட்டல்ல வேலைக்கு ஏற்பாடு பண்றேன், என்ன?’

‘அய்யா! அய்யா!’

‘சரி தங்க எடம் இருக்கா?’

‘அதுங்களா, நாங்க சமாளிச்சுக்குவங்க!’

‘எப்படி சமாளிப்பீங்க? அதான் எல்லாத்தையும் ஏமாந்து நிக்கறீங்களே! ப்யூலா! வீட்டுக்கு லைன் போடு!’

‘வேதவல்லி! ஹவ் ஆர் யூ?’

‘இப்ப மணி பத்தாறது! எட்டு மணிக்குத்தானே வீட்லேர்ந்து போனீங்க! ரெண்டு மணி நேரத்துல என்ன ஹவ் ஆர் யூ? என்ன காரியம் ஆகணும் எங்கிட்ட?’

‘யூ ஆர் ய டார்லிங் வேதம்! சரி, அவுட் ஹவுஸை க்ளீன் பண்ணி வெக்கச் சொன்னேனே?’

‘ஆச்சு! இப்பதான் மாரி காசு வாங்கிண்டு போறான்!’

‘ரெண்டு பேரையும் அனுப்பறேன்! அதான் நேத்தி ராத்திரி சொன்னேனே!’

‘அனுப்புங்கோ! மாமிய ரெண்டு கைப்பிடி கூட சாதம் வெக்கச் சொல்லியிருந்தேன். கரமது, சாத்துமது எல்லாம் இருக்கு! வந்து சாப்பிடட்டும்! அப்புறமா நானே பேசிக்கறேன்!’

‘ஓ வேதம்! யூ ஆர் என் ஏஞ்சல்!’

‘போறும் போறும்! அனுப்புங்கோ!’

ப்யூலா! சரவணனை வரச்சொல்லு! இவா ரெண்டு பேரையும் எங்க வீட்ல மாமிகிட்ட அனுப்பிடு! இந்தா ரெண்டாயிரம் ரூவா. சரவணண்ட்ட குடுத்து இவாளுக்கு வேணுங்கற தட்டு முட்டுச் சாமானெல்லாம் வாங்கிக்கச் சொல்லு! ராமசாமி! இந்தாம்மா! நீயும் கௌம்பும்மா.’

‘டாக்டர்! எப்பேர்ப்பட்ட மனுசன் நீங்க! நாங்க எப்படி..?’

‘ப்யூலா! என் டயத்த வேஸ்ட் பண்ணினா எனக்குப் பிடிக்காதுன்னு உனக்குத் தெரியாதா? டேக் தெம் அவே! அண்ட் நிர்மலாவ வரச்சொல்லு! நேத்து பெட் நம்பர் பதிநாலுக்கு இண்ட்ராமஸ்குலர் இஞ்செக்ஷன் போடணும்! இவ சப்க்யூடேனியஸா போட்டிருக்கா! இன்கார்ரிஜிபிள் ஐஸே!’

நிர்மலாவைக் காய்ச்சுவதற்குத் தயாரானார் டாக்டர் வைகுண்டம்.

16

கொலை கொலையாய் மனிதாபிமானம்

'பியூலா! பேஷண்ட் ரெடியா?'

'ஆச்சு டாக்டர்.'

'கால் மி புரொஃபசர்!'

'ஓகே டாக்... சாரி புரொஃபசர்!'

'ஓஆர் ரூம் ரெடியா?

'யெஸ்!

'கதீட்ரா எடுத்து வெச்சாச்சா?

'செக்!

'லாப்ஸ்டர் க்ளாவ்ஸ்?'

'செக்!

'ஐ வி போல்?'

'செக்!'

'அன்ஸ்திஸிஸ்?'

'உள்ள போயாச்சு!

'டாக்டர் செந்தில் வந்தாச்சா?'

'அவர்தான் எல்லாத்தையுமே ரெடி பண்ணினார் புரொஃபசர்!'

'ஓ அப்ப நான் செக் பண்ண வேண்டாமே! நானும் ரெடி, வந்துர்ரேன்!'

'மார்னிங் செந்தில்!'

'மார்னிங் புரொஃபசர்! ஆல் செட் புரொஃபசர்!'

‘எனக்கு தெரியும்! நீ இருக்கேன்னவுடனே இனிமே நான் எதையுமே செக் பண்ணலியே!’

‘தாங்க் யூ புரொஃபசர்! யூ ஆர் ஆல்வேஸ் கைண்ட் டு மீ!’

‘லெட் அஸ் கெட் கோயிங்! என்னய்யா பேஷன்ட்? பயப்படறியா? இங்க பாத்தியா டாக்டர் செந்தில்! உனக்கு ஒண்ணும் ஆக விடமாட்டார்! யூ ஆர் சேஃப்! ஓகே, மூச்சுக்காட்டாம படு! கால் அவினாஷ்! கோ வித் தெ அனஸ்தீஸியா அவினாஷ்!’

●

‘சாவித்திரி! இந்தா இதையும் தேய்க்க எடுத்துக்கோ!’

‘..............’

‘சாவித்திரி! எங்க கனவு லோகத்துல இருக்கே?’

‘ம்ம்... இன்னாம்மா சொன்னீங்க?’

‘நா சொன்னது கேக்கவே இல்லியா?’

‘இல்லம்மா, கிறு கிறுன்னு வந்துது! அதான் அப்படியே உக்காந்துட்டேன்!’

‘என்னடி இது? இரு, ஒரு வாய் காபி தரேன்! காலையில எதானும் சாப்பிட்டியா?’

‘இல்லம்மா. குடிச்ச காபி கூட வாந்தி எட்துட்டேன்!’

‘சரி நீ கெளம்பு! வீட்ல போய் படு! முடிஞ்சா நாளைக்கி வா.’

‘ஒண்ணியும் இல்லம்மா கொஞ்சம் இப்படிக்கா உக்காந்தேன்னா ரெண்டே நிமிஷத்துல சரியாய்டும்!’

‘அதெல்லாம் வாணாம்டி! நீ கெளம்பு, சொல்றேன்! நா பாத்துக்கறேன்!’

‘இல்லம்மா, பெரிய அய்யா வந்துடுவாரு! நா முடிச்சுட்டே போறேன்!’

‘சரி இந்தா காபி! கூடவே இந்த மாத்திரையையும் போட்டுக்கோ!’

அரை மணி நேரம் கழித்து வேதவல்லி வந்து பார்த்தபோது சாவித்திரி கிணற்றடியிலேயே மயங்கிக்கிடந்தாள். கோமளா பரபரத்து டிரைவரை அழைத்து சாவித்திரியைத் தூக்கி காரில் போட்டு, இவருடைய கிளினிக்குக்கு அனுப்பினாள்.

•

'அப்படியே சாவித்திரிய அவ வீட்ல டிராப் பண்ணிட்டு வந்தாப் போறும் டிரைவர்!'

மத்தியானம் பெரியவர் வந்து அமைதியாக சாப்பிட்டார். கை அலம்பினார். வேதம் பேச ஆரம்பித்தபோது, கையை அமர்த்தி அமைதியானார். வெந்நீர் குடித்து ஹால் சோஃபாவில் அமர்ந்தார்.

'வேதவல்லி! சாப்டியா?'

'இல்ல! சாவித்திரி காலம்பர அனுப்பிச்சேனே?'

'போய் முதல்ல சாப்பிடு!'

'இல்ல...'

'சாப்பிடுங்கறேனோ? போ!'

'ஆச்சு! சாப்டாச்சு! இப்ப சொல்லுங்கோ? சாவித்திரிக்கு என்ன உடம்பு?'

'இங்க வா!'

'என்ன?'

'வேலைக்கு வேற ஆள் பாரு! இன்னமே சாவித்திரியால முடியாது!'

'அதான் பதைபதைச்சுண்டு இருக்கேன்! என்ன அவளுக்கு?'

'அவகிட்ட பேசினேன். அவளுக்கு ரெண்டு மூணு மாசமாவே பசியே இல்லியாம், அடி வயத்துல வலி, வாந்தி வேற!'

'போன வாரமெல்லாம் முகமெல்லாம் மஞ்சள் பூசினா மாதிரி இருந்தது! நா கூட மஞ்சக்காமாலையோன்னு பயந்தேன்! ஆனா ரெண்டு நாள்ள சரியாய்டுத்து!'

'அதான்! வெயிட் பார்த்தேன்! 48 கிலோகூட இல்ல! உடனே டெஸ்டுக்கு அனுப்பி, இப்ப சாப்பிட வர்ரத்துக்கு மிந்திதான் ரிப்போர்ட் வந்தது!'

'என்னன்னு?'

'ஹைபெர் கல்சிமியா அண்ட் எரித்ரொசைடோஸிஸ்!'

'பெருமாளே! என்ன கண்றாவி இதெல்லாம்? சரியாத்தான் சொல்லுங்களேன்?'

'கான்சர் வேதம்! லிவர்ல கான்சர்!'

‘அய்யோ! கான்சரா? சரி பண்ணிடுவேளா? பாவன்னா அவோ?’

‘இல்ல வேதம்! ரொம்ப முத்திப்போச்சு! இன்னும் ஒண்ணோ ஒண்ணரை மாசமோதான்!’

‘கண்றாவியே! பத்தாங்கிளாஸ் படிக்கற புள்ள இருக்கே! நாதியத்துப் போய்டுமே! புருஷனும்கூட இல்ல!’

‘என்ன பண்ணச் சொல்றே? இந்த ஒரு வியாதிதான் ஏழை பணகார வித்தியாசமில்லாம வந்துர்ரது. ஆளைக் கொண்டும் போயிடறது!’

அடுத்த ரெண்டே மாதத்தில் சாவித்திரி முனகி முனகி வலியில் துடித்து உயிரை விட்டதும் அவளின் பதினைந்து வயதுப் பையன் அரக்கப்பரக்கத் தவித்ததும், வேதவல்லி கூடவே இருந்து அவனுக்கு ஆறுதல் சொல்லி தன் வீட்டுக்கே கூட்டி வந்துவிட்டதும் வெறும் விவரங்கள்.

‘தம்பி! இங்கயே இருந்து படிக்கிறியா?’

‘படிக்கறேங்க!’

‘உனக்கு என்னவா ஆகணும்னு ஆசை?’

‘உங்கள மாதிரி டாக்டராவணும்னு அம்மாகிட்ட சொல்லுவேனுங்க!’

‘வெரி குட்! உம்பேர் என்ன சொன்னே?’

‘செந்திலுங்க! செந்தில் குமார்!’

17

மழை நிச்சயம் வரும்

'ஏம்ப்பா நீயே இடிச்சுட்டியா?'

'அய்யோ, இல்லை டாக்டர்!

'விசிட்டிங் கார்டு வெச்சிருக்கியா?'

'இந்தாங்க டாக்டர்!'

'என்னது எம்டியா? இந்த கம்பெனிக்கு எம்டியா நீ?'

'பெரிய கம்பெனியெல்லாம் ஒண்ணும் இல்ல டாக்டர்!'

'கொஞ்சம் விவரமா சொல்லு! கிழவர்தான் மயக்கமா இருக்காரே! ஒண்ணும் பயமில்ல!'

'ஐஐடியில எம் டெக் முடிச்சுட்டு இந்தப் புதுமையான சாஃப்ட்வேர் தயார் பண்ணி பெரிய ஆளா வரணும்னு அமெரிக்கா சான்ஸல்லாம் விட்டுட்டு கம்பெனி ஆரமிச்சேன். ஆரம்பம் நல்லாத்தான் இருந்தது. ஆனா இங்க யாருமே என்னை என்கரேஜ் பண்ண முன் வரல டாக்டர்! ஆச்சு ரெண்டு வருஷம்! எல்லா காபிடலும் கரைஞ்சு போச்சு. நாப்பது பேர வெச்சு ஆரம்பிச்சது இப்ப ஏழே பேர்னு வந்துடுத்து. இவங்களும் எத்தன நாளைக்குத்தான் சம்பளம் இல்லாம வேல செய்வாங்க!'

'ஏன் பிராடக்ட் நல்லா இல்லியா? வாங்க ஆள் இல்லையா?'

'ஒவ்வொரு இடத்துலயும் புரூவ் பண்ணிட்டேன் டாக்டர்! ஆனாலும் சாஃப்ட்வேர்னா அமெரிக்காதான். நம்ம ஊர் பிராடக்ட நம்பி ஆர்டர் தர மாட்டேங்கறாங்க. எனக்கும் அலுத்துப்போச்சு டாக்டர். இன்னும் ரெண்டு மாசத்துல இழுத்து மூடிட்டு அமெரிக்கா போய்டப்போறேன்!'

'அவ்வளவு சீக்கிரம் மனசத் தளரவிடாதப்பா! பொறுமையா இருந்தா ஜெயிக்கலாம்!'

'நா மட்டும் பொறுமையா இருந்தாப் போறாதே டாக்டர்! கூட இருக்கறவங்களுக்கு சம்பளம் தரணுமே! அவங்களும் இருந்தாத் தானே இந்த பிராடக்ட இன்ஸ்டால் பண்ணி ஓடவெச்சு இதோட பயனை உறுதிப்படுத்த முடியும்!'

'எங்க தொழில் மாதிரிதானேப்பா! காசுக்காக அலைஞ்சா முடியுமா? முதல்ல நெறய கஷ்டப்படணும்! ஆனா விடிவு வந்துரும்ப்பா!'

'தாங்க்ஸ் டாக்டர்! அப்ப நான் புறப்படறேன் டாக்டர்! அந்தக் கிழவர?'

'நா பாத்துக்கறேன்! அவரோட பையில ஏதோ ஒரு நம்பர் இருக்கே! அங்க டெலிஃபோன் பண்ணி அவர் சம்பந்தப்பட்ட யாரையாவது வரவெச்சு அனுப்பிடறேன்! நீ பண்ணினது நல்ல காரியம்ப்பா! யாராவது பார்த்துப்பாங்கன்னு விட்டுடாம, சம்மந்தமேயில்லாத நீயே தேடி வந்து எங்கிட்ட அவர அட்மிட் பண்ணி... டோண்ட் ஒர்ரி! உன் நல்ல மனசுக்குப் பயன் கிடைக்கும்!'

'நா பாத்துண்டே இருக்கும்போது வாணி மகால் சிக்னல்ல இடிச்சுட்டு நிக்காம போய்ட்டான் டாக்டர்!'

'நீயும் போயிருக்க வேண்டியதுதானே எனக்கேன் வம்புன்னு?'

'சேச்சே! அதெப்படி டாக்டர்! சக மனுஷன்னு ஒரு தாட்சண்யம் வேண்டாமா?'

'குட், வெரி குட்! இந்த மனிதாபிமானம்தான் இன்னும் நம்மளை யெல்லாம் நாகரீகமா வெச்சிண்டிருக்கு! யூ டிட் ய நோபிள் ஜாப்!'

'அவ்வளவு பெரிசெல்லாம் இல்ல டாக்டர்! ஒரு சின்ன பரிதாபம்தான்!'

'உனக்குக் கடவுள் நம்பிக்கை உண்டா? இல்லை நீயும் அந்தக் கருப்புச் சட்டை ஆசாமிகள்ள ஒருத்தனா?'

'நெறய இருந்தது டாக்டர்! இப்பதான் விரக்தி கொஞ்சம் கொஞ்சமா...'

'நோ நோ! கடவுள் நம்பிக்கைய விடவே கூடாது! அந்த ஸ்ரீரங்கம் ரங்கநாதர வேண்டிக்கோ! ஆல் தெ பெஸ்ட் யங் மேன்!'

●

'சுகுமார்! மணி பத்தாச்சு! ஆஃபீஸுக்கு வரல?'

'என்ன அவசரம் வாசு! வந்தா மட்டும் என்ன ஆகப்போறது?'

'டேய்! நீதான் இந்த கம்பெனியோட எம்டி! நீயே இப்படி பேசினா?'

'ப்ஸ்!'

'இதக்கேளு, ஆல்ஃபா சிஸ்டம்ஸ்லேர்ந்து ஃபோன்! ஜெனெரல் மானேஜர் கலிவரதன் உன்னப் பாக்கணும்னாரு!'

'அடப் போடா! கலாய்க்காதே!'

'ஐயாம் நாட் ஜோக்கிங்! வாடா! பன்னண்டு மணிக்கு அப்பாயிட்மெண்ட்!'

'வெல் மிஸ்டர் சுகுமார்! எங்களுக்கு திருப்திதான்! க்ளட்ச் இந்தியாவுல நீங்க பண்ணின மாடல் பார்த்தோம். இந்த பிராடக்டுக்குப் பெரிய டிமாண்ட் இருக்குன்னு எங்க எம்டி ஃபீல் பண்றாரு. மொத்தமா ஒரு லட்சம் யூனிட்டுக்கு ஆர்டர் கொடுக்கச் சொல்லிட்டாரு. இந்த பிராடக்ட ஆல்ஃபா சிஸ்டம்ஸே அமெரிக்கா ஐரோப்பாவுல விற்பனைக்கு எடுத்துண்டு போலாம்ங்கறது அவரோட கணிப்பு! ஒரு அரை மணி வெயிட் பண்ணினா அட்வான்ஸ் செக் வாங்கிண்டு போய்டலாம்!'

'ஓ ஷ்யூர் சார்!'

'நீங்க வந்தா மீட் பண்ணனும்னு எம்டி சொன்னாரு! போய் ஒரு அஞ்சு நிமிஷம் பாத்துட்டு வந்துடலாமா?'

'அய்யோ! நானே அவரப் பாத்து நன்றி சொல்லணும்னு இருந்தேன் சார்! உடனே போலாம் சார்!'

வாங்க!'

ஒட்டியிருந்த அறையில் சுகந்த வாசனை. பாஸ்டல் நிற கர்ட்டன் காற்றில் அலைபாய்ந்தது. ஓர டேபிளில் ஷாம்பூ கூந்தல் படர்ந்த செக்ரட்டரி இவர்களைக் கண்ணாலேயே வரவேற்று 'ஒரு நிமிஷம், எம் டி இஸ் ஆன் த ஃபோன்' என்றாள்.

ஒரு சில குளுமையான நிமிடங்கள்.

'எஸ், யூ மே கோ நௌ!'

திறந்த கதவின் வழியாக சில்லென்ற ஏஸி காற்று. பெரிய அறை. நேரேதிரே அரை வட்ட மஹோகனி மேஜைக்குப்பின்னால் ஆர்கே சாரி. ஆல்ஃபாவின் நிறுவன எம்டி. இங்கும் அந்த சுகந்த வாசனை.

வசீகரப் புன்னகையுடன் பேசினார்.

'யூ மஸ்ட் பி சுகுமார்! அபார பிராடக்ட்யா உன்னோடது! எங்க இருந்த இத்தன நாளா?'

பேசத்தொடங்கின சுகுமார் ஆர்கே சாரியின் டேபிளுக்குப்பின்னால் இருந்த ஃபோட்டோவைப் பார்த்துத் திகைத்தான். பேச்சு தடுமாறியது.

'சார்! இந்த ஃபோட்டோ... இங்க எப்படி?'

'ஓ அதுவா? எங்க பெரிய மாமா! குடும்பத்துக்கே பிதாமகர் மாதிரி! என்னை அமெரிக்காவுக்கு அனுப்பிப் படிக்க வெச்சது, இந்த ஆல்ஃபா கம்பெனி வெக்க முதல் கொடுத்தது எல்லாம் அவர்தான்! ய ரிமார்க்கபிள் மேன்! டாக்டர் வைகுண்டம்! அவர்தான் உன்னோட விசிட்டிங் கார்டு கொடுத்தார். அப்புறம்தான் கலிவரதன விட்டு உன்னோட பேசச் சொன்னேன்!'

வெளியே மேகமூட்டமாகி மழை பெய்யும் ஆயத்தங்கள் தொடங்கின.

18

தமக்கின்னா...

மந்திரி மணிமாறன் கோபத்தில் துடித்துக்கொண்டிருந்தார்.

'என்னைய யாருன்னு நெனச்சுட்டிருக்கானுங்க! வெறும் மந்திரின்னா! டேய்! சொல்லுடா அவனாண்ட! எழுபத்தொம்பதுல தலைவர் ஒரு வார்த்தை சொல்லிட்டாருன்னு நா தர்மபுரியில என்ன பண்ணினேன்! இன்னி வரைக்கும் எனக்கெதிரா ஒரு பய சுண்டு வெரலத் தூக்க முடியல! இவன் என்னடா வயசாளி பாப்பான்தானே?'

'முடியவே முடியாதுன்னுட்டாருங்கய்யா! உங்க புள்ளன்னு தெரிஞ்சப்பறம் கூட மசியல!'

'என்ன நடந்தது, முழுசா ஒரு வரி விடாம சொல்லு!'

•

'டாக்டர்! நான் சாத்தப்பன் பேசறேன்!'

'சொல்லுங்க! மேக் இட் க்விக்! எனக்கு ஒரு சர்ஜரி இருக்கு!'

'ஒரு பத்து நிமிஷம் உங்கள மீட் பண்ணணும்! வரலாமா?'

'இப்பவா?'

'பத்தே நிமிஷம்தான் டாக்டர்!'

'ஓகே! கம்!'

'என்ன சாத்தப்பன், அப்படித் தலை போற அவசரம்? கூட யாரு? நீங்க மட்டும்தானே வரேன்னீங்க?'

'டாக்டரய்யா! நான் மணிமாறனோட ஊர்க்காரன். அவருக்கு எல்லாமுமேன்னு வெச்சுக்குங்க!'

‘உங்களுக்கு இங்க என்ன வேல? சாத்தப்பன்! வாட் இஸ் திஸ்?’

‘சாரி டாக்டர்! அந்த எம்டி அட்மிஷன் விஷயமா...’

‘ஓ சிபாரிசா? சாரி முடியாது! உங்க பேரு என்ன, மணிமாறன் ஊர்க்காரரே! முடியாதுன்னா தெரியுமா, மு டி யா து!’ கௌம்புங்க!’

‘யோவ் பாப்பான்! என்ன துள்றே?’

‘சாத்தப்பன்! ஆஸ்க் திஸ் ரௌடி டு கெட் அவுட்!’ இல்லேன்னா உம்பேர்ல மெமோ வரும்!’

‘பாளையம்! நீங்க போங்க! வாசல்ல இருங்க! நா பேசறேன் டீன்கிட்ட!’

‘யோவ் சாத்து! இப்ப போறேன்! வெளியேவே நிப்பேன்! அட்மிஷன் வர்ல, இந்தப் பாப்பாண்ட்ட சொல்லி வை!’

‘டாக்டர் சார்! அவங்கள்ளாம் அரசியல் ரவுடிங்க சார்! அட்மிஷன் மந்திரியோட, அதும் மணிமாறனோட புள்ளக்கி! அவரு முதலமைச் சரோட ரைட் ஹாண்டு மாதிரி! குடுக்காம இருக்க முடியாது சார்!’

‘என்ன சாத்தப்பன் பேசறீங்க! அவனோட ரிகார்டெல்லாம் பாத்தீங்களா? ரெண்டு வருஷத்துல மூணு மாசம்கூட பிரைமரி ஹெல்த் செண்டர்ல இருக்கல. ஒரு பேஷண்ட்டகூடப் பாக்கல. போறாத்துக்கு ரெண்டு மூணு போலீஸ் கேஸ் வேற! எப்படிய்யா எம்பிபிஎஸ் முடிச்சான்? இல்ல அங்கயும் மார்க்க போடச்சொல்லி ரவுடிங்கள அனுப்பினாரா?’

‘டாக்டர்! அதெல்லாம் நமக்கெதுக்கு? இவங்களோட மல்லுக்கு நிக்க முடியாது! நமக்குத்தான் ஆபத்து! பேசாம எம்டி அட்மிஷன் குடுத்திருவோம் டாக்டர்!’

‘இருக்கறது ரெண்டு எம்டி சீட் கார்டியாலஜில! பத்து அப்ளிகேஷன் இருக்கு. யூனிவர்சிடி முதல் ரெண்டு ராங்க் பையன்கள் இருக்காங்க! அவங்கள ஒதுக்கிட்டு இந்தத் தறுதலைக்கு எம்டி சீட்டா? நாம மக்களோட உயிரோட வெளையாடறோம்யா!’

‘டாக்டர்! எல்லாம் தெரியும்! ஆனா இப்பா இந்த ரவுடிங்க கிட்டேர்ந்து தப்பிக்க முடியாதே! நாளைக்கே டீன் போஸ்ட்லேர்ந்து தூக்கிடுவாங்க! நமக்கேன் டாக்டர் வம்பு!’

‘சரி, இப்ப என்னை விடு! நான் சர்ஜரிக்கு போகணும்! நாளைக்கு சொல்றேன்!’

‘என்ன சாத்து! அய்யரு என்ன சொல்றாரு!’

'ஏங்க நீங்க ஏன் உள்ள வந்தீங்க! காரியம் கெட்டுடும்போலருக்கு! மந்திரி கேட்டா என்னா ஆவுறது! நாளைக்கி போட்டுடுவாரு! இப்பக் கெளம்புங்க! மந்திரியாண்ட இங்க நடந்தது ஒண்ணையும் சொல்லிடாதீங்க!'

'நாளக்கி அட்மிஷன் வரலேன்ன இருக்கு அந்த கிழப் பாப்பானுக்கு!' சொல்லி வை சாத்தப்பா! அடுத்த முதலமைச்சரே எங்க மணிமாறந்தான், ம்க்கும்!'

●

'ஏங்க! பையன் என்னயே தொந்தரவு பண்றான்! எம்டி சீட் கெடக்குமா கெடைக்காதா?'

'அல்லாம் கெடைக்கும்டி! படிக்கறதே கெடையாது! ஆனா எம்டி அது இதுன்னு சீட் வேணும்போது மட்டும் அப்பா நினைவு வருதா உம்புள்ளக்கி?'

'நீங்க மந்திரியா இருந்து சொந்தப் புள்ளக்கி இதுகூடப் பண்ண முடியாதா? கேட்டா எங்க வீட்ல வழிச்சுட்டு சிரிப்பாங்க!'

'எது உங்க குடும்பம்தானே! கொலைகாரக் குடும்பம்டி! உங்கப்பன் உந்தம்பி எல்லோரும் கொலை பண்ணினவனுங்கதானே?'

'ஏன் அங்க மட்டும் என்ன வாழுதாம்! தர்மபுரியில அந்த உதவி கலெக்டர கட்டையாலேயே அடிச்சுக் கொன்னது நீங்கதானே!'

'அது தலைவர் சொன்ன ஆணையிடி! உங்க வூடு மாதிரி நெலத்துக்கும் கட்டிடத்துக்கும் பண்ற கொலை இல்ல?'

'இப்ப எதுக்கு அந்த அக்கப்போரெல்லாம்! எம்டி அட்மிஷன் வாங்கறீங்க! அவ்வளவுதான்! இலக்குவனாரோட பேத்தியக் கேட்கறாங்க நம்ம புள்ளக்கி! அடுத்த மாசமே பரிசம் போட்டுறலாம். அவங்க சொத்து மட்டுமே முன்னூறு கோடிக்கு மேல, தெரியும்ல?'

'சரி சரி விடு! நீ பேசற பேச்சக் கேட்டா என் கட்சியிலயே ஒருத்தனும் என்னைய மதிக்க மாட்டான்!'

●

'இளமாறா! இந்தா உனக்கு எம்டி அட்மிஷன் போட்டாச்சு!'

'தாங்க்ஸுங்கப்பா! '

'என்ன பிடிவாதம் அந்தப் பாப்பானுக்கு! கடைசி வரைக்கும் முடியாதுனுட்டானே! முதலமைச்சர் தலையிட்டு அட்மிஷன் போடச்

சொன்னப்பகூட முடியாதுன்னு டீன் வேலையை ராஜினாமா பண்ணிட்டான்!'

'அவன் எக்கேடு கெட்டுப்போட்டும்! நம்ம பையனுக்கு எம்டி ஆச்சே! அடுத்த வாரம் இலக்குவனார் வீட்ல வரேன்னிருக்காங்க! நீங்க ஊர்ல இருப்பீங்கல்ல?'

●

நான்கு வருடங்களுக்குப்பிறகு...

'யெஸ் டீன் சாத்தப்பன் ஹியர்!'

'சீஃப் மினிஸ்டரோட பிஏ பேசறாருங்க!'

'உடனே குடுங்க! சார் வணக்கம்! அய்யாகிட்ட என்னோட வாழ்த்துக்களச் சொல்லுங்க! அவருக்கு என்ன ஞாபகம் இருக்கும்!'

'சொல்றேன் சொல்றேன்! என்ன சாத்தப்பன்! நம்ம தமிழர் டாக்டர் ஒருத்தருக்கு மேல் நாட்டுல விருது கொடுத்தாங்களாமே போன வாரம், யாருய்யா அது?'

'அது அவுருதாங்க, ஏழெட்டு வருஷம் மின்னாடி நம்ம சின்ன அய்யாவுக்கு எம்டி அட்மிஷன் போடமாட்டேனுட்டு ராஜினாமா செஞ்சாரே...'

'ஓ அவனா? நெசமாலுமே நல்ல டாக்டருதான்போல!'

'ஆமாமுங்க!'

'இந்த பாப்பாரவருங்க எப்படியோ படிச்சு மேல வந்துர்ராங்க! நம்ம பயலுவ என்ன செஞ்சாலும் முட்டி மோதி... நமக்கெல்லாம் அரசியல்தான் சரி!'

'சொல்லுங்கய்யா!'

'என்ன இருந்தாலும் நம்ம தமிழ் நாட்டு டாக்டர்! அரசு சார்புல ஒரு விழா ஏற்பாடு பண்ணனும்னுட்டு நம்ம ஹெல்த் செகரட்ரி சொல்லுதாரு! எதுனா ஆஸ்பத்ரி விழாவா செய்ங்க! முதலமைச்சர் தலைமை தாங்கிடறேன்னு சொல்லிட்டாரு! ஏற்பாடு பண்ணிட்டு என்கிட்ட தேதி வாங்கிக்கிங்க!'

சரிங்க!

●

'என்ன சாத்தப்பன், உங்ககிட்டேர்ந்து ஃபோனா. ஆச்சரியமா இருக்கே?'

'சார், இல்ல டாக்டர்! உங்கள கங்கிராஜுலேட் பண்ணத்தான் ஃபோன் பண்ணினேன். எவ்வளவு பெரிய அவார்ட்! எங்களுக்கெல்லாம் ரொம்பப் பெருமையா இருக்கு டாக்டர்!'

'தாங்க் யூ சாத்தப்பன்!'

'டாக்டர்! முதலமைச்சரே பேசினாரு. உங்களுக்கு ஸ்டான்லி ஆஸ்பத்திரி சார்பா ஒரு பாராட்டு விழா. அவரே தலைமை தாங்கறேன்னிருக்கார்! நீங்க ஒண்ணு ரெண்டு தேதி சொன்னா, அவருகிட்ட ஓகே வாங்கிடுவேன்!'

'அதெல்லாம் ஒண்ணும் வாண்டாம் சாத்தப்பன்! என்னோட கடமைக்கு அவார்டு. அவ்வளவுதான். ஒரு மாநில முதல்வர் பாராட்டு விழா நடத்தறதெல்லாம் அதீதம். தேவையில்லை!'

'சார் கொஞ்சம் யோசிங்க...'

'வேற ஏதாவது விஷயம் இருக்கா? தாங்க்ஸ் அகயின் ஃபார் யுவர் விஷெஸ் சாத்தப்பன்!'

●

'விடுங்க தலைவரே! அந்தப் பாப்பான் கெரகம் பிடிச்சவன்! அவனுக்குப் போய் பாராட்டு அது இதுன்னு...'

'போடா பாளையம்! நீ வெறும் முட்டாள் ரவுடி! அவனுக்கு பாராட்டு நடத்தி நான் எல்லா ஜாதியையும் அரவணைச்சுக்கறவன்னு பேர் வாங்கணும்டா! அடுத்த வருஷம் எலக்‌ஷன் வருது தெரியுமில்ல? தென்சென்னையில் ரெண்டு சதவீதம் ஓட்டு வெச்சிருக்கானுங்க!'

'தலைவரே! நா வேணா நேர்ல போய் மெரட்டி இட்டாரட்டா?'

'அடச்சீ! நீ சும்மா இரு, அது போதும்! சாத்தப்பனுக்கு ஃபோனப் போடு!'

'சொல்லுங்க முதல்வரய்யா?'

'அந்த டாக்டர் விழாதான் வாணானுட்டாரு. கோட்டைக்கு ஒரு முற வரசோல்லிடுங்க. முதல்வர் நேர்ல பாராட்டணும்ன்னாருன்னு...'

●

'என்ன சாத்தப்பன் மறுபடி மறுபடி... இந்த அவார்டு வந்தப்றம் உங்க ஆஸ்பத்திரிக்கு என் ஞாபகம் அடிக்கடி வருதே!'

'இல்ல டாக்டர், நீங்கதான் பாராட்டு விழா வேண்டாம்னுட்டீங்க. முதல்வர் உங்கள நேர்ல பாத்து பாராட்டணுமாம். நீங்க ஒரு முறை

செக்ரடேரியட்டுக்குப் போய்ட்டு வந்துருங்க. நா அப்பாயிண்ட் மெண்ட் வாங்கிடறேன்!'

'நோ சாத்தப்பன்! நான் யாரையும் போய் சந்திக்க விரும்பல. அவர்கிட்ட நாசூக்காச் சொல்லிடுங்க!'

●

'நாந்தான் சொன்னேனே தலைவரே, அந்தப் பாப்பான் திமிரு பிடிச்சவன்! ஏம்ப்பா செகரடரி! வேற எதுனா பார்ப்பானவருங்க பரிசு வாங்கியிருக்காங்களா சமீபத்துல? இந்த ஓடறது, தாண்டி குதிக்கறதுன்னுட்டு...'

'டேய் பாளையம்! சும்மா இர்ரா! சரி இத விடுங்க! ஏண்டா அந்த நாங்குநேரி தோட்டம் என்னடா ஆச்சு? அந்த வட்டச் செயலாளர்ட்ட கேளுன்னேன்னே!'

●

ஒரு வாரம் கழித்து......

'சார்! டீனுங்களா?'

'ஆமா சாத்தப்பந்தான் பேசறேன்?'

'நா முதல்வரோட செகரட்ரி பேசறேன். அவரோட உதவியாளர் பாளையம் திடீர்னு மயக்கம் அடிச்சு விழுந்திட்டாரு. உடம்பெல்லாம் வேர்த்து ஊத்துது! மூச்சு விட சிரமப்படறாரு!'

'உடனே இங்க கொண்டாங்க! நான் டாக்டருங்கள ரெடி பண்றேன்!'

'என்ன டாக்டர் கௌதம்! ரிப்போர்ட்டெல்லாம் என்ன சொல்லுது?'

'80% பிளாக். ஸ்மோக்கிங் வேற! ப்ரெஷர் 200 பை 160. பல்ஸ் எகிறியிருக்கு. பை பாஸ்தான். அதுகூட ஆர்ட்டரி கிடைக்குமான்னு தெரியல. உடம்பு தாங்குமான்னு சந்தேகமா இருக்கு...'

●

'என்ன சாத்தப்பன் இந்த நேரத்துல? மறுபடி பாராட்டு விழான்னு கேக்காதீங்க!'

'அதில்லை டாக்டர், ஒரு எமர்ஜென்ஸி!'

'சொல்லுங்க?'

‘பாளையம்னு முதல்வரோட உதவியாளர். மாஸ்ஸிவ் அட்டாக்! 80% பிளாக். இங்க டாக்டர்ஸ் கையைப் பிசையறாங்க! உங்களக் கூப்பிட தயக்கமா இருந்தது, ஆனாலும் வேற வழியில்லைன்னுதான்...’

‘என்னைக் கூப்பிட ஏன் தயக்கம்?’

‘இல்ல இவருதான் உங்கள கன்னாபின்னான்னு பேசி அவமானப் படுத்தினவரு, அதான்...’

‘என்னையா அவமானப்படுத்தினாரா எப்போ? எனக்கு ஞாபகம் இல்லியே! எனிவே, நான் உடனே வரேன்!’

டாக்டர் வைகுண்டம் தன் மாருதி ஆல்ட்டொ காரில் புறப்பட்டார்.

19

சட்டத்தை மீறுவதால்...

அப்போதெல்லாம் ஜெனரலாஸ்பத்திரி வாசலில் அத்தனை நெரிசல் இல்லாமல் இருந்தது. வக்கீல் பாண்டியன் ஸ்கூட்டரை அப்படியே கிடத்திவிட்டு எமர்ஜென்ஸிக்கு ஓடினார். வரிசையாகப் படுக்கைகளில் முக்கலும் முனகலுமாக ஆண்களும் பெண்களும் குழந்தைகளும், பார்க்க வந்தவர்களும், அதட்டியவாறே ஊடாடிய நர்ஸுகளும் வார்டு பாய்களும், டிஞ்சர் வாசனை, மருந்து வாசனை, க்ளோரின் வாசனை, ரத்த வாசனை, செத்த வாசனை.

அந்தச் சுவரோரத்தில் ஸ்ட்ரெச்சரில் கிடத்தியிருந்த அபிராமியைப் பார்த்துவிட்டார். கண் மூடி அசையாமல் தூங்குவதுபோலக் கிடந்தாள்.

மூச்சு வருகிறதா இல்லையா?

அருகில் மாலைமதி படித்துக்கொண்டிருந்த நீலப்புடைவைப் பெண்மணி.

'அய்யோ! என்ன ஆச்சு!'

'ஆரு நீயி? கூவாத! யோவ் கருப்பு கோட்டு வக்கீலு! இங்க என்னய்யா வேல உனுக்கு?'

'எம்பொஞ்சாதிம்மா! என்ன ஆச்சு? ஏன் டாக்டருங்க பாக்கலை?'

'ஓ! உம்பொஞ்சாதியா? அல்லா டாக்டரும் டூட்டில இருக்காங்கப்பா! அத்தோட இன்னிக்கு மூணாவது மாடில களேபரப்படுதே! தெற்குப்புயல் நடிகரோட அம்மாவ அட்மிட் பண்ணியிருக்காங்க! அல்லாரும் அங்கதான்! அவுரு என்னா செவுப்புன்ற! தோ, இந்தா கிட்டத்துல பாத்தேன்'

'பொஞ்சாதிக்கு என்னன்னே தெரியலியே! காலைல நல்லா இருந்தாங்கம்மா!'

'ஹார்ட் அட்டாக்குன்னாங்க வந்தப்ப பாத்த டூட்டி டாக்டரு!'

'அய்யோ ஹார்ட் அட்டாக்கா? அப்ப ஏன் வைத்தியம் பண்ணல?'

'அதான் சொன்னேனே! தெற்குப்புயல்னு! அந்தம்மா அசையாம கெடக்குதே, எனுக்கே பயம்மா இருக்குதுப்பா! நீ வேணா போய் டீன் ஆஃபீசாண்ட பாரேன்!'

'எங்க இருக்குது அந்த ஆஃபீசு?'

'ரெண்டாம் மாடி கோடீல! போ போ சீக்கிரம் போ!'

●

'மேடம்! என் ஒய்ஃப எமர்ஜென்சில போட்டு வெச்சிருக்காங்க! ஹார்ட் அட்டாக்குங்கறாங்க! டாக்டர் யாருமே வரல்லியே!'

'சார், இங்கல்லாம் வரக்கூடாது சார்! டீன் வர்ர நேரம்! நீங்க போய் வெயிட் பண்ணுங்க! டாக்டர் வருவாங்க!'

'மேடம் ப்ளீஸ்! உயிருக்கு எதுனா ஆய்டப்போவுதுங்க! யாராவது டாக்டர அனுப்புங்க!'

'இருங்க, இருங்க, பதறாதீங்க! டாக்டர் வருவாங்க. நீங்க இப்ப இங்கிருந்து உடனே போங்க. டீன் வந்தா நான் செத்தேன்!'

'சசி! ஹூ இஸ் திஸ்? என்ன ஆச்சு? வக்கீல் எதுக்கு இங்க?'

'.........'

'இஸிட்? வாட் நான்சென்ஸ்! சசி! நா எமர்ஜென்சிக்குப் போறேன்! டாக்டர் நரசிம்மன இண்டர்காமில பிடிச்சு அங்க அனுப்பு! ரைட் நௌ! ஐ மீன், ரைட் நௌ!'

'டாக்டர்! எல்லோரும் மூணாவது மாடில அந்த விஐபியோட அம்மா...'

'ஐ டோண்ட் கேர்! கெட் நரசிம்மன்! உடனே ப்ரிக்யூட்டேனியஸ் ட்ரீட்மெண்ட் ஆரம்பிக்கச் சொல்லு! ப்ரோண்ட்டோ!'

'கம் ஆன் லாயெர்!'

'மை காட்! கோல்டன் ஹவர்ஸை விட்டுறப்போறம்யா! இந்தம்மாவ உடனே தேட்டருக்கு மூவ் பண்ணுய்யா! எங்க அந்த கந்தப்பன்! உடனெ வரணும் இங்க! இல்லேனா சஸ்பெண்ட்தான்! கெட் தெ ஆக்ஸிஜன் யூனிட் ரெடி! கால் அவினாஷ்! நா அங்க வரதுக்குள்ள அனஸ்திஸிஸ்ட் வந்தாகணும்! மேரி! நைட்ரோக்ளிசரின் போடு! செக் தெ ப்ரெஷர்! டெனோர்மின் இஞ்செக்‌ஷன் குடு! ஜஸ்ட் கெட் மூவிங்!'

'டாக்டர்! ஆபத்தில்லையே!'

'பயப்படாத வக்கீல்! ஆபத்துதான்! ஆனா நாங்க எதுக்கு இருக்கோம்! அவ்வளவு சுலபமா சாக விட்ருவோமா? நீ போய் உக்காரு! கடவுள் நம்பிக்கை இருக்கா இல்ல, அந்த ஈரோட்டுத் தொண்டனா நீ?'

●

இருபத்திரெண்டு வருடங்களுக்குப்பிறகு...

'சாத்தப்பன்! நா நாளைக்கு ஆஸ்திரேலியா கிளம்பணும்! எனக்கு டைம் இருக்காது! அங்க பேச வேண்டிய ஸ்பீச்சே இன்னும் தயாராகலை! எத்தனை வேகன்ஸி இருக்கு! எல்லாமே ஷெட்யூல்ட்தானா?'

'ஆமாம் சார்! ஏழு இருக்கு சார்! எலிஜிபிள் அப்ளிகேஷனே நாலுதான் சார்!'

'என்ன நடக்குதுய்யா நாட்ல! எங்க காலத்துல எங்க வேணா போய் சேவை பண்ணத் தயாராய் இருந்தோமே! என்னோட முதல் போஸ்டிங் கருத்தட்டான்குடி பிரைமரி ஹெல்த் செண்டர்! அப்ப அங்க உட்கார ஒரு நல்ல நாற்காலி கெடையாது தெரியுமா? நின்னபடியே பேஷண்ட் பாத்திருக்கேன்!'

'சார் நீங்க இல்லேன்னா இண்டர்வ்யூ பண்ண யாரக் கூப்பிடறது?'

'ரூல்படி ஜிஹெச் டீனைத்தானே கூப்டாகணும்?'

'ஆமா சார்!'

'சரி கூப்டுக்கோ!'

'அவரா?'

'ஏன்யா இழுக்கற?'

'இல்ல, அவர் ரொம்பக் கெடுபிடி சார்! சும்மாவே குடாய்வார்!'

'இதுல முடியாதுய்யா! ஷெட்யூலெட் வேகன்ஸியாச்சே! வேற வழியில்லாம கையெழுத்து போட்டுத்தானே ஆகணும்!'

'சார்! நான் சாத்தப்பன் ஸ்டான்லிலேர்ந்து...'

'அட! சாத்தப்பன்! அப்பா எப்படி இருக்கார்! இன்னும் டையாலிஸிஸ் பண்ணறீங்களா?'

'நல்லா ஞாபகம் வெச்சிருக்கீங்களே! நல்லா இருக்கார் சார்! வயசு பிராப்ளம்தான்!'

'சொல்லுங்க! என்னை எதுக்கு கூப்டீங்க?'

'ஷெட்யூலெட் வேகன்ஸிக்கு ஒரு ஃபார்மாலிட்டிக்காக இண்டர்வ்யூ பண்ணனும்! நீங்க வந்து...'

'ஏன் ராஜாமணி இல்லியா?'

'அவரு குளோபல் மெடிகல் கான்ஃபரன்ஸுக்காக ஆஸ்திரேலியா போறார் சார்!'

'ஓ இந்த வருஷம் ஆஸ்திரேலியாவா? போன வருஷம் எங்க ஸ்பெயினா?'

கிழவர் சத்தாய்க்கிறார். சாத்தப்பன் மென்று விழுங்கினார்.

'சரி, என்னிக்கு?'

'புதன் கிழமை சார்!'

'ஃபைல் அனுப்பிடுங்க! நான் ஒன்பதுக்கெல்லாம் வந்துடறேன்!'

கான்ஃபரன்ஸ் ரூமுக்குள் நுழையும்போது கவனித்தார். நாலு பேர் இருந்தார்கள். ஐந்தாவதாக அந்த இளைஞன். முகத்தில் ஆயாசம். கன்னங்கள் ஒட்டி, கண்களில் ஒருவித அடிபட்ட பார்வை. நெற்றியில் விபூதி. வெள்ளைச்சட்டையின் ஊடே பூணூலின் கோடு தெரிந்தது.

ஷெட்யூல்ட் வேகன்ஸி என்று சாத்தப்பன் சொன்னாரே! யோசித்துக் கொண்டே ரூமுக்குள் போய் உட்கார்ந்தார்.

'காண்டிடேட்டை வரச்சொல்லு!'

எல்லாம் போஸ்டிங் கொடுத்தாகவேண்டிய கேஸ். ஏதோ ஒப்புக்கு இரண்டொரு கேள்வி கேட்டு ஃபைலில் கையெழுத்திட்டார்.

'அவ்வளவுதானே சாத்தப்பன்? நா கௌம்பலாமா?'

'ஆச்சு சார்! நீங்க இங்கயே வெயிட் பண்ணுங்க! நான் போய் கார் வந்துடுத்தானு பாத்துட்டு உங்கள கூப்பிடறேன் சார்!'

அவர் மெதுவாக வெளியே வந்தபோது அந்த இளைஞன் சட்டென்று அவரிடம் நெருங்கினான்.

'சார்...'

'சொல்லு!

'சார் நா ரெண்டு வருஷம் முன்னாடியே எம்பிபிஎஸ் முடிச்சுட்டேன்! டிஸ்டிங்க்ஷன் சார்! போஸ்டிங் இன்னும் கெடைக்கல!'

'ஏன் கெடக்கல?'

‘எங்கப்பா சாம்பசிவ அய்யர் சார்! அலமேலுமங்காபுரம் பிள்ளையார் கோவில் குருக்கள்!’

அவர் நிதானமாக அவன் சொல்லுவதை முழுவதுமாகக் கேட்டார்.

‘நீ இங்க வெயிட் பண்ணு!’

மறுபடி அறைக்குள் நுழைந்து உட்கார்ந்தார்.

சாத்தப்பன் வந்து, ‘கார் ரெடி சார்!’

‘சாத்தப்பன்! இன்னும் எத்தனை வேகன்ஸி இருக்கு?’

‘ஷெட்யூல்ட் இன்னும் மூணு பாக்கி இருக்கு சார்! அப்ளிகேஷன்தான் இல்லை!’

‘இந்தாங்க, இந்த கேண்டிடேட்டுக்கு போஸ்டிங் போடுங்க!’

‘சார்! இது ஷெட்யூல்ட் சார்! நீங்க சொல்ற ஆள்...’

‘இதுல எதாவது கஷ்டம் இருக்கா? சும்மா வேஸ்டாப் போகிற வேகன்ஸிதானே, போடலாமே?’

‘இல்ல சார்! போன வருஷமே ரெண்டு வேகன்ஸி ஃபில் ஆகாம ஹெல்த் டிபார்ட்மெண்ட்டுலேர்ந்து மெமொ வந்துடுத்து சார்! டீன் வேற ஊர்ல இல்ல...’

‘சரி, ஜட்ஜ் ஜெகவீர பாண்டியனுக்கு ஃபோன் போடுங்க! இதான் அவரோட நம்பர்!’

‘.........’

‘டாக்டர்! சொல்லுங்க! என்ன ஃபோனெல்லாம் பண்ணியிருக்கீங்க!’ கூப்பிட்டா நானே நேரே வருவேனே?’

‘எல்லாரும் சௌக்கியமா? அபிராமி எப்படி இருக்கா?’

‘நல்லா இருக்கா டாக்டர்! போன வாரந்தான் சின்னவளோட ஒரு மாசம் இருந்துட்டு கன்னெக்டிகட்டுலேர்ந்து வந்தா?’

‘எனக்கு ஒரு ஹெல்ப் வேணுமே?’

‘.........’

‘நான் இப்பவே ஹெல்த் மினிஸ்டர்ட்ட பேசறேன்!’

‘உங்களின் இந்த அவார்டு தமிழ் நாட்டுக்கே பெருமை. இப்போது உங்கள் மன நிலை எப்படி இருக்கிறது?’

அந்தச் சின்னப் பெண் கையைக் கத்திக்கப்பல்போல் வைத்துக் கொண்டு கொஞ்சிக் கொஞ்சிக் கேட்டாள்.

‘அன்று எனக்கு டாக்டர் வைகுண்டம் போஸ்டிங் வாங்கிக் கொடுக்கவில்லை என்றால் நான் ஏதாவது விபரீத முடிவை எடுத்திருக்கக்கூடும். இன்று டாக்டர் பிஸி ராய் அவார்டு வாங்கி, உங்கள் எல்லார் முன்னாலும் இந்த டீவி சானலில் பேசியிருக்க மாட்டேன்!’

டாக்டர் பஞ்சாபகேசன் தன் கோட்டின் நுனியைச் சரி செய்துகொண்டு அடுத்த கேள்விக்குத் தயாரானார்.

20

முன்னுரிமை

'சிம்ப்டம்ஸ் ஆர் க்ளியர் மை டியர் பியூலா! அக்யூட் ப்ரி ரீனல் கிட்னி ஃபெயிலியர்!'

'அய்யோ! பாவம் டாக்டர்!'

'சும்மா கண்ணாடி மாதிரி தெரியுதே! மூச்சு விட சிரமம், கை கால் வீக்கம், வாந்தி, அதோட வலிப்பு மாதிரி துடிக்கறான் பாரு!'

'புவர் ஃபெல்லோ டாக்டர்!'

'யெஸ்! டெஸ்ட் ரிசல்ட் பாத்தியா? ஆக்மீ இஸ் ரைசிங்!'

'பன்?'

'ப்ளட் யூரியா நைட்ரொஜென்! அதோட கிரியாடின் லெவல் பாரு, விஷம் மாதிரி ஏறிண்டு இருக்கு!'

'ஆமாம் டாக்டர்!'

'என்ன ஆச்சாம்?'

'ஆட்டோ ஓட்டறவர்! சென்ட்ரல் ஸ்டேஷன் கிட்ட நிறுத்திட்டு எறங்கும்போது சைடுல வந்து ஒரு மோட்டார் சைக்கிள் அப்படி இடிச்சு தூக்கிப் போட்டுட்டான்!'

'எவன்யா இந்த மாதிரி ஆசாமிகளுக்கெல்லாம் லைசென்ஸ் குடுக்கறாங்க! ராட்டன் டூ வீலர்ஸ்!'

'என்ன டிரிட்மெண்ட் புரொஃபசர்?'

'வேறென்ன, கிட்னி டிரான்ஸ்ப்ளாண்ட் பண்ணாத்தான் ஆசாமி பொழப்பான்!'

'இத்தோட பொஞ்சாதி வாசல்ல காத்திண்டு இருக்குது!'

'ப்யூலா! உனக்கு எல்லாருமே அஃறிணைதானா?'

'சாரி புரொஃபசர்!'

'ஓகே! இவர ஒடனே ஸ்பெஷல் ரூமுக்கு மாத்து! கெட் டாக்டர் சூரி! அண்ட் அவினாஷ் எங்க? உடனே வரச்சொல்லு! இத்தன பெரிய ஜெனெரல் ஆஸ்பத்திரியில ஒரே ஒரு ரீனல் ஸ்பெஷலிஸ்ட்! ப்யூலா! உடனே ராயப்பெட்டாக்கு இவரோட ப்ளட் பராமீட்டர்ஸெல்லாம் ஃபாக்ஸ் பண்ணி கிட்னி இருக்கான்னு கேளு. க்விக்! கால் மதுரை ஆல்ஸொ! ரைட் நௌ! ஸ்டாப் ஆல் மை ஃபோன் கால்ஸ்!'

'டாக்டர்! இவங்கதான் அத்தோட... சாரி, அவரோட பொஞ்சாதி!'

'த பாருமா! அவரோட கிட்னி டாமேஜ் ஆயிருச்சு! ஆப்பரேஷன் பண்ணினா சரியாய்டும்! கவலைப்படாதீங்க! என்ன, நா பாத்துக்கறேன்! நீங்க போய் அங்க என் ரூமுக்கு வாசல்ல சேர்ல உக்காருங்க! ப்யூலா! கெட் ஹர் சம்திங் டு டிரிங்க்! காண்டீன்ல வட போண்டா ஏதானும் வாங்கி வரச்சொல்லு.'

'ஒண்ணியும் வானாங்கய்யா! அவுரு உயிர் பொழச்சாப் போறும் எனக்கு!'

'உன் ஒடம்ப நீ பாத்துக்க வாணாமா! போம்மா நான் இருக்கேன்ல, பாத்துக்கறேன் உம் புருஷன!'

'டாக்டர்! கால் ஃப்ரம் சிஎம் ஆஃபீஸ் அர்ஜண்ட்!'

'சிஎம்ஓ, யூ மீன்?'

'இல்லை டாக்டர்! முதலமைச்சர்!'

'எஸ்?'

'டீன் சாரா?'

'ஆமாம்!'

'நான் சிஎம்மோட ஸ்பெஷல் பிஏ சரவணன் ஐஏஎஸ் பேசறேன்! சிஎம்மோட மச்சானுக்கு திடீர்னு கிட்னி ஃபெயில்யூர் ஆகி மெர்குரி ஆஸ்பிட்டல்ல இருக்காரு. உடனே கிட்னி டிரான்ஸ்ப்ளாண்ட் பண்ணனும். உங்க ஆஸ்பிடல்ல மாற்று கிட்னி இருக்கா?'

'எனக்கு பாராமிட்டர்ஸ் அனுப்புங்க, பாக்கறேன்!'

'உங்களுக்கு ஃபாக்ஸ் வந்துண்டே இருக்கு டாக்டர்!'

'அவினாஷ்! இந்த அதிசயத்தப் பாரேன்!'

‘ஓ மை காட்! அதே செட் ஆஃப் பாராமீட்டர்ஸ்! இப்ப ஒரேமாதிரி ரெண்டு கிட்னிக்கு எங்க போறது?’

‘ப்யூலா? என்ன இப்படி ஓடி வர?’

‘மதுரைல கிட்னி கெடச்சிருக்கு!’

‘கிரேட்! அதிர்ஷ்டக்காரன்யா அந்த ஆட்டோ! அவனவன் மாசக்கணக்காக் காத்துண்டு இருக்கானுவ, இவனுக்கு ஒரே நாள்ள! வெரி குட்! உடனே அனுப்பச் சொல்லு! அவினாஷ்! நீ கொஞ்சம் லாஜிஸ்டிக்ஸ பாரு! ப்ளேன் எப்ப?’

‘புரொஃபசர்! இன்னிக்கு ஆறு மணிக்கு கிட்னி நம்ம கைல வந்துரும்!’

‘குட்! ப்யூலா! ஆபரேஷனுக்கு ஏற்பாடு பண்ணு! அனுஷா வந்தாச்சா! அனஸ்திஸிஸ்ட் உடனே வரணும்! எனக்குக் கொஞ்ச டிஸ்கஸ் பண்ணனும்! ப்யூலா! வீட்டுக்கு ஃபோன் பண்ணிடு! நா ராத்திரி வரமாட்டேன்னு! இந்த ஃபைல்ஸெல்லாம் க்ளியர் பண்ணிட்டு இன்னும் ஒன்னவர்ல நா ரெடி! ஆல், கெட் கோயிங்! ப்ரோண்டோ!’

‘புரொஃபஸர்! மெர்குரி ஆஸ்பிடல்! சிஎம்மோட மச்சான்!’

‘ஓ! சாரி! நோ கிட்னி! நம்மகிட்ட இல்லன்னு சொல்லிடு!’

‘ஆனா டாக்டர்! அவங்க மதுரைல கேட்டிருப்பாங்க! அங்கிருந்து சமாசாரம் போய்டும்!’

‘நம்ம பேஷண்ட் எப்ப அட்மிட் ஆனாரு?’

‘இன்னிக்கு காலை 9 மணிக்கு!

‘சிஎம் மச்சான் ஃபோன் எப்ப வந்தது?’

‘இப்பத்தான் 12 மணிக்கு!’

‘தட்ஸ் இட்! நம்ம பேஷண்ட்டுக்குத்தான் முன்னுரிமை! ரூல்ஸ், யூ சீ!’

‘புரொஃபசர்! அவர் முதலமைச்சரோட மச்சான்!’

‘சோ வாட் அவினாஷ்! ப்ளடி டிரக்ஸ் அண்ட் ஆல்கஹால் அப்யூஸ்! போறாத்துக்கு தங்க பஸ்பம்! டாக்ஸின் ஓவர்டோஸ்! திமிர்! மற அவனை!’

‘டாக்டர்! சிஎம் ஆஃபீஸ்லேர்ந்து மறுபடி ஃபோன்!’

‘அவினாஷ்! நாந்தான் அப்பவே வீட்டுக்கு போய்ட்டேனே!’

‘டாக்டர்?’

‘எஸ்! நா இப்ப ஹாஸ்பிட்டல்ல இல்லியே! சொல்லிடு!’

நள்ளிரவு தாண்டி மணி இரண்டு.

‘எஸ் அவினாஷ்?’

‘ஆக்மீ இஸ் ரெகுலர்! கிரியாடின் குறைஞ்சாச்சு!’

‘செக் த கத்தீட்டர்!’

‘யூரின் கலெக்ஷன் ஆறது டாக்டர்!’

‘இனிமே பொழச்சுப்பான்! ஃப்யூ! அந்தம்மாவ கூப்பிடு!’

‘ஒண்ணுமில்லம்மா! உங்க வீட்டுக்காரரு பொழச்சுப்பாரு! நிம்மதியா தூங்குங்க! ராத்திரி சாப்பிட்டீங்களா?’

‘எங்க டாக்டர்! நா வாங்கிக்கொடுத்த தயிர்சாதம் அப்படியே பொட்டலம் பிரிக்காத வெச்சுட்டாங்க!’

‘போங்கம்மா! சாப்பிட்டு ரெண்டவராவது தூங்குங்க! இன்னும் நாலு நாள்ள பேசிடுவாரு! பத்து நாள்ல வீட்டுக்கு போலாம்! உப்பு கம்மியா சாப்பாடு போடுங்க! இன்னமே நான்வெஜ் வாண்டாம்! நா எழுதித்தரச் சொல்றேன்!’

‘ரொம்ப நன்றிங்க எஜமான்!’

‘ப்யூலா! டபிள் ட்யூட்டியா?’

ஆமா டாக்டர்! காலைல எட்டு மணிக்குப் போறேன்!’

‘அவினாஷ்! நீயும் இரு! நான் எட்டு மணிக்கு வந்துடறேன்! நீ அப்பறம் போ! அண்ட் இம்ம்யூனோ சப்ரெஸ்ஸிவ் பாத்துண்டே இரு!’

‘நிச்சயமா புரொஃபசர்! நீங்க தூங்கிட்டு மெதுவா பத்து மணிக்கு வாங்க! நான் இருக்கேன்!’

ஒருவித ஆயாசத்திலும் உயிர் காத்த சந்தோஷம் கொப்பளிக்க காரிடாரில் டாக்டர் வைகுண்டம் நடந்து போனார்.

‘ப்யூலா! எத்தனை வருஷமா நீங்க புரொஃபசரோட வேல செய்யறீங்க!’

‘என்னா அவினாஷ்?! திடீர்னு கேக்கறே?’

‘சொல்லுங்க ப்யூலா?’

‘அதாச்சுப்பா எட்டு வருஷம்!’

‘அவர் குறும்பாக் கண்ணடிச்சுப் பாத்திருக்கீங்களா?’

‘யாரு நம்ம புரொஃபசரா? கண்ணடிச்சா? அதும் குறும்பாவா? சான்ஸே இல்ல?’

‘இன்னிக்கு அடிச்சாரு, ரெண்டு தடவை!

‘எப்பப்பா? நா பாக்காம போய்ட்டேனே?’

‘சுமாரா முப்பத்தி அஞ்சு வரிகளுக்கு முன்னால்!’

21

தேன், கெட்டதேன்

'ப்யூலா! என்ன சத்தம் அங்க?'

'இதோ பாக்கறேன் புரொஃபசர்!'

'யாருய்யா அது? டீன் ரூம் வாசல்ல வந்து தகறாரு பண்ணிக்கினு இருக்கீங்க? என்னா வோணும்?'

'நர்சம்மா! இத்தக் கேளுங்க!'

'யோவ்! நான் நர்ஸு இல்லைய்யா! சொல்லு!'

'புள்ள சாகக் கெடக்குது! பெரிய டாக்டர இட்டாந்து பாக்க சொல்லுன்னா, முடியாதுன்றாரு! அதான் பெரிய டாக்டரண்டவே வந்துட்டம்!'

'அவினாஷ்! டீன் சத்தம் போடறாரு! என்ன ஆச்சு?'

'ப்யூலா! நானே டீனப் பாக்கத்தான் வர்ரேன்! இந்தாளுங்க தொல்ல தாங்க முடியல!'

'யாய்! ஆரப் பாத்து...'

'த சும்மாருய்யா! இதென்ன உங்க பேட்டைன்னு நெனச்சியா? செக்யூரிட்டியக் கூப்பிட்டு வெளில தொர்த்திடுவேன்! கம்முனு இரு! விஜாரிக்கலாம்!'

டீன் வெளியே வந்து விட்டார்.

'ப்யூலா! வாட்ஸ் ஹேப்பனிங்? அவினாஷ்! நீயும் இங்கதான் இருக்கியா?'

'அய்யா பெரிய டாக்டரய்யா! நீங்களே வந்து பாருங்கய்யா!'

'வரேன் வரேன்! என்ன அவினாஷ்! என்ன நடக்குது?'

'எட்டு வயசுப் பொண்ணு டாக்டர்! ஸ்கின் அலர்ஜி! எங்கியோ ஆயுர்வேதிக் ட்ரீட்மெண்ட் பாத்துருக்காங்க! அதுல ஃப்ளேர் அப் ஆகியிருக்கு. பார்த்தா, ய பிட் சீரியஸ் புரொஃபசர்!'

'என்ன பண்ணினே?'

லம்பார் பங்க்சருக்கு குடுத்திருக்கேன்.'

வெல்! யு டிட் ரைட்! அப்ப என்ன கூச்சல்?'

'நீங்கதான் பாக்கணுமாம்! பொண்ணு சீரியஸ் கேஸுன்னு ரகளை!'

'இங்க வாங்க! இந்தாங்கம்மா, நீங்க பொண்ணோட அம்மாவா? டெஸ்டுக்கு போயிருக்கு. ரிசல்ட் வந்தவுடனே நா வரேன்! ஏன்மா லேட்டா வர்ரீங்க! இங்கல்லாம் இலவசம்தானே! உடனே வந்துட வாண்டாம்? நீங்க லேட் பண்ணிட்டு இங்க வந்து சத்தம் போட்டா எப்படி?'

'இல்லீங்க! அவரு சின்னப் பையனா இருக்காரு! அதான் நீங்க பாக்கணுமின்னு விருப்பப்பட்டோம்! ஒரே பொண்ணுங்கய்யா இந்தம்மாவுக்கு!'

'இவரும் நல்ல டாக்டருதான்யா! சரி சரி காத்திருங்க! நானே வந்து பாக்கறேன்!'

'அவினாஷ்! ப்யூலா! லெட்ஸ் கோ!'

'அவினாஷ்! ப்ளீஸ் நோட் த ராஷெஸ்? மெனிஞ்செடிஸ்! காட் ஃபர்பிட்! செப்டிகேமியா! கிளாஸ் டெஸ்ட் பண்ணினியா?'

'இல்ல டாக்டர்!'

'டூ இட்! ரைட் நெள!'

'நாட் கிளியர் டாக்டர்!

'ஐ தாட் ஸொ! லம்பார் ரிஸல்ட் கொடு!'

'ஓப்பனிங் ப்ரெஷர் அதிகமில்லையே! மெனிஞ்சோகோகல் வைரஸ்னு நிச்சயமாச் சொல்ல முடியாது! ஹோப் இட் ஈஸ் நாட்! அட்மினிஸ்டர் கார்டிகொ ஸ்டிராய்ட்ஸ்! வேற வழி இல்லை! அப்சர்வ் ஹர். பிளட் ப்ரெஷர் எப்படி இருக்கு? ஷாக் இருக்கா?'

'பிரஷர் லோதான் டாக்டர்! மைல்ட் ஷாக் இருக்கு!'

‘ஓகே! நீ உடனே இண்ட்ராவீனஸ் ஃப்ளூயிடுக்கு ஏற்பாடு பண்ணு! ரொம்ப குளோஸா வாட்ச் பண்ணு அவினாஷ்! சாரி! இன்னிக்கு உனக்கு 24 மணி ட்யூட்டி! எனக்கும்தான்!’

‘ஓகே டாக்டர்!’

‘ப்யூலா! அவங்களக் கூப்பிடு!’

‘எப்பலேர்ந்தும்மா இந்த மாதிரி இருந்தது?’

‘ஒரு வாரமா டாக்டர்!’

‘ஒரு வாரம் என்னம்மா பண்ணினீங்க?’

‘ஆயுர்வேத டாக்டராண்ட காட்னேங்க! அவ்ரு பவுடர் குடுத்து தேன்ல கலந்து உடம்புல தேக்கச் சொன்னாருங்க! அது தேச்சப் பிற்பாடுதான் பெரிசாயிடுச்சுங்க!’

‘ஆமாங்கய்யா! அவனப் பிடிச்சுக் கட்டிப்போட்ருக்கமில்ல! கொழந்தைக்கு எதுனா ஆச்சுன்னா அவனப் பொலி போட்றுவம்!’

‘யோவ் அதெல்லாம் கூடாதுய்யா! அவனும் படிச்சவன்தானே? அந்த டாக்டரக் கூப்பிட்டு வாங்க! நான் பேசறேன்!’

‘இதோ இவந்தான் அந்த வைத்தியன்! டாய்! வாடா இங்க!’

‘இந்தாய்யா! விடு அவர! நீங்க உள்ள வாங்க! ப்யூலா! கீப் தெம் அவே!’

‘கொழந்த பொழச்சுப்பா! ஆமா, நீங்க என்ன மருந்து குடுத்தீங்க?’

‘சார்! டாக்டர்!’

‘டாக்டர்னே கூப்பிடுங்க!’

‘டாக்டர்! கொழந்தைக்கு கப உடம்பு. சட்டுன்னு தோலைப் பாதிக்கற விஷயங்கள் நெறைய இருக்கு. நா பார்த்தவரைக்கும் அவளுக்கு இருந்தது தத்ருன்னு ஆயுர்வேதத்துல சொல்வோம். அதனால சரசபரில்லான்னு மூலிகை...’

‘நன்னாரி இல்ல நறுநேட்டிம்போமே, அதுவா?’

‘அட! அதேதாங்க! அதத் தேனுல குழைச்சு தடவச் சொன்னேன். தப்பே ஆவாதுங்க! இவங்க என்ன பண்ணினாங்களோ என்னமோ என்னையப் போட்டு அடிக்க வர்ரானுங்க! காப்பாத்துங்க டாக்டர்!’

‘பயப்படாதீங்க! ஆமா தேன் நீங்களே குடுத்தீங்களா?

‘இல்ல டாக்டர்! கடையில வாங்கிக்கச் சொன்னேன்!’

‘அதான், அங்கதான் பிராப்ளம் இருந்திருக்கணும்! ப்யூலா? அந்தம்மாவ மட்டும் கூப்பிடு!’

‘ஏம்மா இவரு குடுத்த மருந்த தேன்லதானே கொழைச்சு தடவினீங்க?’

‘ஆமாங்கய்யா!’

‘தேன் எங்க வாங்கினீங்க?’

‘போன மாசம் ஒரு பொண்ணு வாசல்ல வந்து வித்திச்சு! அத வாங்கி வெச்சேன்!’

‘அந்த பாட்டில் எடுத்துட்டு வாங்க! நான் டெஸ்ட் பண்ணச் சொல்றேன்!’

‘குழந்த பொழச்சுக்குமா அய்யா?’

‘பார்ப்போம்மா! சுலபமா விட்றுவோமா? நாங்கல்லாம் டாக்டருக்குப் படிச்சுட்டு எதுக்கு இருக்கோம்?’

‘ப்யூலா! செக் வித் அவினாஷ்!

‘ஸ்டேபிள் டாக்டர்!’

‘வாட்ச் தி ரேஷஸ்!’

‘ஷ்ரிங்கிங்!’

‘தாங்க் காட்! மெனிஞ்சோகோக்கல் இல்லை! தப்பிச்சா கொழந்த! நாளைக்கு எதுக்கும் வாக்ஸினைப் போட்டுடு! ACW135 ஸ்டாக் இருக்கா? இல்லேன்ன கெட் இட் ஃப்ரம் ராயப்பெட்டா!’

புரொஃபசர்! பேஷண்ட் ஸ்டேபிள்! ராஷஸ் டௌன்! ப்ரெஷர் நார்மல்!’

‘குட்! அவினாஷ்! இந்தம்மா பாட்டில் தேன் தருவாங்க! லாப்க்கு அனுப்பிடு! ஐயாம் அல்மோஸ்ட் ஷ்யூர்! ப்யூலா! எல்லோரையும் கூப்பிடு!

‘த பாருங்கய்யா! இந்த டாக்டர் குடுத்த மருந்து சரியான மருந்துதான்! அந்தம்மா ஏதோ கெட்டுப்போன தேன்ல குழச்சதால பொண்ணுக்கு அலர்ஜியாப் போயிடுச்சி! இப்ப ஒண்ணும் கவலை இல்ல!’

‘அடங்கொன்னியா! தேனா கெட்டுப்போச்சி! தேன் கெடாதுன்னுவாங்களே!’

‘அதெல்லாம் நல்ல தேனு! இது என்ன கலப்படமோ! நீங்க தப்பு பண்ணிட்டு இவர மெரட்டறீங்களே?

‘மன்னிச்சுக்கங்க வைத்தியரய்யா!’

‘அடப்போய்யா! நா ஊர விட்டே போறன்!’

‘பெரிய டாக்டரய்யா! ரொம்ப நன்றிங்க!’

‘இந்தாம்மா! கொழந்த இன்னிக்கு இங்கவே இருக்கட்டும்! நாளைக்கு அழச்சிட்டு போங்க! அவினாஷ்! அந்த பெட் நம்பர் 14 எப்படி இருக்காங்க?’

‘ஏம்மா! பைலாம்மா?’

‘யோவ்! எம்பேர் ப்யூலாய்யா!’

‘சரிங்க! பெரிய டாக்டர் தெய்வம்மா! ஒரே நாளுல பொண்ணப் பொழைக்க வெச்சுட்டாரு! இன்னைக்கே அவர் பேருல முப்பாத்தி அம்மன் கோவில்ல அர்ச்சன ஒண்ணும் பண்ணிடறேன்! ஆமா அவர் பேரு என்னம்மா!’

‘அவர் பேரு வைகுண்டம்! டாக்டர் வைகுண்டம்!’

22

இட் ஈஸ் ஓகே...

தன் லெதர் பையை ஓரமாக வைத்துவிட்டு அவர் டேபிள் மேல் அந்தப்பக்கத்தில் வைத்திருந்த ஒரு மத்திம வயசு ஆளின் ஃபோட்டோவை உற்றுப்பார்த்தார். சில வினாடிகள் அவர் வாய் ஏதோ முணுமுணுத்தது. தெருவில் நடக்கும்போது சட்டென்று எதிர்ப்படும் பிள்ளையாரைப் பார்த்து அவசரக் கும்பிடு போடுவதுபோல ஒரு சைகை செய்தார்.

பரபரப்பாக உள்ளே நுழைந்த ப்யூலா ஒரு ரோஜாப்பூவை அவரிடம் கொடுக்க அதை அந்தப் படத்தின் முன் வைத்துவிட்டுத் திரும்பினார். இடி இடிக்க ஆரம்பித்தது.

'ப்யூலா! யாரோட வேல இது?'

ஜன்னல் பக்கம் பெரியவரின் ரிவால்விங் நாற்காலிக்குப் பின்புறம் சுவற்றில் சாய்த்து வைக்கப்பட்டிருந்த குழல் சகித கிருஷ்ணன் படத்தை ரசித்தபடி இருந்த டாக்டர் நிர்மலா சற்று அதிர்ச்சியானாள்.

வாயில் வெண்ணை ஒழுக, கையில் குட்டிப் புல்லாங்குழல். சிரிக்கும் கிருஷ்ணன். மடித்த கொழுக் மொழுக் கால்களில் பொன்னிறத் தண்டைகள் முத்துப்பரல்களுடன்... கொள்ளை அழகு.

'இந்த மாதிரிப் படமெல்லாம் இங்க உள்ளவே வரக்கூடாதுன்னு சொல்லியிருக்கேனே, ஹூ இஸ் த கல்ப்ரிட்?'

நேற்றுதான் அந்தத் திருநெல்வேலி குருக்கள் வந்திருந்தார். அவரோட மனைவியை செலவே இல்லாமல் ஜி ஹெச்சில் அட்மிட் பண்ணி, ஆபரேஷன் செய்து தேற்றி அனுப்பியிருந்தார் பெரியவர். அதற்கு வாத்ஸயமாய் குருக்கள் குருவாயூர் போனபோது பெரியவருக்கென வாங்கியிருந்தாராம். ஆசையாகக் கொடுத்துவிட்டுப்போனார்.

படத்தின் கிருஷ்ணனின் சாயல் துருவ் போலவே பட்டது ப்யூலாவுக்கு. அதனாலாயே டேபிளின் ஓரத்தில் சுவற்றில் சாய்த்து வைத்திருந்தாள். பெரியவர் சந்தோஷமாவார் என்ற எதிர்பார்ப்பு இப்போது ஃபணால்!

'ப்யூலா! என்ன ஏதாவது செடேஷன் போட்டிருக்கியா? கமான் ஸ்பீக் அப்!'

குரல் படபடப்பாய்த் தெறித்தது.

'இல்ல புரொஃபசர்! நேத்து அந்த திருநெல்வேலி...'

முடிப்பதற்குள் பெரியவரின் சத்தம் இன்னும் இரண்டு டெசிபல் உசந்தது.

'யாரு, அந்த கோவில் ஆசாமியா? சரி, அவந்தான் ஏதோ எம்மேல நன்றியில குடுத்தான்! உனக்கு எங்க போச்சு புத்தி? இங்கல்லாம் எல்லா வகையான ஆட்களும் வருவா! அவங்ககிட்ட நான் தீவிர வைஷ்ணவன்னு காட்டிக்கணுமா? அண்ட் ஐயாம் நாட் ஒன்! சரி, முதல்ல எடுத்து இதோ நிர்மலாகிட்ட குடு! உனக்கு வேணுமானா நீ வெச்சுக்கோ! பட் ஆஸ்பிட்டல்ல இருக்கப்படாது!'

டாக்டர் நிர்மலா பதில் பேசுவதற்குள் மீண்டும் இடிக்க ஆரம்பித்தது.

'நிர்மலா! என்ன இது? 65ஆம் நம்பர் பெட் ஆசாமி நேத்து வாமிட் எடுத்தானாமே! வித் ப்ளட் டிரேசஸ்! என்ன டெஸ்ட் பண்ணினீங்க?'

'எண்டோஸ்கோபிக்கு பிளான் பண்ணினோம் புரொஃபசர்! இன்னிக்கு பதினோரு மணிக்கு சியாமளா வந்துர்வேன்னு...'

'மை ஃபுட்! ரப்சர்ட் ஈஸோஃபேகஸ்! க்ரோனிக் ஹெப்படைடிஸ்! டெஸ்ட் பண்ணினீங்களா?'

'இல்ல டாக்டர்! நான் என்ன நெனச்சேன்னா...'

'ஷட் அப்! நீ என்ன வேலூர் வைத்தியனா? நெனச்சேன்னா அது இதுன்னு... டையக்நோஸ்டிக்ஸ் மை டியர் கேர்ள்! எதேச்சையா நேத்து ராத்திரி லாஸ்ட் ரவுண்ட்டும்போது சார்ட்டைக் கவனிச்சேன்!'

'சாரி புரொஃபசர்! இப்பவே போய்...'

'நான் நேத்தே பண்ணியாச்சு! ஹீ ஈஸ் அண்டர் மெடிகேஷன்! போய்ப் பாரு! கீப் ய வாட்ச் ஆன் ஹிம்!'

நிர்மலா உதிர்ந்த சருகாய் வெளியேற மீண்டும் பெரியவர் குரல்.

'ப்யூலா!'

அடுத்த அரைமணி நேரம் மனிதர் ஒவ்வொரு கேஸ் டையரியைப் பார்த்து, டாக்டர்களைக் கூப்பிட்டுக் கூப்பிட்டு விரட்டினார்.

பதினோரு மணிக்கு அரைமணி நேரம் இண்டர்னல் மீட்டிங் போட்டார்.

'ராஜு! வாட்ஸ் ஹெப்பனிங் இன் யுவர் செக்ஷன்?'

'எல்லாம் ஓகே புரொஃபசர்!'

'ப்ளடி ஹெல்! நாட் ஓகே க்வாக்! நாட் ஓகே! நேத்து ஏழு மணிக்கு ஓபிலேர்ந்து அனுப்பின பேஷண்ட்? என்ன கேஸ், சொல்லு?'

'அது டாக்... சாரி... புரொஃபசர்... வயத்த வலி கேஸ்...'

'வயத்த வலியா? நீ எல்லாம் எங்க மேன் மெடிசன் படிச்சே? கோவிலடி வைத்தியர் மாதிரி வயத்த வலி கேஸ்... காட்டாம்மிட்! சிக்மாய்டோஸ்கோபிக்கு வந்தா நாளைக்கு கார்த்தால பாக்கறேன்னு கிளம்பிப்போயிருக்கே! வாட் நெக்லிஜென்ஸ்!'

மீட்டிங் முழுக்க எல்லாரையும் காச்சு காச்சென்று காய்ச்சினார்.

'ப்யூலா! செக்ரட்டேரியட் போறேன். ஹெல்த் மினிஸ்டரோட மீட்டிங். ரெண்டு மணிக்கு வந்துருவேன். அவினாஷ்! ஐ வாண்ட் டு சீ யுவர் ரிப்போர்ட் ஆன் பெட் நம்பர் 24! காஃபி கிரவுண்ட் எமெஸிஸ் ரிப்போர்ட்!'

'எஸ் டாக்டர்!'

அவர் போனதும் அங்கே அமைதி. நிர்மலாதான் பேசினாள்

'அப்பா! என்ன கமாண்ட்! ஹீ இஸ் ய கொலோஸஸ்!'

'கிரேட் மேன்! ஆனா அவர தினமும் சமாளிக்கறதுதான்... பல சமயம் பயந்துபோய்டறேன் நானே!'

'பாவம் ப்யூலாதான்! எந்நேரமும் அவர் கிட்ட... எப்படிதான் மானேஜ் பண்றீங்க ப்யூலா?'

'இல்ல டாக்டர்! எனக்குப் பழகிப்போச்சு!'

'நீங்க சொல்றீங்க ப்யூலா. ஆனா அந்த கிருஷ்ணர் படத்துக்கு இன்னிக்கு உங்கள என்னமா சத்தம் போட்டார்! அவருக்காகத்தானே அத அங்க வெச்சீங்க?'

'இல்ல டாக்டர் நிர்மலா! அவரப்பத்தி இன்னும் முழுசா உங்களுக்கு தெரியல!'

•

அந்த மோட்டார் சைக்கிள் வெண்ணை தடவின மின்னலாய்ப் பறந்தது. மகாபலிபுரம் ரோடில் டிராஃபிக் இல்லாத மதியம் அத்தனை ஏகாந்தம். எதிர்க்காற்று முகத்தில் தெறிக்க மணிக்கட்டின் திருகலில் வேகம் அவனுக்கு போதை அளித்திருக்கவேண்டும். பின்னால் அந்த குண்டு மனைவியும் பயத்துடன் கணவனின் உத்ஸாகத்தை ரசித்தாள். இடது புறம் தூரத்தில் நீலம் பாரித்த கடலின் நடுவில் வெள்ளை நுரைக்கோடுகள். மேலே ஒன்றிரண்டு நாரைகள் மதிய சியஸ்டாவுக்குப் போய்க்கொண்டிருக்க, தூரத்துப் பனை மரங்களின் வரிசை. அன்று காலை அதே ரோடில் பயணித்த வேல்முருகன் லாரி சர்வீஸ் வண்டியின் பின்புறத்திலிருந்து விழுந்த ஒற்றைக்கருங்கல் ஜல்லியின் கூர் முனை அந்த மோட்டார் சைக்கிளின் முன் சக்கரத்தை நிரடிய கணப்பொழுதில் ஒரு உயிர் போய் பல உயிர்கள் வாழப்பெற்றன.

'ராஜு! அட்மிட் தெம்! புரோண்டோ! ட்ரெளமா கேர்ல வரச்சொல்லு!'

'டாக்டர்! ஆள் சிங்கிங்! பல்ஸ் பிலோ 30!'

'லேடி?'

'ஷி வில் சர்வைவ்! விழுந்த அதிர்ச்சியில அப்படியே இடது புறமாத் தூக்கி எறிஞ்சிருக்கு! அந்த நெருஞ்சிப் புதர்மேல விழுந்ததால ஸ்கல் தப்பிச்சுது. உடம்புல முள் இஞ்சுரி! ஷாக்! ட்ரெளமா!'

'புரொஃபசர்! ஆளை நெனச்சா எனக்கு கவலையா இருக்கு!'

'என்ன ஸ்டேடஸ்?'

'விப்லாஷ், நெக் ஸ்டிரெயின், லாஸிரேஷன் அண்ட் ஸ்கின் பேர்ன்ஸ்!'

'இண்டர்னல் ஃபங்ஷன் எப்படி?'

'ப்ரெயின் டாமேஜ் சிவியர். லிவர், லங்ஸ் ஹார்ட் ஆல் இன் குட் கண்டிஷன்!'

'பட் இம்பாக்ட்ல ஆள் எனி டைம் கோமால விழுந்திருவான்!'

'இப்பவே இண்டர்மிடண்ட் சீஷர், கன்வல்ஷன் இருக்கு! லுக் அட் த ஐஸ்! தோஸ் ப்யூபில்ஸ்!'

'முழுக்க டைலேட் ஆகியிருக்கு புரொஃபசர்!'

'சர்வைவல்?'

'லெஸ் தேன் 5%'

‘அப்ப ஹார்வெஸ்ட் பண்ண பர்மிஷன்?’

‘ஒய்ஃப் முழிச்சுக்குவா? கேக்கலாம்!’

உடல் முழுவதும் கட்டுக்களாய் பலவித எந்திரங்கள் இணைக்கப் பட்ட மத்திம வயது ஆள் விபத்தின் மிச்சமாய்ப் படுத்திருந்தான். கண்கள் மூடியிருந்தன.

‘த பாரும்மா உன் ஹஸ்பண்ட் பொழக்கிறது கஷ்டம். சாரி! அவரோட டாமேஜ் அதீதம்! அத்தனை வேகத்தில் போயிருக்கிறீர்கள்! நீ போய் அவர் பெட்கிட்ட உக்காரு. அவர் கையைப் பிடிச்சுக்கோ! ஸ்டே லைக் தட்! டாக் டு ஹிம்! அவருக்குப் புரியும்!’

மனைவி கையைப் பிடித்துக்கொண்டு உட்கார்ந்தாள். அழுதாள். யோசித்தாள். பேசினாள்.

‘அமைதியா போய்ட்டு வாப்பா! எவ்ளோ ஜாலியா இருந்தோமில்ல! அவ்வளவுதான் முடிஞ்சு போச்சு! எனக்காக மேலே காத்திரு! ஒரு விஷயம்! உன்னோட உறுப்பெல்லாம் தானம் பண்ணச் சொல்லி பெரிய டாக்டரு கேட்கறாருப்பா! உனக்கு அது சம்மதமா இருக்கும்னு தெரியும். ஏனா நீ ரொம்ப நல்லவன்ப்பா!’

மனைவி உடைந்து குலுங்கினாள்.

●

‘மை காட்! இவ்ளோ ட்ரெளமாவா உன் லைஃப்ல, ப்யூலா?’

‘முழுக்க முழுக்கப் பெரியவர்தான் எனக்குத் துணை. கூடவே இருந்தார். ஊர்லேர்ந்து வந்த எங்க ஜனம் எல்லாரையும் தன் வீட்ல தங்க வெச்சார். ஆர்கன் ஹார்வெஸ்ட்டுக்கு லட்ச ரூபாய் வாங்கி அவரோட அப்பாகிட்ட குடுத்தார். மந்திரி வரைக்கும் போய் ஆர்க்யூ பண்ணி ஒரு குவாலிஃபிகேஷனும் இல்லாத எனக்கு இங்க ஜிஹெச்சுலயே வேல. ஒரு வருஷம் டிரெயினிங். எனக்கு வேலையே தெரியாது. அவரே முன்ன நின்னு என்னை டிரெயின் பண்ணி அவரோட அஸிஸ்டண்ட்டாவே வெச்சுண்டார்!’

‘ஆனா இன்னிக்கு அந்த கிருஷ்ணர் படத்துக்காக உன்ன எப்படி சத்தம் போட்டார்?’

‘அதுதான் பெரியவர்!’

‘வைஷ்ணவர்! அதும் சொந்த ஊர் ஸ்ரீரங்கம்! ஆனா கடவுள் நம்பிக்கையே இல்லாம எப்படி?’

‘யார் சொன்னது அவருக்குக் கடவுள் நம்பிக்கை இல்லேனு? அவரோட டேபிள்ல எதிர் பக்கத்துல ஒரு ஃபோட்டோ இருக்கே, பாக்கலை?’

‘ஆமாமா! வந்தவுடனே அந்த ஃபோட்டோவைப் பார்த்து ஏதோ தியானம் மாதிரி பண்ணினாரே? ரோஜாப்பூ வெச்சார்! யாரோட ஃபோட்டோ அது? அவங்க அப்பாவா?’

‘என் புருஷன்!’

ப்யூலாவின் அழுகை ஜிஹெச்சின் மூன்றாவது மாடியில் டீனின் அறையிலிருந்து லேசாகத்தான் வெளியே கேட்டது.

23

தலைமுறையாய் அப்படித்தான்

'சவரி! டீன் ரூமுல வந்து என்ன சத்தம்? யாரு இவரு?'

'த பாரும்மா! சொல்லச் சொல்லக் கேக்காம டீனப் பாக்கணும்னு பிடிவாதமா படியேறி வண்ட்டாரு!'

'சார் நீங்க யாரு? டீன், சாதாரண டாக்டர் இல்ல. நீங்க முதல்ல அட்மிஷன்க்கு போகணும்!'

'நீங்க ப்யூலாதானே? எனக்கு ஒண்ணுமில்ல மேடம்! எங்கப்பாவுக்குத் தான்! கொஞ்சம் அவசரம்!'

'அப்பாவக் கூட்டிட்டு வாங்க! எமர்ஜென்சியில அட்மிட் பண்ணிக் கலாம். அவசியம் இருந்தா டீனே வந்து பார்ப்பாரு! இங்கல்லாம் வந்து அவர டிஸ்டர்ப் பண்ணக்கூடாது, ப்ளீஸ்!'

'மேடம்! அப்பா இப்ப அமெரிக்காவுல இருக்காரு!'

'என்னது! அமெரிக்காவுலயா? அப்ப என்னாத்துக்கு மேன் இங்க வந்த?'

'ப்யூலா! என்ன சத்தம் அங்க?'

'நோ புரொஃபசர்! நத்திங்!'

'சார்! உங்களப் பாக்க விட மாட்டேங்கிறாங்க! ஐ மஸ்ட் சீ யூ டாக்டர்!'

'சார்! ஏன் கத்தறீங்க! மை காட்! பெரியவர் என்னப் போட்டு கிழிக்கப்போறாரு!'

'ப்யூலாமா! நா போறேன்! இங்க என்னடா சவரின்னு என்னையும் குதறிடுவாரு!'

‘வாட் தி ஹெல் ஈஸ் கோயிங் ஆன்? ஹூ ஆர் யூ யங் மேன்?’

‘டாக்டர்! எங்கப்பா சீரியஸா இருக்கார் அமெரிக்காவுல. ரங்கராஜன் அங்கிள்தான் உங்ககிட்ட போகச் சொன்னார்!’

‘ரங்கராஜன்? ஜஸ்டிஸா?’ அவர எப்படி?’

‘அவர் எங்கப்பாவோட ஃப்ரெண்ட்! ஒரே ஊர்!’

‘ஓகே ப்யூலா! லெட் ஹிம் இன்! வா, உம்பேர் என்ன?’

‘முரளி டாக்டர்! என் சிஸ்டர் கலிஃபோர்னியாவுல இருக்கா. அவளோட இருக்கறதுக்காக அப்பா போனா. அங்க காம்ப்ளிகேஷன்ஸ்! எனக்கு என்ன பண்றதுன்னு புரியல. ரங்கராஜன் அங்கிள்ட்ட போனேன். அவர்தான் உங்களப் பாக்கச் சொன்னார்!’

‘ஓகே ஓகே! ப்யூலா! கெட் ஹிம் சம் வாட்டர்! இப்ப சொல்லு முரளி!’

‘டாக்டர்! அப்பா போன மாசம் கலிஃபோர்னியாவுக்குப் போனார். அங்க என் சிஸ்டர் ப்ளெசண்ட்டன்ல இருக்கா. பிரதர் இன் லா இண்டெல்லுல இருக்கார்.

‘இன்டெல்லுன்னா என்ன?’

‘ஓ அது ஒரு கம்யூட்டர் சிப் கம்பெனி!’

‘எனக்குத் தெரியாது! சரி, என்ன நடந்தது?’

மூணு நாளைக்கு முன்னால அப்பா மார் வலின்னு கம்ப்ளெயின் பண்ணியிருக்கா. மூச்சு விட சிரமமா இருந்திருக்கு.’

‘ம்!’

‘காலங்கார்த்தால எழுந்திருக்கும்போதே முடியலையாம். பாத்ரூம் கூடப்போக முடியாம கீழ விழுந்திருக்கா. உடனே ஆஸ்பிடலுக்குப் போய் ஈசிஜி எடுத்தா அதுல நெறைய பிளாக்ஸ் தெரியறதாம்!’

‘அன்னிக்குக் கார்த்தாலதான் அப்பாவுக்கு முதல்ல தெரிஞ்சுதா சிம்ப்டம்ஸ்?’

‘இல்ல டாக்டர்! போன வாரம் ஒரு நா ரொம்ப டயர்டா இருந்தாளாம். நடக்கவே சிரமப்பட்டாளாம். முதல் நாள் எங்கியோ பிக்னிக் போயிருக்கா, அங்க நெறைய நடந்தாளாம். சரி ஏதோ டிஹைட்ரேஷன், ஓவரா ஸ்டிரெயின்னு ரெஸ்ட் எடுத்துண்டாளாம். அடுத்த நாள் ஹி வாஸ் ஆல்ரைட்!’

‘வேற ஒண்ணும் சிம்டம்ஸ் இல்லியா இதுக்கு முன்னால?’

'ரெண்டு நாளுக்கப்றம் ஒரு நா மத்தியானம் திடீர்னு மயக்கம் வந்துடுத்தாம்!'

'சின்கோபல் எபிசோட்! வேற ஏதாவது பிராப்ளம் சொன்னாளா?'

'டெய்லி வீட்டுப் பக்கத்துல பார்க்குல அம்மாவும் அப்பாவும் வாக் போவாளாம். ஒரு நா ஏதோ சின்ன வண்டு கடிச்சா மாதிரி இருந்ததாம், ஆனா வலியெல்லாம் இல்லை!'

'ராஷஸ் இருந்ததாமா?'

'யூ ஆர் கரெக்ட் டாக்டர்! சொரசொரன்னு... ஆனா அடுத்த நாள் சரியாய்டுத்து! அப்றம் டாக்டர், அம்மா சொல்றா ரெண்டு மூணு வாரத்துக்கு மின்ன முட்டி வலி வந்துதாம். குளிர்னால முட்டி வலி வந்திருக்குன்னு விட்டுட்டாளாம்...'

'சரி, இப்ப என்ன ட்ரீட்மெண்ட் குடுக்கறா?'

'இன்னிக்குப் பேசினேன். ஹி சீம்ஸ் ஆல்ரைட். ஒரு சிம்ப்டமும் இல்லியாம். நேத்து ஆஸ்பிடல்ல வெச்சு கார்டிகோஸ்டெராய்ட் குடுத்து வீட்டுக்கு அனுப்பிட்டாளாம். இன்னும் ஒரு வாரம் அதிகம் ஸ்ட்ரெயின் பண்ணாம இருக்கணும். திரும்ப சிம்ப்டம்ஸ் வந்தா, பேஸ் மேக்கர்தான் வழின்னாளாம். ஏதோ பேர் சொன்னா டாக்டர்?'

'ஏதாவது ரிப்போர்ட் இருக்கா?'

'இதோ என் சிஸ்டர் ஈமெயில்ல அனுப்பிச்சா. பிரிண்ட் எடுத்துண்டு வந்தேன்!'

'குட்! குடுத்துட்டு போ முரளி! இமெயில ப்யூலாவுக்கு அனுப்பு! அண்ட் கம் அகெயின் டுமாரோ!'

'தாங்க் யூ டாக்டர்! ஒண்ணும் பயமில்லையே! இங்க வரச்சொல்லிடட்டுமா?'

'வேண்டாம் வேண்டாம்! நான் பாக்கறேன்! நாளைக்குச் சொல்றேன்!'

'தாங்க்யூ டாக்டர்! நான் நாளைக்கு இதே டைமுக்கு வரேன்!'

'ப்யூலா! உன்னோட ஈமெயில் இவர்ட்ட குடு! அவினாஷ், நிர்மலா ரெண்டு பேரையும் வரச்சொல்லு! ப்ரோண்டோ!'

'அவினாஷ்! இந்த ரிப்போர்ட்டப் பாரு! டெல் மி வாட் டு யூ திங்க்! நிர்மலா யூ டு!'

'புரொஃபசர்! பி பி 110/72! ஹார்ட் பீட் 48 பர் மினிட்!'

'சோ? ஈ சி ஜி என்ன சொல்றது?'

‘ஹை கிரேட் ஆட்ரியோவெண்ட்ரிக்யுலர் பிளாக் புரொஃபசர்!’

‘நிர்மலா?’

‘இஸண்ட் தட் ஆப்வியஸ் புரொஃபசர்?’

‘ஓகே! யூ கேரி ஆன்! அவினாஷ்! பெட் 110?’

‘படுத்தறான் புரொஃபசர்! டிஸ்சார்ஜ் ஆக மாட்டானாம்!’

‘நோ நோ! நானே வரேன்! ஸ்கௌண்ட்ரல்ஸ்! அண்ட் ப்யூலா! எனக்கு சாயங்காலம் ஆறு மணிக்கு அநிருத் லைன் போட்டுத்தா. வாட் ஹாப்பன்ஸோ என்னமோ சொல்லுவியே!

‘வாட்ஸப் டாக்டர்!’

இந்த ரிப்போர்ட்டெல்லாம் அவனுக்கு ஈ மெயில்ல அனுப்பிடு!’

‘டாட்! என்ன காலங்கார்த்தால?’

‘எனக்கு சாயங்காலம் ஆச்சே? த்ருவ் எப்படி இருக்கான்?’

‘தாத்தா எப்ப வரப்போறானு கேட்டுண்டே இருக்கான்! அர்ஜுனா ஸ்டோரி நீங்கதான் சொல்லணுமாம்!’

‘ஐ மிஸ் ஹிம் டூ! சரி அநிருத்! நான் அனுப்பின ரிப்போர்ட்டப் பாத்தியா?’

‘இல்ல டாட்! ஈமெயில் பார்த்தேன். கிவ் மீ யன் அவர்! வில் கால் யூ!’

‘ப்யூலா! எனக்கு ஒரு காஃபி சொல்லேன்!’

‘டாட்! பார்த்துட்டேன்! இது வாலி கேர் ஸ்டான்ஃபோர்ட் ரிப்போர்ட்டுன்னா! உங்களுக்கு எப்படி?’

‘பேஷண்ட் அங்கதான் இருக்கார்! சரி என்ன தோணறது உனக்கு?’

‘லுக்ஸ் லைக் ஹார்ட் பிளாக் டாட்! ஆர்தரைட்டிஸ், சின்கோபல் எபிசோட், ஈசிஜி!’

‘அநிருத்! டெல் மி ஒன் திங்! ராஷஸுக்கு முக்கியத்துவம் இல்லியா?’

‘ராஷஸ்! மே பி மைனர்! ஆனா ஹார்ட் சிம்ப்டம்ஸ் எல்லாம் ரொம்ப கிளியரா இருக்கே! டிரான்ஸ்க்யூட்டேனியஸ் பேஸ் மேக்கர் வில் சால்வ் ஹிஸ் பிராப்ளம்!’

‘இல்ல அநிருத்! உங்க ஊர் பெக்யூலியாரிட்டீஸப் பாக்க வாண்டாமா?’

‘புரியல டாட்! வாட் ஆர் யூ கமிங் டு?’

‘ஒரு ஹெல்ப் பண்ணேன்! இன்னிக்கு நீ வேலி கேர் ஹாஸ்பிடல்லுக்கு ஃபோன் பண்ணிப் பேசேன்! கார்த்தால அப்டேட் மி!’

‘ஷ்யூர் டாட்! அம்மாட்ட சொல்லுங்கோ! சௌதாமினி இந்த வீக் எண்ட் ஃபோன் பண்றேன்னு சொன்னா.’

•

‘அநிருத்! என்ன இப்ப கால் பண்றே? அதுவும் டைரக்ட் லைன்ல? த்ருவ்க்கு ஒண்ணுமில்லையே?’

‘அம்மா! டோண்ட் கெட் எக்ஸைட்டெட்! இது மெடிக்கல் விஷயம்! அப்பாட்ட ஃபோனைக் குடு!’

‘சொல்லு அநிருத்?’

‘டாட்! யூ ஆர் பிரில்லியண்ட்!’

‘என்னடா ஐஸ் வெக்கறே?’

‘நீங்க நேத்து சொன்னேளே, அமெரிக்காவுல இருக்கற பெக்யூலியாரிட்டின்னு.. தட் வாஸ் த க்ளூ!’

‘எக்ஸ்ப்ளெயின் மை டியர் சன்!’

‘.............’

‘புரொஃபசர்! முரளி வந்திருக்கார்!’

‘முரளி?’

‘நேத்து வந்தாரே!’

‘ஓ லைம்ஸ் கேஸ்!’

‘புரொஃபசர்?’

‘நத்திங்! வரச்சொல்லு!’

‘குட் மார்னிங் டாக்டர்!’

‘வாப்பா குட் மார்னிங்!’

‘அப்பா பத்தி ஏதாவது?’

‘ஒண்ணும் இல்ல முரளி! ஹீ வில் பி ஆல்ரைட்! ட்ரீட்மெண்ட் ஆரமிச்சாச்சு!’

‘டாக்டர்! என்ன சொல்றீங்க! எப்படி இது..?’

‘என் சன் அநிருத் அங்க சிக்காகோவுல இருக்கான். அவன்கிட்ட சொல்லி நேத்து ஸ்டான்ஃபோர்ட் வேலி கேர் ஹாஸ்பிடல்ல பேசியாச்சு! டோண்ட் ஒர்ரி! உங்கப்பாவுக்கு ஹார்ட் பிராப்ளம்ல்லாம் ஒண்ணும் இல்ல. ஒரு மாசத்துல சரியாய்டுவார்!’

'டாக்டர்! எனக்கு பேச்சே வரல! எப்படி டாக்டர்! யு ஆர் கிரேட்!'

'நா இல்ல முரளி! என் சன் அநிருத்துதான்!'

'அப்பாவுக்கு என்னதான் கண்டிஷன் டாக்டர்?'

'பொர்ரேலியா பர்க்டார்ஃபெரி இன்ஃபெக்ஷன்னு பேரு!'

'என்னது?'

'நீ குழம்பாத! லைம் டிஸீஸ்னு சொல்லுவாங்க!'

'அவருக்கு எப்படி டாக்டர் இது மாதிரி வியாதி?'

'உங்க அப்பாவுக்கு ராஷஸ் வந்தது இல்லியா? அது ஒரு பூச்சிக்கடியால. அங்க டாக்டர்ஸ் அத 'டிக்'ம்பாங்க. இந்தியாவுல அது அதிகம் கிடையாது! ஏன் நான் என் லைஃப்ல இதுவரைக்கும் ஒண்ணு கூட இந்த லைம் கேஸ் பார்த்தது இல்ல. அமெரிக்காவுல கொஞ்சம் அதிகம். அங்க இருக்கற ஒரு வண்டு மாதிரி இந்த டிக். நம்ம விஷப்பூச்சி மாதிரிதான். எக்டோபாரசைட்டுன்னு மிருகம் பறவை யோட ரத்தத்தை குடிச்சு வாழற பூச்சி! இது கடிச்சா ராஷஸ் வரும். அந்த ஆர்தரைட்டிஸ் இன்னொரு கிவ் அவே! அப்புறம் அவரோட முந்தைய ஈசிஜியெல்லாம் நார்மலா இருந்திருக்கே! சோ ஹார்ட்டு பிராப்ளம்ங்கறது சரியா வரல. அதனால என் சன் இத சஸ்பெக்ட் பண்ணினான்!'

'மை காட்!'

'உடனே என்சைம் தொடர்பு கொண்ட இம்யுனோ சார்பெண்ட் ஸெரோலாஜிக் டெஸ்ட் பண்ணச்சொல்லி ஆண்ட்டிபாடீஸ் கன்ஃபர்ம் செஞ்சுட்டான்!'

'ஓ இப்ப என்ன மருந்து டாக்டர்?'

'சிம்பிள்! லைம் கார்டிடிஸ்ஸுக்கு டெலெமெட்ரி ட்ரீட்மெண்ட்தான் முக்கியம்!'

'டெலிமெட்ரி?'

'கண்டிஷன் கிரிடிக்கலா இருந்தா இந்த டெலிமெட்ரில போடுவோம். பேஷண்ட்ட 24/7 கூர்ந்து அப்சர்வ் பண்ணுவாங்க. பாரமீட்ட ரெல்லாம் அடிக்கடி செக் பண்ணிண்டே இருப்பாங்க!'

'ஐசியூ மாதிரியா டாக்டர்?'

'ஐசியூவோட ஒரு மாத்து கம்மின்னு வெச்சுக்கோ! இதுக்கு ஸ்டெப் டவுன் ட்ரீட்மெண்ட்டுன்னு பேரு!'

'அப்பாவுக்குச் சரியாய்டுமா டாக்டர்?'

‘ஒரு பிராப்ளமும் இல்லைப்பா! செஃப்ட்ரியாஸோன்னு ஒரு ஹை டோஸேஜ் பென்சில்லின் போடுவாங்க. இன்னும் நாலு வாரத்துக்கு ஆண்ட்டிபையாடிக்ஸ ஐவில தரணும். அவ்வளவுதான்! ஹி வில் பி ஆல்ரைட்!’

‘அப்ப இந்த பேஸ் மேக்கர், பை பாஸ் சர்ஜரி?’

‘நத்திங்! நத்திங் அட் ஆல்! நீ கெளம்பு!’

‘தாங்க்யூ டாக்டர்! தெய்வம் மாதிரி!’

‘கெளம்புன்னு சொன்னேனே! டோண்ட் வேஸ்ட் மை டைம்! ப்யூலா! இவர அனுப்பு வெளியே!’

‘ஜஸ்டிஸ் ரங்கராஜனுக்குத்தான் தாங்க்ஸ் சொல்லணும்! உங்களுக்கு அவர எப்படி?’

‘சௌதாமினி! எனக்கு மருமகள்! அவருக்கு ஒரே பெண்! கெளம்புய்யா! வெட்டியா பேசிண்டு! கெட் அவுட்! ப்யூலா! தூங்கறியா! கூப்ட்டா உடனே வர்ரதில்ல?’

முரளி சிரித்துக்கொண்டே வெளியேற, ப்யூலா பயந்துகொண்டே உள்ளே நுழைந்தாள்.

24

இந்த ஈமெயில் எனக்கு வந்ததல்ல...

இந்த ஈமெயில் எனக்கு வந்ததல்ல. வெறுமனே அதை மொழி பெயர்த்து வெளியிடுவது மட்டுமே நான் செய்யப்போகிறேன். அதன் சுலபமான ஆங்கிலத்தை எளிதாக அப்படியே மொழிபெயர்த்து வரி வரியாய் வெளியிடுகிறேன். மொழிபெயர்த்தல் எளிதாகத்தான் இருக்கிறது. ஆனால் முடிக்க இயலாமல் அரைகுறையாய் நிற்குமோ என்னும் பயம் எனக்கு இருக்கிறது. ஏனென்றால் கடைசியில்... சரி, வரும்போது பார்த்துக்கொள்வோம்.

அன்புள்ள டாக்டர்:

என்னை உங்களுக்கு நினைவிருக்கலாம். நான் மானஸ்வினி. போன வருடம் எனக்குப் பிரசவம் பார்த்து அர்ஜுன் என்னும் தங்கப்பொக்கிஷத்தை எடுத்துத்தந்த டாக்டர் நீங்கள்தான். இந்தியானா போலீஸின் விறைக்கும் குளிர் நிறைந்த நவம்பர் மாத இரவில் என் கணவர், சீ என்ன இது, கணவன் மதுசூதன் வலியால் அலறிக் கொண்டிருந்த என்னை காரில் போட்டு அவசரத்துக்காய் கிரீன்வுட் கம்யூனிடி ஹாஸ்பிடலுக்கு ஓடிவந்தபோது நீங்கள்தான் அட்மிட் செய்து, என்னைக் கவனித்து டெலிவரியை சுமுகமாக முடித்தீர்கள். நான் ரெகுலராக ஃப்ரான்ஸிஸ்கன் ஹெல்த்தில்தான் செக் அப் செய்து கொண்டிருந்தேன். ஆனாலும் அன்றைய அவசர வலிக்கு அவ்வளவு தூரம் போக முடியாமல் உங்கள் கம்யூனிட்டி செண்டருக்கு வந்துசேர வேண்டிய நிர்ப்பந்தம். எனினும் நான் கொடுத்து வைத்தவள். அதுதான் உங்களிடம் வந்து சேர்ந்தேன். அர்ஜுனின் ஒன்றரை வயதுச் சிரிப்பில் உங்களைத்தான் நானும் மதுவும் தினமும் பார்க்கிறோம்.

இப்போது இந்த ஈமெயிலுக்கு என்ன காரணம் என்று உங்களுக்குத் தோன்றலாம்.

சொல்கிறேன்.

மூன்று நாட்களுக்கு முன்புதான் நான் சென்னையிலிருந்து சம்யுக்தா மற்றும் அர்ஜுனுடன் இங்கே வந்து சேர்ந்தேன். நாங்கள் இங்கே ஃப்ராங்க்ளினில் இருக்கிறோம். ஹாலிடேவுக்கு இந்தியா வந்திருந்த நாங்கள் செய்த முதல் தப்பு மது எனக்கு முன்பே கிளம்பி வந்துவிட்டதுதான். ஒன்றரை வயதுப் பிள்ளையுடனும் மூன்றரை வயது சுட்டிப்பெண்ணுடனும் தனியாக சென்னையிலிருந்து அமெரிக்கா வருவது மிகப்பெரிய ரிஸ்க் என்பது கண்கூடு. சென்னையில் அகாலமாக காலை மூன்று மணிக்குக் கிளம்பும் எமிரேட்ஸில் நான் ப்ளேன் ஏறின கதையே ரகளைதான்.

இம்மிகிரேஷனில் சம்யூவின் முகம் ஃபோட்டோவில் இருப்பது போல இல்லை என்று அந்த ரன்வீர் சிங் சாயல் ஆஃபீசர் சொன்ன போதே நான் பயந்தேன். பிடிவாதமாக அவன் என்னை மிரட்ட, நான் மறுபடியும் கவுண்டருக்கு ஓடி, கெஞ்சி கசேசலில் இருந்த என் பெட்டியைத் திரும்ப எடுத்து அவளின் ஃபோட்டோ ஐடி மற்றும் வேறு சில ஃபோட்டோக்களும் காண்பித்து ஒருவழியாக இம்மிகிரேஷனை விட்டு வந்தபோதே அர்ஜுனின் வீறல் ஆரம்பித்து விட்டது. இந்தக் களேபரத்தில் அவனுக்கு நான் பாலூட்ட மறந்துவிட, வேறு வழியில்லாமல் ப்ளேனில் ஏறவேண்டிய நேரமின்மை. தூக்கம் கெட்ட சம்யுவும் சிணுங்கிக்கொண்டிருந்தவள் ப்ளேனின் விஸ்தாரத்தையும் பல புது முகங்களையும் பார்த்து மிரண்டுபோய், அவளும் பெரிய அலறலாக ஆரம்பித்தாள்.

‘ப்ளேன் வேண்டாம் மம்மி! வா போய்டலாம்!’

ஒரு பக்கம் அர்ஜுன் பசி அழுகை, சம்யூவின் கதறல், ப்ளேனில் ஏறும் கூட்டத்தின் தள்ளுமுள்ளு, ஏர்ஹோஸ்டஸின் கெடுபிடி... திண்டாடித்தான் போனேன். சட்டென்று எனக்கு அடுத்த சீட் பெரியவர் சம்யூவின் கை பிடித்து அருகில் உட்கார வைத்து, சாக்லேட் கொடுத்து முன் சீட் டீவியை ஆன் செய்து அவளை முழுவதுமாக எங்கேஜ் பண்ணிக்கொண்டார். சில நிமிடங்களில் சம்யூ டீவியில் ஆழ்ந்துவிட பெரியவர் என் ஹாண்ட்பாகை வாங்கிக்கொண்டுவிட, நான் சிரமமின்றி அர்ஜுனுக்கு பால் புகட்டினேன். அவனும் அப்படியே தூங்கிவிட, ப்ளேன் கிளம்புவதுகூடத் தெரியாமல் நானும் தூங்கிவிட்டேன்.

ஒரு சின்ன அதிர்ச்சியில் விழித்துப் பார்த்தால் ப்ளேன் துபாயில் தரை தொட்டிருந்தது. அருகில் சம்யூ பெரியவரின் தோளின் மேல் எச்சல் வழிய தூங்கிக்கொண்டிருந்தாள். அவர் மேலே பார்த்து யோசித்துக் கொண்டிருப்பதுபோலத் தெரிந்தது. பதற்றத்துடன் நான் சாரி சொல்ல, அவர் சம்யூவை அணைத்துக்கொண்டபடியே 'நோ ஒர்ரி' என்று ஆறுதலாய்ச் சொன்னார்.

துபாயில் இறங்கி, கேட் மாறி இன்னொரு மாபெரும் எமிரேட் ப்ளேனில் ஏறும் வரை பெரியவர் என்னுடனேயே இருந்து சம்யூவைக் கவனித்துக்கொண்டார். தூங்கும் அர்ஜுனை அவரிடம் கொடுத்து விட்டு நானும் பாத்ரூம்கூடப் போக முடிந்தது. அவரும் இண்டியானா போலிஸ்தான் வருகிறார் என்பது சந்தோஷமாகவும் ஆறுதலாகவும் இருந்தது. இந்தப் பெரிய ப்ளேனில் அவருக்கு வேறெங்கோ சீட் போட்டிருந்ததை எனக்கு அடுத்த பெண்ணிடம் பேசி மாற்றிக் கொண்டு என் அருகிலேயே அமர்ந்துவந்தார். ஃப்ளைட் முழுவதும், சில தூங்கும் நேரங்கள் தவிர, சம்யூவுடனேயே அவர் பேசி விளையாடிக்கொண்டு வந்தார். அவரே சம்யூவுக்கு சாப்பாடு ஊட்டி, கதை சொல்லி, முழுக்க முழுக்க அவள் என்னைத் தொந்திரவே செய்யாதபடி அத்தனை ஆதர்சமாகப் பார்த்துக்கொண்டு... அவர் எப்போது தூங்கினார் என்பதுகூட எனக்குத் தெரியாது. ஒரு சந்தர்ப்பத்தில் அவர் சம்யூவுக்கு ஜன்னல் வழியாக ஏதோ காட்டிச் சொன்னபோது சம்யூ அவரின் தோள்பட்டையில் முத்தம் கொடுத்தது கூட அவருக்குத் தெரியுமோ என்னவோ!

இந்தியானாபோலீஸில் இறங்கும்போதும் கூடவே நின்று உதவி செய்த பெரியவரிடம் மாய்ந்து மாய்ந்து நன்றி சொன்னேன். அவர் கூச்சத்துடன் என்னை மறுத்தார்.

'இங்கே உங்கள் காண்டாக்டைக் கொடுங்கள்! நானும் மதுவும் நேரில் வந்து பார்க்கிறோம்' என்றபோது ப்ளேனின் பேப்பர் நாப்கினில் எழுதிக்கொடுத்த பேப்பரை நேற்றுத்தான் என் ஹாண்ட்பாகைக் காலி செய்தபோது கண்டெடுத்தேன். பார்த்தால் என்ன ஆச்சரியம்! அது டாக்டர் அநிருத், உங்களின் ஈமெயில்!

அவர் உங்களின் தந்தையா?

கடவுளின் இந்த உதவியை என்னவென்று சொல்வது!

மதுவிடம் காண்பித்தபோது அவனுமே ஆச்சரியப்பட்டான். நான் முழுக்க முழுக்க பெங்களூரில் பிறந்து படித்து வளர்ந்த பெண். எனக்குத்தான் தெரியவில்லை. மதுவுக்கு சென்னைதான். அவன் சொன்னபிறகுதான் எனக்கும் புரிந்தது.

உங்களின் தந்தை, அதான் நான் கேட்காமலேயே ப்ளேனில் எனக்கு அபார உதவி செய்த அந்தப் பெரியவரும் டாக்டராமே? அவர் என்றால் தெரியாத பேரே சென்னையில் இருக்க முடியாது, ஜெனெரல் ஹாஸ்பிடலில் டீனாக இருக்கிறார் என்று மது சிலாகித்தான்...'

இந்த ஈமெயிலில் இன்னும் ஓரிரு வரிகள் இருந்தாலும் மொழிபெயர்க்க முடியாமல் கண்கள் பனிக்கின்றன.

25

எங்கோ இருந்தாலும்...

'அப்பாடி! இப்பவாவது ஒனக்கு புத்தி வந்துதே! எப்பப்பாரு வேல வேலன்னு...'

'சும்மா இரும்மா! இப்பவும் நா முதல் வாரம் செமினாருக்குத்தான் போறேன்! அடுத்த வாரந்தான் பத்ரியும் சுதர்சனும் வர்ராங்க!'

'நெனச்சேன்! போறுண்டி இந்த டாக்டர், மருந்து ஹாஸ்பிடல்லாம்! ரெண்டு வாரத்துக்குக் குடும்பத்தோட போய்ட்டுதான் வாயேன்!'

'அம்மா! உனக்குத் தெரியாதா! அப்ப ஏன் என்னை டாக்டருக்குப் படிக்க வெச்சே?'

'நானா படிக்க வெச்சேன்? நீயும் உங்கப்பாவுமா சேர்ந்து என்ன அழிச்சாட்டியம் பண்ணி மெடிக்கல் காலேஜூல சேர்ந்தே நீ?'

'சரி, அதெல்லாம் இப்ப இண்டர்நேஷனல் கால்லயே வாக்கு வாதம் பண்ணணுமா! ஒண்ணும் கவலைப்படாத. நான் வர்ர சண்டே கிளம்பி ஜெனீவா போறேன். செமினார் வெள்ளிக்கிழமைவரைக்குந்தான்! அன்னிக்கு ராத்திரியே இவா ரெண்டு பேரும் வந்துடுவா. அடுத்த ஒன் வீக் லூஸெர்ன், டிட்லிஸ், பிலாட்டஸ்னு சுத்தப்போறோம்! பத்து நாளைக்கப்றந்தான் லண்டன் திரும்பறோம்! ஓகேவா?'

'சரிடி! பாரு சுதர்சனுக்கு அஞ்சு வயசாய்டுத்து! அடுத்த கொழந்தைக்கு லேட்டாகாம ஏற்பாடு பண்ணிக்கோ இந்த டிரிப்புல!'

'அடச்சீ! யூ ஆர் வல்கர் அம்மா! வெய் ஃபோன!'

●

டாக்டர் வத்சலா ஜெனீவாவுக்குக் கிளம்பிப்போக பத்ரி வீட்டில் சுதர்சனைப்பார்த்துக்கொண்ட வாரம், லண்டனில் மழை, லார்ட்ஸில்

கிரிக்கெட் லோக்கல் ஃபுட்பால், சோஹோவில் ரகளை என்று சம்பிரதாயமாக எல்லாம் நடந்தேறியது.

‘சுதர்சன்! ரெடியா இரு! இன்னிக்கு ஃப்ளைட் நமக்கு!’

‘ஐ நோ டாட்! வில் மாம்மா கம் டு த ஏர்போர்ட்?’

‘ஷ்யூர் ஷி வில் கம்! மாம்மா வில் பி மிஸ்ஸிங் யூ!’

ஆனால் அன்று மாலை பிரிட்டிஷ் ஏர்வேஸ் ஜெனீவாவின் காயிண்ட்ரின் ஏர்போர்ட்டில் தரையிறங்கினபோது டாக்டர் வத்சலா அவர்களை வரவேற்க வரவில்லை.

டைஜெஸ்டிவ் டிஸார்டர் செமினாரில் கலந்துகொண்ட மருத்துவ மாணவியரில் உல்யானா பெட்ரொவ்ஸ்கி என்னும் உக்ரெயின் பெண் ரகளை செய்துவிட்டாள்.

லஞ்ச் முடிந்த அடுத்த செஷன் என்பதால் கொஞ்சம் டல்லாகத்தான் பேச்சு இருந்தது. அப்போது பின் வரிசையில் மெடிக்கல் மாணவர்கள் பக்கத்தில் பெரிய கூச்சல். உல்யானா எழுந்து டேபிள் மேல் நின்று கொண்டு ஆடிப்பாடி கூச்சலிட ஆரம்பிக்க ரகளையாகியது. பேச்சு நிறுத்தப்பட்டு, செமினாரின் அலுவலர்கள் ஓடி வர உல்யானா குடித்திருப்பது போல ஆட்டம்போட, ஆர்கனைசர்கள் கலங்கி, கோபமுற்று, அவளை அப்புறப்படுத்த முயலும்போது அவளுக்கு வலிப்பு வந்து விலுக் விலுக்கென்று உதறல் எடுத்து கீழ விழ, அவளை எதேச்சையாகத் தாங்கிக்கொண்டவள் டாக்டர் வத்ஸலா.

‘என்ன ஒரு ஒழுங்கீனம்! செமினாருக்கு மத்தியானம் குடித்து விட்டா வருவது?’

‘இந்த கம்யூ... (குரலைத் தாழ்த்திக்கொண்டு) இந்த ஊரே இப்படித்தான்!’

‘முதலில் கொண்டு போய் குளிப்பாட்டி அடுத்த ப்ளேனில் ஊருக்கு அனுப்பி வையுங்கள்!’

‘அவளின் காலேஜுக்கு நோட்டீஸ் அனுப்ப வேண்டும்!’

ஆனால் வத்ஸலாவுக்கு முதலில் அவளைச் சரிப்படுத்தவேண்டும் என்றுதான் தோன்றியது.

‘நோ நோ! முதலில் இவளை ஆஸ்பத்திரியில் சேர்க்கலாம். நான் கூடப்போகிறேன்!’

‘நீங்கள்?’

‘செமினார் டெலிகேட் தான். டாக்டர் வத்சலா. எண்டோக்ரினாலஜிஸ்ட்! ராயல் இங்லாண்ட் ஹாஸ்பிடல்!’

'டாக்டர்! நீங்களே ஒரு எக்ஸ்பர்ட்! என்ன ட்ரீட்மெண்ட்?'

'முதல்ல ஷுகர் இண்ட்ராவீனஸ் தரணும்! எத்னால் இன் பிளட் அவளோட ஷுகரைக்கீழே தள்ளியிருக்கும்!'

'செக்!'

'வைடமின் தியாமைன் டு ஸ்டாப் சீஷர்!'

'செக்!'

'ப்ளட் கான்சண்ட்ரேஷன் எவ்வளவு?'

'400க்கு கீழேதான் டாக்டர் வத்சலா!'

'குட்! அப்ப ஹெமோடையாலிஸிஸ் வேண்டாம். ஆக்ஸிஜன் தெராபிக்கு ஏற்பாடு பண்ணுங்க!'

'அண்ட் டாக்டர் வத்சலா! இந்தப்பெண்ணுடன் யாரும் வரவில்லை. இரவு எப்படித் தனியாக...'

'நான் இருக்கிறேன்! இப்ப டைம் என்ன? ஓஹ்! மை காட்! என் கணவரும் குழந்தையும்...'

'பத்ரி! வந்தாச்சா! சாரி சாரி சாரி!'

'ய டாக்டர் ஈஸ் ஆல்வேஸ் ய டாக்டர்!

'சாரி பத்ரி! வெரி சாரி!'

'கம் ஆன் வத்ஸு! நா சும்மா ஜோக் பண்ணினேன்! உனக்கு ஒண்ணும் இல்லியே? நான் செமினார் டைரக்டர்ட்ட பேசினேன். அவர்தான் ரகளையை பத்திச் சொன்னார்! எப்படி இருக்கா உன்னோட உக்ரெயின் பேஷண்ட்?'

'பத்ரி?! யூ ஆர் ய டார்லிங்! நா ராத்திரி வர முடியாது! சுதர்சன சமாளிச்சுப்பியா? குழந்தை ரொம்ப டிஸப்பாயிண்ட் ஆயிருப்பான்!'

'நான் பாத்துக்கறேன்! நீ பேஷண்ட்ட கவனிச்சுட்டு வா!'

உல்யானா தூங்கும்போது வத்சலாவும் லேசாகக் கண் அயர்ந்தாள்.

ஃபோன்!

'என்னடி! செமினாரெல்லாம் முடிஞ்சதா? அவா ரெண்டு பேரும் லண்டன்லேர்ந்து வந்துட்டாளா? குழந்த ஏங்கிப்போய் இருப்பான் இந்த ஒரு வாரத்துல. அவனோட நெறைய டைம் ஸ்பெண்ட் பண்ணு, என்ன?'

'அம்மா! அம்மா! வென் வில் யூ ஸ்டாப்! சரி, அப்பா இருக்காளா? குடேன்!'

'ஹவ் ஈஸ் யுவர் வெகேஷன் வத்ஸு?'

'நாட் யெட் பிகன் டாட்!'

'என்ன ஆச்சு?'

'.........'

'வத்சு! லிஸன் டு மீ! இது வெறும் ஆல்கஹால் சமாச்சாரம் இல்லன்னு தோணறது! செமினாருக்கு வந்த மெடிக்கல் ஸ்டூடெண்ட் மத்தியான வேளையில் குடிக்கறதா? பிஸாயர்! நீ அவகிட்ட பேசினயா?'

'பேசினேன் டாட்!'

'ஜஸ்ட் டெல் மீ! அவளுக்கு கான்சண்ட்ரேஷன் கஷ்டமா இருந்ததா? வயத்த வலி, அடிக்கடி கேஸ் டிரபிள், கோணாமாணானு மோஷன் போகறது, சைனஸைட்டிஸ், அடிக்கடி சோர்வு அப்பறம், மயக்கம்? எல்லாத்துக்கும் எனக்கு பதில் சொல்லு!'

'கூல் டாட்! இது வெறும் ஆல்கஹாலிக் சமாச்சாரம்ப்பா! ஒய் ஆர் யூ எக்ஸைட்டட்?'

'வத்ஸு! ஜஸ்ட் டூ வாட் ஐ சே! நான் சொன்னத எல்லாம் செக் பண்ணு! கால் மி இன் ஒன் ஹவர்!'

'இப்பவே அங்க நடு ராத்திரியாச்சேப்பா!'

'நோ நோ! நான் முழிச்சுண்டுதான் இருப்பேன்! கால் மி அகெயின்!'

....

'டாட்! யூ ஆர் ஸ்பாட் ஆன்! நீங்க கேட்ட எல்லாத்துக்கும் பதில் பாஸிடிவ்!'

'பெருமாளே! வத்ஸு! அந்தப் பொண்ணு குடிக்கல வத்ஸு! அவளுக்கு இருக்கறது ஆண்டி ப்ரூவரி சிண்ட்ரோம்!'

'டாட்! வாட் ஆர் யூ சேயிங்?'

'எஸ் மை டியர் டாட்டர்!'

'அவளுக்கு வந்திருக்கறது அபூர்வமான கண்டிஷன்! அவ ஒரு பொட்டுகூட ஆல்கஹால் குடிக்கல. அவளோட உடம்பே ஆல்கஹாலைத் தயார் பண்ணறது!

'என்ன டாட் இது?'

'ஆமாண்டா! 1940லதான் இதயே கண்டு பிடிச்சா. Abnormal Gut Fermentation!'

'என்ன ட்ரீட்மெண்ட்ப்பா?

'வெரி சிம்பிள் வத்ஸு! எல்லா ஷுகர் சமாச்சாரங்களையும் ஒழி! கார்போஹைட்ரேட்கூட குறைச்சுடு. மினெரல் வைட்டமின் சப்ளிமெண்ட் குடு. அவளோட உடம்புல இருக்கற ஃபங்கையையும் பாக்டீரியாவையும் துரத்தணும்! நெறைய புரோபியாடிக் ஃபுட் குடுக்கணும்! கொஞ்ச நாள்ள சரியாய்டுவா! ஆனா இன்னமே அவளோட லைஃப் ரொம்பக் கஷ்டம் வத்ஸு! சின்ன வயசு வேற! ஐ பிட்டி ஹர்!'

'தாங்க் யூப்பா! ஒரு நிமிஷம் அம்மாட்ட குடுங்கோ!' 'சொல்லுடி! அங்கயும் போய் ஹாஸ்பிடல் மெடிசன்னு இங்கேர்ந்து அப்பாவும் உன்னோட கூட்டுச் சதியா?'

'மை டியர் வேதம்! உம்பொண்ணு இங்க பெரிய விஷயம் பண்ணியிருக்கா! ஆச்சு இதோ ஹாஸ்பிடலுக்கு எல்லா அட்வைஸும் குடுத்துட்டு நேர ஹோட்டலுக்குப்போய் பத்ரியோட ஜாயின் பண்ணிக்கப்போறேன்!'

'யேய் வத்ஸு! பிலாட்டஸ் அவ்வளவு நன்னா பனி படர்ந்து இருக்குமாமே! ஃபோட்டோ எடுத்து அனுப்புடி!'

'பிலாட்டஸுக்கெல்லாம் யாரு போப்போறா?'

'அப்ப எங்க?'

'உனக்கு அடுத்த பேரனோ பேத்திக்கோ ஏற்பாடு பண்ணப்போறோம்!'

'வெட்கங்கெட்டவளே! சீ! வெய்டி ஃபோனை!'

'வேதம் நீ என்ன இவ்ளோ வெட்கப்படறே? என்ன சொன்னா வத்ஸு?'

கேட்ட டாக்டர் வைகுண்டத்துக்கு பதில் சொல்லாமல் உள்ளே ஓடினாள் வேதவல்லி!

26

வேறொரு இடமானாலும்...

'க்ளிக்' என்று ஆட்டோமாட்டிக் கதவு ஒரு ஏப்பத்துடன் திறந்து கொண்டது.

'மணி என்ன?'

தூக்கக் கலக்கத்துடன் கேட்டாள் வேதம்.

'தூங்கு தூங்கு! மணி ரெண்டாய்டுத்து. அநிருத் வந்துட்டான்!'

'அப்பாடா! வந்துட்டானா? சரி, நா போய் ஏதானும் வேணுமான்னு கேட்கறேன்!'

'பேசாம இரு வேதம்! இது நம்ம மெட்ராஸ் வீடில்ல! சௌதாமினி பார்த்துப்போ!'

'என்ன ஆச்சு? ஏன் இவ்ளோ லேட்டுன்னு கேக்கவாண்டாமா? குழந்தைக்கு என்ன பிராப்ளமோ?'

'அதெல்லாம் காலம்பர கேட்டுக்கலாம்! இப்ப நீ தூங்கு!'

வெளியில் ஹாலில் மெல்லிய பேச்சுக்குரல் கேட்டது. சில கண்ணாடிப் பாத்திரங்கள் ஓசைக்குப்பிறகு லைட் அணைக்கப்பட்டு பின் ஏசியின் ஹம் மட்டும் ஒலிக்க வைகுண்டம் க்வில்ட்டை இழுத்துப்போர்த்திக்கொண்டு தூங்கிப்போனார்.

காலையில் வைகுண்டம் எழுந்தபோது அநிருத் டைனிங் டேபிளில் ஹாட் சாக்லேட் குடித்துக்கொண்டிருந்தான். சௌதாமினி உள்ளே ஏதோ கொடகொடவென்று உளப்பிக்கொண்டிருந்தாள். வேதம் இன்னும் பெட்ரூமிலிருந்து வெளியே வரவில்லை.

'அம்மா இன்னம் எழுந்திருக்கலையா டாட்?'

‘அப்பவே எழுந்தாச்சு! சௌ கிச்சனை விட்டு வெளியே போறதுக்காகக் காத்திண்டிருக்கா!’

அநிருத் சிரிக்க, சௌதாமினி குரல் வந்தது.

‘இன்னும் ரெண்டே நிமிஷம். எக் பீட்டிங்கை முடிச்சு பாத்திரத்தை அலம்பிவெச்சுட்டு நா ஓடறேன். அம்மா கேன் தென் கம்!’

‘என்னம்மா இன்னும் அதெல்லாம் பார்த்துண்டு இருக்கே? த்ருவுக்கு முட்டை இல்லாம ஒரு நா ப்ரேக்ஃபாஸ்ட் சாப்பிட முடியாது! ஸ்ரீரங்கம் வைகுண்டம் பேரன்தான்! என்ன பண்றது, இது சிக்காகொ ஆச்சே!’

‘விடு விடு அநிருத்! அவள இதுக்கப்றம் மாத்த டிரை பண்ணாதே!’

சௌதாமினி த்ருவை அழைத்துக்கொண்டு, அநிருத் கன்னத்தில் ஒரு முத்தமிட்டு, ‘ஐம் ஆஃப் மா! யூ கேன் நௌ எஞ்சாய்’ என்று கிறீசெனக் கத்தின கையோடு வைகுண்டத்தைப்பார்த்து ஒரு கண் அடித்துவிட்டு, ஆஸ்டின் மினி கூப்பரில் ஒரு கை ஸ்டியரிங்கிலும் இன்னொரு கையில் முட்டை சாண்ட்விச்சுடனும் அநாயாசமாக காரேஜை விட்டு வெளியேறின பின்னர்தான் வேதம் சமையலறைக்குள் நுழைந்தாள்.

‘ஆமா நேத்து என்ன அவ்ளோ லேட்டா வந்தே? ஏதாவது காம்ப்ளெக்ஸ் கேசா? சொல்லேன்!’

அநிருத் சொல்லி முடித்தவுடன் வைகுண்டம் பரபரப்பானார்.

‘கென் ஐ கம் டு யுவர் க்ளினிக் டுடே?’

‘நோ ஹோப்! சொன்னேனே பதினாலு வாரம் ப்ரிமேச்சூர்! அப்பா! ஃபோர்டீன் வீக்ஸ்! கேன் யூ பிலீவ் இட்!’

‘எவ்ளோ வெயிட்?’

‘ட்வின்ஸ்ப்பா! ஒவ்வொரு குழந்தையும் வெறும் 900 கிராம்தான்!’

‘இல்லை அநிருத்! நா வரேன்!’

அரைமணியில் வேதம் கொடுத்த உப்புமாவை அள்ளிப்போட்டுக் கொண்டு இருவரும் ஹ்யூரான் ஸ்ட்ரீட்டில் நார்த் வெஸ்டெர்ன் மெமோரியல் ஹாஸ்பிடலுக்கு விரைந்தார்கள்.

●

‘ப்யூலா! அவினாஷ வரச்சொன்னேனே? என்ன பண்றான்?’

‘சேதுராமன் சாரப் பார்த்துண்டிருக்கார் புரொஃபசர்!

‘ஓ சேதுராமனா? அரை மணி விடாம கேள்வி கேட்பாரே! பரவால்ல. அவரைப் பொறுமையா அனுப்பிட்டு வந்து பாக்கச் சொல்லு! எனி மெயில்?’

‘எஸ் புரொஃபசர்! டாக்டர் அநிருத்கிட்டேர்ந்து!’

‘சில்லி! நாட் பர்சனல் மெயில் ப்யூலா! அஃபிஷியல்?’

‘இல்ல! ஆனா ஃபோட்டோ அனுப்பியிருக்கார்!’

‘ஃபோட்டோவா?’

‘ஆமாம் புரொஃபசர்! நீங்களும் மிட்செல், மாஷாவும் இருக்கற ஃபோட்டோ!’

‘ஓ அதுவா? எங்க அனுப்பு! நானும் பாக்கறேன்!’

‘அனுப்பியாச்சு!’

டாக்டரின் பெரிய மானிட்டரில் ஓட்டைப்பல்லுடன் மாஷா அவரின் மடியில். அந்தப்பக்கம் மிட்செல் முகத்தில் சிரிப்புடன் ஒரு கையால் மாஷாவின் விரல்களைப் பிடித்தபடி முகத்தை நிமிர்த்தி டாக்டரைப் பெருமையோடு பார்த்தபடி.

டாக்டருக்கு ஒரு கணம் முகத்தில் ஒரு குதூகலம் உண்டாகி உடனே சீரியஸானதை ப்யூலா கவனிக்கத் தவறவில்லை.

‘ப்யூலா! என்ன பராக்கு பாத்துண்டு இருக்கே? திஸ் ஈஸ் ட்யூட்டி டைம்! ப்ரோண்டோ! கெட் கோயிங்! என்னோட பையிலேர்ந்து கொரோனரி கதீடரைசேஷன் ரிப்போர்ட் ஃபைலை எடு! எனக்கு பதினோரு மணிக்கு மீட்டிங் இருக்கு!’

அவர் கிளம்பிப்போன பின்னும் மானிட்டரில் அந்த ஃபோட்டோ அப்படியே இருந்தது.

அவினாஷ் வந்தபோது புரொஃபசர் சீட்டில் இல்லை. பரபரப்பானான்.

‘ப்யூலா! கத்தினாரா? அப்பவே வரச்சொன்னார்?’

‘இல்லை அவினாஷ்! அவர்ட்ட சொல்லிட்டேன் நீ சேதுராமனைப் பார்த்துண்டிருக்கேன்னு!’

‘அப்பாடா!’

நிர்மலாவும் உள்ளே வந்தாள்.

‘வாம்மா மின்னல்! எப்ப வரச்சொன்னா எப்ப வரே? இருக்கு இன்னிக்கு உனக்கு!’

'அய்யய்யோ! ப்யூலா! அந்த 76 பெட் நேத்து ராத்திரி ஒரே ரகளையாம்! வயத்த வலி. ஜிஜ பண்ணினேன். ட்யுடெனம் வரைக்கும் பார்த்தாச்சு. மெஸ்! என்னடான்னு கேட்டா நேத்து வீட்ல விசேஷம்னு கோளா உருண்டை சாப்ட்டானாம்! பெரியவருக்குத் தெரிஞ்சா சாவுடான்னு விட்டுட்டுப் போயிடுவாரு!'

ப்யூலா சிரித்தாள். அவினாஷ் மானிட்டரைப் பார்த்தான்.

'ஹை! என்ன ஃபோட்டோ இது?'

'நம்ம புரொஃபசர் வித் மிட்செல் அண்ட் மாஷா?'

'ஓ இதானா அந்த ரெண்டு குட்டிங்களும்! நாலு வருஷம் ஆச்சுல்ல?'

'எல்லா கேஸையும் விலாவரியா நம்மகிட்ட டிஸ்கஸ் பண்ணுவார். ஆனா இந்த கேஸ் பத்தி மட்டும் அதிகமாப் பேசறதே இல்ல!'

'கரெக்ட் அவினாஷ்! புரொஃபசர் இந்த கேஸை அதிகமா எங்கேயும் சொல்ல மாட்டார். அவருக்கென்னவோ இது டாக்டரோட திறமைனால நடக்கலங்கறதுதான் பிலீஃப்!'

'புரொஃபசர் ஒரு சம்பிரதாயமான டாக்டர்!'

'பட் ஹி ஈஸ் ய ஸ்டான்ச் ஸ்ரீரங்கம் டிவோடீ டூ!'

'இருக்கலாம். ஆனால் அவர் மெடிசனையும் பக்தியையும் குழப்பிக் கிட்டதே கிடையாது!'

'அவினாஷ்! உனக்கு சாய் சுதாவோட கேஸ் ஞாபகம் இருக்கா?'

'2004! ஹெப்டோ செல்லூலர் கார்சினோமா! நா அப்ப இண்டர்ன்!'

'நம்ம புரொஃபசர் AFP டெஸ்ட் பண்ணனும்னு சொன்னபிறகுதானே டையக்னோஸெ பண்ண முடிஞ்சது!'

'நாம டிடெக்ட் பண்ணபோதே ஸ்டேஜ் ஃபோர்! இட் ஹேட் ஆல்ரெடி மெடஸ்டைஸைஸ்ட்!'

'புரொஃபசரே பேல்லியேடிவ் ட்ரீட்மெண்ட்டுன்னுதானே அவளை வீட்டுக்கு அனுப்பினார்! அவருக்கே ஹோப் இல்லை!'

'ஆனா என்ன ஆச்சு? இதோ இன்னிக்கும் சாய்சுதா அமர்க்களமா கச்சேரி பண்ணிண்டு இருக்கா!'

'சாய் பாபாவோட அருள்னு அவளும் அவ அம்மாவும் இங்க வந்து புரொஃபசர்ட்டயே சொன்னாளே! அவளுக்கு க்யூர் ஆயிருந்துதே! அதை நாம யாருமே மறுக்க முடியாதுல்ல?'

'அவினாஷ்! இன்னிவரைக்கும் புரொஃபசர் ஒத்துக்கலை. நம்ம க்ளினிக்கல் டெஸ்டுலதான் ஏதோ தப்பாயிருக்கு. எங்க பிராக்னோஸிஸ் ஈஸ் அட் ஃபால்ட்ன்னாரே! மத்தபடி சாய் பாபாவினால குணமாச்சுன்னு நீ நம்பு! உனக்கு நல்லது! ஆனா ஐயாம் ய டாக்டர். ஐ வில் ரிமெயின் ய டாக்டர்ன்னு சொல்லி அனுப்பினார்!'

'மிட்செல் கேஸூம் அது மாதிரியா நிர்மலா?'

'எனக்கும் முழுசாத் தெரியாது. ஒரு நாள் நா இங்க வெயிட் பண்ண போது ஃபோனில அவர் சன் அநிருத்தோட பேசினதைக் கேட்டது தான். பிட்ஸ் அண்ட் பீஸெஸை கொலாஜ் பண்ணினேன்!'

'என்னதான் ஆச்சு?'

●

நார்த்வெஸ்டெர்ன் மெமோரியல் ஹாஸ்பிடல் எப்போதும்போல அதிகாலையிலேயே வலி, ரத்தம், சாவு, மருந்து, விசும்பல் என அதகளப்பட்டுக்கொண்டிருக்க, காலிருந்து இறங்கின வைகுண்டம் அநிருத்தின் வேகத்துக்கு ஈடு கொடுத்து நடந்தார்.

எமர்ஜென்ஸி வார்டில் வில்லியமும் பார்பராவும் சாம்பல் முகமாய் நின்றுகொண்டிருந்தனர். அருகில் இரட்டைக் குழந்தைகள் க்ளினிகல் பாஸ்ஸினெட்டில். ஒன்று கண் மூடிப் படுத்திருக்க இன்னொன்று இண்ட்யூபேட்டரில் போட்டிருந்தார்கள். இருபத்தி ஆறாவது வாரத்திலேயே வலியெடுத்து ஹாஸ்பிட்டலுக்கு வந்தபோது பார்பராவுக்கு அப்டமி?னல் க்ராம்ப்ஸ் மற்றும் டயோரியா. டெஸ்டின்போது மென்ஸ்ட்ருவல் டிஸ்சார்ஜ். உடனே டெலிவரிக்கு ரெடியாகிவிட்டாள் என்று ஸி செக்‌ஷன் செய்து வெளியே எடுத்துவிட்டார்கள். ஒரு பெண், ஒரு ஆண், இரண்டு நிமிட வித்தியாசத்தில் வெளி வந்தன. வைகுண்டம் ஆண் குழந்தையை உன்னிப்பாகக் கவனித்தார்.

'அநி! காஸ்ப் பண்றானா?'

'இல்ல டாட்! இப்ப இருவது நிமிஷம் டிரய் பண்ணியிருக்காங்க! நோ யூஸ்! எனி டைம் ப்ரீத்திங் வில் ஸ்டாப்!'

பார்பரா குபுக்கென்று அழுதாள். வில்லியம் அவளைத் தாங்கிப் பிடித்துக்கொண்டான். இருவருக்குமான முதல் பிரசவம். நிரம்ப எதிர்பார்த்திருக்கிறார்கள்.

வைகுண்டம் விடவில்லை.

'அநி! கேன் ஐ டேக் சார்ஜ் நௌ?'

'டாட்! திஸ் ஈஸ் நாட் இண்டியா!'

வில்லியம் இவரிடம் எதையோ கண்டிருக்கவேண்டும்.

'ப்ளீஸ், ஒய் டோண்ட் யூ லெட் ஹிம்?'

வைகுண்டத்துக்கு அது போதுமானதாய் இருந்தது. பார்பராவிடம் பேசினார்.

'உன் மேலாடையை எடுத்துவிடு. குழந்தைக்குப் பக்கத்தில் படுத்துக் கொள். அவனை நைசாக எடுத்து மார்போடு அணைத்துக்கொள். வில்லியம், நீயும் சட்டையைக் கழற்று! அவர்கள் இருவரையும் அணைத்துக்கொண்டு அசையாமல் இரு! அநி! ஏஸியை ஸ்விட்ச் ஆஃப் பண்ணு! பி சைலெண்ட் ஆல் ஆஃப் யூ! பார்பரா! மூச்சை இழுத்து விடு. உன் மூச்சுக்காற்று குழந்தையின்மேல் படவேண்டும். வில்லியம் நீயும்தான்! உன் உடம்புச்சூடு பார்பரா மேல் விழவேண்டும். ஜாக்கிரதையாக குழந்தையை மார்போடு சேர்த்துக் கொள்! தட்ஸ் இட்! தட்ஸ் இட்!'

மீண்டும் வைகுண்டம் சொன்னார்.

'ம்...ம்... குழந்தையுடன் பேசுங்கள். மெல்லிய குரலில் பேசுங்கள்! அவனுக்குப் பிறந்திருக்கும் அக்காவைப்பற்றிச் சொல்லுங்கள். அவன் எப்படி சந்தோஷமாக அவளுடன் விளையாடி வளரப் போகிறான் என்பது பற்றி பேசுங்கள். ம்.. யெஸ் யெஸ்!'

கடந்தது யுகமா இல்லை வினாடியா?

சட்டென்று பார்பரா கிசுகிசுப்பான குரலில் கண்ணில் நீர் வழிய ரகசியமாக வீறிட்டாள்.

'மூச்சு விடுகிறான்! மூச்சு வந்துவிட்டது!'

அதற்குப்பிறகு நிகழ்ந்தவை வெறு?ம் மருத்துவ டெக்னிக்கல் விவரங்கள் மட்டுமே!

●

போன மாத வெக்கேஷனுக்கு வைகுண்டம் சிக்காகோ போயிருந்த போது பார்பராவும் வில்லியமும் மிட்செல், மாஷாவை அழைத்துக் கொண்டு வந்து வைகுண்டத்துடன் ஃபோட்டோ எடுத்து...

அதான் உங்களுக்குத் தெரியுமே!

கதவு வெடித்துத் திறந்தது.

‘வாட் தெ ஹெல் ஈஸ் கோயிங் ஆன் ஹியர்? என்னுடைய புத்தி பிசகில்லையென்றால் நீங்கள் இருவரும் டாக்டர்கள் இல்லையா?’

‘புரொஃபசர்?’

‘இங்க என்ன வெட்டிப்பேச்சு? அவுட்! அவினாஷ்! நா கேட்டது கொண்டு வந்தியா? நிர்மலா! பெட் நம்பர் 76! கோளா உருண்டையா? அவன அப்படியே மூணாவது மாடி ஜன்னல்லேர்ந்து தள்ளிவிடு! இன்காரிஜிபிள் பேஷண்ட்ஸ்! இன்காரிஜிபிள் டாக்டர்ஸ்!’

அவினாஷும் நிர்மலாவும் சிரித்துக்கொண்டேதான் வெளியே போனார்கள்.

பி.கு: இரட்டையில் ஆண் குழந்தை பிழைத்த விவரங்கள் முழுக்க முழுக்க உண்மையாக நடந்தவை!

27

நரகத்தில் வைகுண்டம்

‘டாக்டர்! ஏழாம் நம்பருக்கு வலியெடுத்திடுச்சி!’

‘ச்ச்! ஒரு நிமிஷம் நிம்மதியா டிஃபன் எடுத்துக்க வுடமாட்டாங்கப்பா! சரி, மேரி! நீ அந்தம்மாவ லேபர் ரூம்முக்கு தள்ளிக்கினு போ. முன்சாமியக் கூப்டுக்க! நா இதா வரேன்! ஆ, ஹௌஸ் சர்ஜன் இன்னிக்கி யாரு?’

‘நரசிம்மனும் ரேணுகாவும்!’

‘ரெண்டு பேத்தையும் வரச்சொல்லு!’

‘இன்னா தாயம்மா! நாலு குழந்தைங்க ஆச்சு! மறுபடி அடுத்த வருஷம் வந்துருவியா? உம் புருஷனுக்கு வேற எதுனா வேல இருக்கா இல்ல... இதேதானா!’

‘டாக்டர்! தாயம்மா வெக்கப்படுது!’

‘ஆமா நாப்பது வயசுக்கு நாலு பெத்துட்டு வெக்கம் வருதாமே வெக்கம்! இன்னா வலி எடுத்திடிச்சா?’

‘மறுபடி ஆம்பளதான்! என்ன தாயம்மா! இன்னும் இருவது வருஷத்துல ஊட்ல பணமாக் கொட்டப்போவுது! நாலும் பசங்க! ஜமாய்!’

‘மேரி! என் வேல ஆச்சு! குழந்த கொஞ்சம் முக்கி முக்கித்தான் எடுக்க வேண்டியிருந்தது. ரேணுகாவ விட்டு எபிசியோடாமி பண்ணிடச் சொல்லு! அவங்களும் எப்பத்தான் கத்துக்கறது!’

‘என்னது மேரி? நானா எபிசியோடாமியா? அய்ய்யோ என்னால முடியாது! பயம்மா இருக்கு!’

‘ஏம்மா நீ ஹவுஸ் சர்ஜன்தானே! அடுத்த வருஷம் டாக்டராப்போறே! பயம்ன்ற? வாம்மா வந்து பண்ணும்மா!’

‘மேரி! நீயே பண்ணு!’

‘என்னைய விட்டா நானே பண்ணிடுவேன்! ஆனா உன்ன மாதிரி படிச்சுட்டு வந்த கத்துகுட்டியெல்லாமே பண்ணலாமாம். ஆனா நா பண்ணக்கூடாதாம்!’

‘இல்ல நரசிம்மனப் பண்ணச்சொல்லு!’

‘என்னா அயிரே! நீயாவது பண்ணுவியா?’

‘முடியாது மேரி! எனக்கு டிரெயினிங் குடுக்காம நேரா எபிசியொடாமி பண்ணுன்னா எப்படி? ஒண்ணு கெடக்க ஒண்ணு ஆச்சுன்னா?’

‘எப்பத்தான் கத்துக்கப்போறே?’

‘இந்தம்மா வாழ்க்கையோட வெளையாடியா கத்துக்கணும்? முடியாது! ரேணுகாதான் கைனகாலஜி பண்ணப் போறதாச் சொன்னாங்க. அவளையே பண்ணச்சொல்லு!’

‘என்ன மேரி, ஆச்சா?’

‘இல்ல டாக்டர்! ரெண்டு பேருமே பண்ணமாட்டாங்களாம்!’

‘என்ன ஹவுஸ் சர்ஜன் இவங்க! நானெல்லாம் நாலாவது வருஷத்துலயே எபிசியோடாமி பண்ணியிருக்கேன். ஹவுஸ் சர்ஜனும் போது மாசத்துக்கு ஒண்ணு. அப்பெண்டிக்ஸ¬ல ஆரமிச்சு காலிக் கோலோன் வரைக்கும்! வா நரசிம்மா! நீயே பண்ணு!’

‘சாரி டாக்டர்! என்னால முடியாது! எனக்கு இது அவசியமும் இல்லை. நா ஜெனெரல் மெடிசன்தான் பண்றேன். இது தேவையில்லை!’

‘என்னையே எதிர்த்துப் பேசறியா? நீ வெளியே போக முடியாது! இன்னும் ஒரு வருஷம் எக்ஸ்டெண்ட் பண்ணிடுவேன்! டாக்டர் அமலோற்பவம்னா என்ன நெனச்சே?’

‘மறுபடி சாரி டாக்டர். மேடம்! எனக்கு இதுல டிரெயினிங் குடுக்கலை, நா பேஷண்ட் உயிரோட வெளையாட மாட்டேன். நீங்க கம்ப்ளெயின் பண்ணிக்குங்க!’

‘நா இப்பவே சீஃப் கிட்ட சொல்லிடறேன்! உம்மேல டிஸிப்ளினரி ஆக்‌ஷன் எடுக்கணும்!’

‘சாரி டாக்டர்!’

‘இந்தா ரேணுகா! நீ பண்ணு! முரண்டு பிடிக்காத! டைம் ஆவுது!’

‘நரசிம்மன்! சீஃப் டாக்டர் கூப்பிடறாரு?’

‘என்ன நரசிம்மன்! டாக்டர் அமலோற்பவம் உங்கமேல கம்ப்ளெயின் பண்ணியிருக்காங்களே! சொன்னதச் செய்யலைன்னு?’

‘ஒரு விதத்துல உண்மைதான் டாக்டர்! அவங்க பார்த்த ஒரு டெலிவரி கேஸுக்கு என்னை எபிஸியொடாமி பண்ணச் சொன்னாங்க! எனக்கு ட்ரெயினிங்கே இல்லியே டாக்டர். நான் எப்படி டாக்டர் பண்ண முடியும்? ‘

‘பின்னே எப்படி கத்துக்கப்போறப்பா? நீ ஹவுஸ் சர்ஜன்தானே?’

‘நா எதுக்கு எபிஸியொடாமி கத்துக்கணும் டாக்டர்! என்னோட சாய்ஸே ஜெனெரல் மெடிசின்தானே!’

‘அப்புறம் யாரு பண்ணினாங்க?’

‘இன்னொரு ஹவுஸ் சர்ஜன் ரேணுகா!’

●

டாக்டர் அமலோற்பவம் படபடத்தாள்

‘மேரி! அடுத்த பேஷண்ட் யாரு? எனுக்கு கொஞ்சம் ரெஸ்ட் வேணும்மா! நேத்து தூக்கமே இல்ல!’

‘தாயம்மா வந்திருக்காங்க! காலையிலேர்ந்து வெயிட் பண்றாங்க! உங்களத்தான் பாக்கணும்மாம்!’

‘என்ன தாயம்மா! நல்லாயிருக்கியா? கொழந்த எப்படி இருக்கு?’

‘கொழந்த நல்லாயிருக்காங்க! எனுக்குதான்...’

‘என்ன ஆச்சு?’

‘ஒண்ணுக்கு நிக்காம போவுதுங்க! அப்புறம் அந்த எடத்துல வலி தாங்க முடியலை!’

‘அதெல்லாம் ஒண்ணியும் ஆவாது! நீ இந்த மாத்திரயப் போட்டுக்கினு அடுத்த வாரம் வா! மேரி! தாயம்மாவுக்கு நம்ம காண்டீன்லேர்ந்த்கு சூப் வாங்கிக் குடு.’

●

‘டாக்டர் அமலோற்பவம்! சீஃப் திவாகரன் கூப்பிடறாரு!’

'வாங்க டாக்டர்! இந்தம்மாவத் தெரியுதா?'

'எஸ் டாக்டர்! தாயம்மா! நாந்தான் டெலிவரி பாத்தேன்!'

'நீங்கதானே எபிசியோடாமி பண்ணினீங்க?'

'டிரெயினிங் வேணும்னு நாந்தான் ஹவுஸ் சர்ஜன் ரேணுகாவப் பண்ணச் சொன்னேன்!'

'இப்ப என்னென்னமோ கம்ப்ளெயின் பண்றாங்களே!'

'அதெல்லாம் நா பாத்துக்கறேன் டாக்டர்! இந்தா தாயம்மா! நீ போய் என் ரூமுல வெயிட் பண்ணு!'

'டாக்டர்! ஹவுஸ் சர்ஜன வெச்சு எபிசியோடாமி பண்றது நம்ம ஆஸ்பிடல்ல வழக்கம்தானே!'

'சரிம்மா! ஆனா தப்பாப்போச்சே! இப்ப டைரக்டர் கிட்ட விஷயம் போனா நம்ம ரெண்டு பேருக்கும் டிரான்ஸ்ஃபர்தான்!'

'அப்ப ஏன் சார் 20 கேஸாவது சர்ஜரி பண்ணனும்னு எதிர்பாக்கறாங்க! நானே ஹவுஸ் சர்ஜனா இருக்கும்போது ஏழெட்டு பண்ணியிருக்கேனே சார்!'

'எல்லாம் சரி! நீங்க கூட இருந்து சூபர்வைஸ் பண்ணியிருக்கணும்! பண்ணாம இருந்து இப்ப என் உயிரையும் சேர்த்து வாங்கறீங்க! போறாத்துக்கு நரசிம்மன்ங்கற ஹவுஸ் சர்ஜனப் பத்தி தாறுமாறா ரிப்போர்ட் எழுதி ஃபைல் பண்ணிட்டீங்க! டைரக்டர் அவனக் கூப்பிட்டு பேசியிருக்கார் இன்னிக்கி!'

●

'என்ன கண்ணாயிரம்?'

'ஓ அமலோற்பவம்மா! நீங்களும் இங்கதான் இருக்கீங்களா? டைரக்டர் வரச்சொல்றாரு!'

உள்ளே நுழைந்தபோது நரசிம்மன் ஓரமாக நின்றுகொண்டிருக்க அந்த ஓரத்தில் மேரி, தாயம்மா! எதிர்பக்கச் சுவரோரமாக ரேணுகா!

'வாங்க அமலோற்பவம்! என்ன குளறுபடி இது?'

'ஒரு குளறுபடியும் இல்லை சார்!'

'கால் மி புரொஃபசர்!'

'சாரி புரொஃபசர்! நம்ம ஹாஸ்பிடல்லியே பிராக்டீஸ் இருக்கு! என்மேல தப்பில்லை!'

'நான்சென்ஸ்! நான் இவங்கள எக்ஸாமின் பண்ணிப் பார்த்தேன்! அட்ராஷியஸ்! க்ளியர் கேஸ் ஆஃப் பெரினீயல் அண்ட் டிஸ்பரூனியா! இந்த ஹவுஸ் சர்ஜன் பொண்ணு ஆபரேஷன் பண்ணும்போது கூட இருக்கணும்னு ஒரு பிராக்டீஸ் இருக்கே, தெரியுமா? இருந்தீங்களா?'

'இல்ல சார்! நான் இன்னொரு எமர்ஜென்ஸியில...'

'பொய்! ஓகே உங்ககிட்ட அப்புறமா பேசிக்கறேன்! இந்தாம்மா உன் பேர் என்ன சொன்னே? '

'தாயம்மாங்க!

'நீங்க வார்டுக்கு போங்க! நானே வரேன்! நரசிம்மன்! மேரி! கெட் தி ப்ரிபரேஷன்ஸ் டன்!' ரேணுகா! யூ டூ!'

'அமலோற்பவம்! நீங்க ஒரு வாரம் லீவுல போங்க! உங்களுக்கு டிரான்ஸ்ஃபர் ஆர்டர் வரும்!'

'சார்?'

'யூ மே கோ! அப்பனே சீஃப் டாக்டர் திவாகரா! இதெல்லாம் நீ கவனிக்கவே மாட்டியா?'

'சாரி சார்!'

'இது ஒண்ணச் சரியா சொல்லிடுங்க! உடனே நம்ம ஹாஸ்பிடல்ல எல்லா டாக்டர்ஸுக்கும் சர்க்குலர் அனுப்பு! ஒரு சர்ஜரி கூட ஹவுஸ் சர்ஜன் வெச்சு பண்ணக்கூடாது!

'ரொம்ப வருஷமாவே இப்படி பண்றது வழக்கம்தானே புரொஃபசர்!'

'ஆனா சீனியர் டாக்டர் கூடவே இருக்கணும். சொல்லித் தரணும்! அதுதானே சரி! வர்ர பேஷண்ட் உயிரோட விளையாட முடியுமா?'

'அது சரி புரொஃபசர்! டாக்டர் அமலோற்பவம் பண்ணது தப்புத்தான்!'

'அப்ப சீஃப் டாக்டர் நீ பண்ணினது? பொறுப்பு உனக்கு இல்லியா?'

'புரொஃபசர்! அந்த சர்க்குலர் போட்டா மத்த டாக்டருங்கள்ளாம் எங்க வேலை அதிகமாவுதுன்னு கேப்பாங்க!'

'அப்படிக் கேக்கறவங்கள எங்கிட்ட அனுப்பு! இது என்ன ஹாஸ்ப்பிடலா இல்ல சந்தை மடமா?'

'சரி புரொஃபசர்!'

‘போய் நான் சொன்ன சர்க்குலர இப்பவே அனுப்பு! இட் ஈஸ் என் ஆர்டர்!’

தான் மயிரிழையில் தப்பித்த சந்தோஷத்தில் சீஃப் டாக்டர் திவாகரன் ஓடினார்.

டிரான்ஸ்ஃபர் ஆர்டரைக் கையில் வாங்கி, தளர்ந்து நடை போட்ட டாக்டர் அமலோற்பவம் முணுமுணுத்தாள்.

‘பேருதான் வைகுண்டம்! கூட வேலை செய்யறவங்களுக்கு இந்த ஆஸ்பத்திரி நரகம்தான்!’

28

விளையும் பயிர்

ஆயிரத்தித்தொள்ளாயிரத்தி அறுவத்தெட்டாம் வருடம் ஒரு சோம்பேறித்தனமான மதியம் ஸ்ரீரங்கத்தில் நடக்கும் அல்லது நடந்த கதை, இல்லை... உண்மை நிறைந்த... சரி, இதெல்லாம் பிற்பாடு வைத்துக்கொள்வோம்.

டாக்டர் ரங்கபாஷ்யம் டேபிளின் மேல் காலைத் தூக்கிப் போட்டுக் கொண்டு ஈசானிய விட்டத்தில் ஒரு சிலந்தி மெல்ல நகருவதை வேடிக்கை பார்த்துக்கொண்டிருக்கும்போது படபடவென க்ளினிக்கின் கதவு தட்டப்பட்டது.

'கிருஷ்ணா! போய்ப் பாரேண்டா!'

ஒன்றும் நடக்கவில்லை.

மீண்டும் படபட.

'கிருஷ்ணா! எங்கடா போய்த்... ஓ! சாப்பிடப் போறேன்னியா? வரேன் வரேன்! கதவை ஒடைச்சுடாதீங்கோ!'

கதவைத் திறந்தால் அந்த வக்கீலாத்துப் பையன். அவன் பின்னால்... விவரிப்பதற்குள் டாக்டர் ரங்கபாஷ்யம் முந்திக்கொண்டார்.

'அடேய்! வக்கீலாத்து அம்பியாடா? என்னத்துக்கு இப்படி கதவப் போட்டு வாசிக்கறே? ஆர்ரா அது உன்னோட?

மாமா! இவனுக்கு கால்ல அடி! பாருங்கோ!'

பின்னால் நின்றிருந்த பையனுக்கு கிழிசல் டிராயருக்குக்கீழே காலில் பாதத்துக்குமேல் ரத்தம் சொட்டிக்கொண்டிருந்தது. அவன் ஸ்..ஆ..ஸ்.. என்று வலியுடன் அழுகையையும் சேர்த்துக் கட்டுப் படுத்த முயன்றுகொண்டிருந்தான். இப்போதுதான் ரங்கபாஷ்யம்

கவனித்தார். பின்னால் லொடக்காணி சைக்கிளுடன் ஸ்ரீரங்கம் தி ஸ்கூலின் பியூன் மாடசாமி பரபரத்துக்கொண்டிருந்தான்.

'வக்கீல் தம்பி! நா போகட்டா? இந்நேரத்துக்கு ஹெட்மாஸ்டர் என்னை நல்ல தஞ்சாவூர் வசவா வெய்வாருப்பா! அதான் டாக்டரே பாத்துட்டாரே! நா வரேன்!'

கொல்லன் பட்டறையில் சின்ன ஆணி அடிக்கும்போது காதில் நாராசமாக ஒரு கீய்ங் சத்தம் வருமே, அதுபோன்ற ஒலியுடன் சைக்கிளில் ஏறி, பிருஷ்டம் வலப்பக்கமாக ஒருக்களிக்க, மாடசாமி தெருவில் பெடல் பண்ணி மறைந்தான்.

'வாடா வாடா பையா! என்ன வெஷமம்டா பண்ணீங்க ரெண்டு பேரும்? ஏண்டா வக்கீல் பையா! நீ ரொம்ப சூட்டிகைம்பானே உங்கப்பன்?'

'வெஷமம்லாம் ஒண்ணும் இல்லை மாமா! எங்க கிரௌண்டுல சின்ன ரப்பர் பந்துல ஃபுட் பால் ஆடினோம். இவன் பாலை உதைக்கறபோது பெரிய பாறாங்கல்லுல போய் இடிச்சுன்னுட்டான்!'

'ஆமா, ஒனக்கு கிளாஸ் இல்லியா?'

'இருக்கு மாமா! ஆனா இப்படி ரத்தம் கோட்டறதே! மத்த பசங்கள்ளாம் பயந்து ஓடிப்போய்ட்டா! இவன் பாவமாச்சே! அதான் நானே பியூன் மாடசாமிட்ட கெஞ்சி சைக்கிள்ல ஏத்திக் கூட்டிண்டு வந்தேன்!'

'இரு இரு! கால அசக்காத! பாக்க வாணாமா?

'என்ன கிளாஸ் இப்போ ஒனக்கு?'

'சமஸ்கிருதம் மாமா!

'ஆரு நரசிம்மாச்சாரியா? சிண்டைப் பிடிச்சுப் பந்தாடுவானேடா!'

'பரவால்ல மாமா! இவனுக்குக் கட்டு போட்டுவிடுங்கோ! இவன ஆத்துல கொண்டுபோய் விட்டுட்டு கிளாசுக்குப் போறேன்!'

'ஆரு பையண்டா நீயி?'

பையன் முனகினான்.

'ஏண்டா எனக்கென்ன பாம்புச்செவியா? உரக்கச் சொல்லேன்!'

'மணியக்கார் சேர்வை பையன் மாமா!'

'சீக்கிரமா ஆத்துக்குப்போய் கால்ல போர்வையப் போத்திண்டு படுடா! உங்கப்பன் பார்த்தா புளிய மிளாரினால வீறிப்பிடுவானே!'

இப்போது பையன் கட்டுப்போட்ட காலுடன் நொண்டி எழுந்து கண்களில் மிரட்சியுடன் ரங்கபாஷ்யத்தைப் பார்த்தான்.

'நா ஒண்ணும் சொல்லமாட்டேண்டா! ஆனா நீ இப்படி கெந்திக் கெந்தி நடந்தியானா கண்டுபிடிச்சுட மாட்டானா?'

'நானே அவாத்துல போய் சொல்லிடறேன் மாமா! டேய்! நீ ஒண்ணும் பயப்படாத! உங்கப்பாட்ட நானே சொல்றேன்!'

'அடேய் வக்கீல் பையா! நீ பெரிய மனுஷனோடா? ம்?'

'சரி மாமா, நா வரேன்!'

'இர்ரா இர்ரா! ரெண்டு நிமிஷம் உக்காருங்கோ இங்க! கிருஷ்ணன் சாப்ட்டுட்டு வந்துடுவான். அவனோட சைக்கிள்ல அழச்சிண்டு போச்சொல்றேன்! வக்கீல் பையா! நான் இவன அனுப்பறேன்! நீ கிளாசுக்கு ஓடு!'

'ரொம்ப தாங்க்ஸ் மாமா!'

சரி சரி! எல்லாம் பெரிய மனுஷத்தனம்! உங்க தாத்தா மாதிரி! ஆமா என்னடா படிக்கறே இப்போ?'

'எட்டாவது மாமா!'

'ஓங்கப்பன மாதிரி வக்கீலுக்குத்தானே படிக்கப்போறே? ஏகப்பட்ட கேஸ் கட்டு சம்பாதிச்சு வெச்சிருக்கானே! அந்த குவளக்குடி ஜமீன் கேஸு ஒண்ணு போறுமே! இன்னும் ரெண்டு தலைமுறைக்கு வ்யாஜ்யம் ஓடுமே!'

'இல்ல மாமா! நா வக்கீலுக்குப் படிக்கப்போறதில்ல!'

'இதென்னடா அதிசயம்! உங்க தாத்தா திருச்சி மேல் கோர்ட்டுல ஜட்ஜா இருந்தவர்! உங்கப்பன் பெரிய வக்கீல்! பின்ன நீ என்னதான் படிக்கப்போறே?'

'நா உங்க மாதிரி டாக்டருக்குப் படிக்கப்போறேன் மாமா! அதும் இங்க இல்ல! மெட்ராசுக்குப்போய் படிக்கப்போறேன்!'

'போடு சக்கைன்னானாம்! படிறா படிறா! இங்க ஸ்ரீரங்கத்துல எனக்குப் போட்டியா கடை போடப் போறியாக்கும்!'

'சேச்சே இல்ல மாமா! நா மெட்ராஸுல பெரிய ஆஸ்பத்திரியிலதான் வேலை செய்வேன்!'

‘ட்டேயப்பா! செய்டா செய்டா! புண்ணியமாப் போகும்! ஆமா, உன்ன எல்லோருமா வக்கீல் பையன்னே கூப்பிடறாளே, உனக்கு என்னதாண்டா பேரு உங்காத்துல வெச்சிருக்கா?’

ஒரு டிராக்டர் ஓடும் சப்தத்தை வாயில் செய்துகொண்டே ஸ்கூலுக்கு ஓடத் தயாரான வக்கீல் பையன் ஒரு கணம் தயங்கி நின்று ரங்கபாஷ்யத்தைப்பார்த்து ‘எம் பேர் வைகுண்டம் மாமா!’

இப்போது அந்த டிராக்டர் ஒரு அரைவட்டம் அடித்து, லேசாகப் புழுதியைக் கிளப்பி ஸ்ரீரங்கம் தி ஸ்கூல் பக்கமாய் ஓடிப்போனது.

29

ஏன் முடியாது?

டாக்டர் வசுதா வீட்டு கிரகப்ரவேசத்துக்குப் போயிருந்தேன். உனக்கு டாக்டர் வசுதாவை எப்படித் தெரியும் என்பதற்கான பதில் சுவாரஸ்ய மானதாக இருப்பினும் இந்தக் கதைக்கு அவசியமில்லாதது. சாப்பிட்டு விட்டு மாடிப்படியிலிருந்து இறங்கினபோதே கவனித்தேன். படிகளுக்கு அடியில் ஒரு டேபிளில் நல்ல கும்பகோணம் வெற்றிலையும் சீவலும் ரசிக்லால் பாக்கும் கேட்பாரற்றுக் கிடந்தன. போய் நாலு வெற்றிலையை எடுத்து பாக்கை வைத்து சுண்ணாம்பைத் தேட எதிர்ப்புறம் பார்த்தேன்.

அந்த மஹா ஹாலின் கடைசியில் வெனீஷியன் ப்ளைண்டுகள் தூக்கிவிடப்பட்ட எல்லிப்டிகல் சிங்கிள் ப்ளேன் டில்ட் ஜன்னலுக்கு அருகில் நாற்காலியில் எனக்கு முதுகைக் காட்டிக்கொண்டு வசுதாவின் அப்பாவோடு பேசிக்கொண்டிருந்தது...

இருங்கள், இருங்கள், உங்களுக்குக் கொஞ்சம் முதலிலிருந்தே சொல்ல வேண்டும். முதலிலிருந்தே என்றால் ஏழெட்டு வருஷத்துக்கு முந்தின சமாச்சாரம்.

ராகவன், நிர்மலா, அவினாஷ் எல்லோரும் அந்த பேஷண்ட்டின் பாராமீட்டர்ஸைப் பார்த்துக்கொண்டிருக்க, டாக்டர் வைகுண்டம் ஒருவித ஜேம்ஸ் கேக்னி பாரிடோனில் பேசிக்கொண்டிருந்தார்.

'லுக் அட் தி ஈஸோஃபேகஸ்! சின்ன ஸ்பாட்ஸ் தெரியறதா?

'எஸ் புரொஃபசர்!'

'வேறென்ன பாக்க முடியுது?'

'புரொஃபசர்! லூமின் மூடியிருக்கு! சம்திங் ஈஸ் பிளாக்கிங்!'

'பிரில்லியண்ட் நிர்மலா! கிளியர் கேஸ்!'

‘என்ன கிளியர் கேஸ் டாக்டர்?’

‘அவினாஷ்! நீயா கேக்கறே? நீ ஒரு ஹெமடாலஜிஸ்ட் பையா!’

‘ஆனாலும் கொஞ்சம் குழப்பமா...’

‘நோ நோ! குழப்பமே இல்ல. இதுக்காகத்தானே அப்பர் எண்டோஸ் கோபி பண்ணச் சொன்னேன்! சரி பேஷண்ட் செடேட்டடா?’

‘எஸ் டாக்டர்!’

‘ஓகே! ஈஸோஃபேகல் கான்ஸர்! அவினாஷ்! இன்னமே உன் வேலை. சைஸ் அண்ட் ஸ்ப்ரெட் ரெண்டையும் மெஷர் பண்ணு. சர்ஜரியா இல்லியான்னு...’

ப்யூலாவின் குரல் குறுக்கிட்டது. ‘புரொஃபசர்! ஃபோன்!’

‘ப்யூலா! என்னை டிஸ்டர்ப் பண்ணவேண்டாம்னு சொன்னேனே?’

‘இல்லை புரொஃபசர்! டாக்டர் வசுதா! அர்ஜண்ட்ன்னு சொல்றாங்க!’

‘அண்ட் ஹூ தெ ஹெல் ஈஸ்... ஓ... ஓ... ஆப்தல்மாலஜி வசுதாவா?’

‘ஆமாம் புரொஃபசர்!’

‘சரி வரேன்! பாய்ஸ் அண்ட் கேர்ல்ஸ்! கண்டின்யூ த எண்டோஸ்கோபி! முடிச்சுட்டு என் ரூமுக்கு வந்துடுங்க! டிஸ்கஸ் பண்ணிடலாம்!’

‘ஹலோ வசுதா! உனக்கு இந்தக் கிழவன் நெனைப்பு வந்திருக்கே! என்ன விஷயம்! எப்படி இருக்கார் உன் ஆக்யூலர் ஆன்காலஜி ஸ்பெஷலிஸ்ட் கணவர்?’

‘ஓ ஹீ ஈஸ் ஃபைன் புரொஃபசர்! உங்கள மீட் பண்ணனுமே! அர்ஜண்ட்! ஒரு கேஸ்! காம்ப்ளிகேடட்!’

‘அதானே பார்த்தேன்! இல்லேன்ன என் நினைவு வருமா உனக்கு! எப்படி இருக்கான் உன் அப்பன்? ஆஸ்பிடலுக்கு வரானா இல்ல வீட்ல பிரிட்ஜா?’

‘யாரு உங்க கிளாஸ் மேட்தானே! அவர் இந்த வருஷ என்.ஏ.பி.சி சாம்பியன்ஷிப்புக்கு அட்லாண்டா போறார். ப்ரிபரேஷன் ஓடிண்டு இருக்கு! அவர் மெடிசன்லாம் மறந்துபோய் பல வருஷமாச்சு புரொஃபசர்!’

‘ஓகே, எப்ப வரே?’

‘இன்னிக்கு சாயங்காலம்?

‘எஸ்! ஆனா எட்டு மணிக்குமேல!’

‘புரொஃபசர்! தினம் எட்டு மணிக்கு நான் ஜிம்முல இருக்கணும்!’

'டம்ப் யுவர் ஜிம் டுடே. வா எங்க காண்டீன் டீ ஆறிப்போய் தரேன்!'

●

'வா வசுதா! யூ ஆர் லேட் பை டென் மினிட்ஸ்!'

'சாரி புரொஃபசர்! டிராஃபிக்!'

'ஓகே. சொல்லு!'

'இந்த ரிப்போர்ட்ஸ் பாருங்க!'

'எனக்குத் தெரிஞ்ச ஆஃப்தல்மால்ஜி படி கண்ணு ரெண்டும் கிளியரா இருக்கே! ஒண்ணும் அப்னார்மலிடி தெரியல!'

'கரெக்ட் டாக்டர்! ஆனா ராகினி கஷ்டப்படறா?'

'என்ன சிம்ப்டம்ஸ் வசுதா?'

'பார்வை மங்கிண்டு வரதுங்கறா. போன வாரத்துக்கு இந்த வாரம் இன்னும் மோசம்னு சொல்றா! வாய் கிட்ட சதை ஸ்டிஃப்ஃபா இருக்காம். கண்ணுல ஒரு பிராப்ளமும் தெரியல புரொஃபசர். ராகவ்ட்டயும் கேட்டென். அவருக்கும் ஒரு க்ளூவும் இல்ல. அதான் உங்க கிட்ட கேக்கலாம்னு...'

வைகுண்டம் சுழல் நாற்காலியைச் சுற்றி வந்தார். விட்டத்தைப் பார்த்தார்.

'வசுதா! நீ இப்ப கௌம்பு! இது சிம்பிள் கண் பிராப்ளம் இல்லை. வேற ஏதோ! லெட் மீ டு சம் ரீடிங் அண்ட் திங்க்கிங்! நாளைக்கு காலம்பர வாயேன்! ராகினியை அழச்சிண்டு வர வேணாம்!'

'ப்யூலா! காண்டீன்ல ஒரு காபி சொல்லேன்! நா போனவாரம் ஒரு வெப் சைட்டுலேர்ந்து பிரிண்ட் எடுக்கச் சோன்னேனே, அதைக் கொண்டு வா!'

வந்ததும் ஒரு புரட்டு புரட்டினார். பட்டென்று மூடி வைத்தார். முகத்தில் கவலை ரேகைகள். இரவு வீட்டுக்குத் திரும்பும்போது எப்போதும்போல டிரைவர் மதுரை மணி பாட்டு போட்டபோது தடுத்தார்.

'வேண்டாம்ப்பா! அணைச்சுடு!'

'வேதவல்லி! எனக்கு ராத்திரி கஞ்சி மட்டும் போறும்! ஃப்ளாஸ்க்ல டீ போட்டு வெச்சிட்டு நீ தூங்கப் போ!'

ஏதோ பெரிய கேஸ் என்று வேதத்துக்குப் புரிந்துவிட்டது.

'என்ன கேஸ்? யாரானு குழந்தையா?'

'ஆமாம் வேதம்! பதினேழு வயசு! எனக்கு என்ன கேஸ்னு பிடிபடல. ஆனா ஏதோ சீரியஸ்னு உள் மனசு சொல்றது!'

சொல்லுங்களேன்! சும்மா கேட்டுக்கறேன்!'

சொன்னார்.

'சரி நீ படுத்துக்கோ! நான் கொஞ்சம் படிக்கறேன்!'

காலை ஆறு மணிக்கெல்லாம் வாக்கிங்குக்கு போய்விட்டு திரும்பினதும் வேதம் காஃபி கொடுத்தாள். கூடவே ஒரு கட்டு கம்ப்யூட்டர் பிரிண்ட் அவுட்டும்.

'என்ன இது வேதம், காலங்கார்த்தால? உம்புள்ள சிக்காகோவிலேர்ந்து ஏதானு அனுப்பியிருக்கானா?'

'இல்ல! இது உங்களுக்குத்தான்!'

'எனக்கா? என்னது இது?

'டாக்டர் காலித் அஸிஸ்னு பேரு. மார்கன் டைசெர்ட்டுன்னு ஒரு காலேஜ் பொண்ணுக்கு ட்ரீட் பண்ணியிருக்கார். வாஷிங்டன் கவுண்ட்டியில! கிட்டத்தட்ட நீங்க சொன்ன அதே சிம்ப்டம்ஸ்! ஏதோ வாயில நுழையாத பேரா சொல்லியிருக்கார்!'

'ஓ மை காட்! யெஸ் யெஸ்! வேதம் யூ ஆர் பிரில்லியண்ட்! ராத்திரி தூங்காம தேடினயா? எப்ப படுத்துண்டே?'

'இனிமேத்தான், நீங்க ஆஸ்பிட்டலுக்கு கிளம்பினப்றம் தூங்கணும்!'

வாக்கிங் போன வியர்வையோடு வேதத்தை அணைத்து முத்தமிட்டார். வெட்கத்தில் அந்த ஐம்பத்தைந்து வயது மாமி ஓடினதை வைகுண்டமும் அவர் ரூமைப் பெருக்க வந்த தாயம்மாவும் ரசித்துச் சிரித்தார்கள்.

●

ப்யூலா நிதானமாக அந்தத் திராபை டீயை ரசித்துக் குடித்துக் கொண்டிருந்தபோது புயல் காற்று வீசியது!

'ப்யூலா! கெட் அப்! ப்ரோண்டோ! கூகிள்ள டாக்டர் காலித் ஆஸிஸ்னு தேடு. இந்தா இன்னொரு லிங்க். மார்கன் டைசெர்ட். எல்லா பேஜூம் எடுத்து பிரிண்ட் பண்ணி என்கிட்ட குடு. இதெல்லாம் முடிக்க உனக்கு பத்து செகண்டுதான் டைம்! கெட் கோயிங்!'

'அவினாஷ்!'

ரூமிலேர்ந்தே சத்தமிட்டார். வெளியில் சவரிமுத்து முனகினான்.

'இன்னா ஆச்சு பெரிசுக்கு? காலங்காலையில சத்தம் போடுது!'

அவினாஷைக் கூப்பிட ஓடிப்போனான்.

'அவினாஷ்! கால் வசுதா!'

தூக்கக் கலக்கமான குரலில் ரம்யமான வசுதாவின் 'யெஸ்' சிதறித் தூள்தூளாகியது.

'வசுதா! உடனே வா! இன்னும் அரை மணியில இங்க இருக்கணும்! வர்ரதுக்கு முன்னாடி அல்லெகெனி ஹெல்த் ஆஸ்பிடல், பிட்ஸ்பர்க்குக்கு பேசு! ய சிமிலர் கேஸ்!'

'புரொஃபசர்! எனக்குப் புரியல. என்ன சொல்றீங்க!'

'மை டியர் வசுதா! யுவர் பேஷண்ட் ராகினிக்கு வந்திருக்கறது பிரெயின் ட்யூமர்! ய ரேர் வெரைட்டி!! கெட் ஹர் ரெடி ஃபார் சர்ஜரி!'

'பட் டாக்டர்? யாரு பண்ணுவா? ஐயாம்... பிரெயின் ட்யூமர்? ஆனா கண்ணுல...'

வசுதா குழறினாள்.

'ஜஸ்ட் கம் ஹியர் நௌ!'

சரியாக வாராத பின்னலுடன் நெற்றியில் கோணலாகத் திரும்பியிருந்த பொட்டுடன் மாட்சிங்கே இல்லாத மஸ்டார்ட் சூரிதாருக்கு வயலட் கலர் சல்வாருடன், ஆனால் வெள்ளை துப்பட்டா, வசுதா வந்தபோது வைகுண்டம் ஃபோனில் பேசிக்கொண்டிருந்தார்.

'எப்ப ரெடியாவே நீன்னு சொல்லு?'

'............'

'இது எனக்குப் பண்ற ஃபேவர்னு வெச்சுக்கோயேன்!'

'............'

'ஓக்கே தாங்க் யூ வெரி மச் பரணி! நான் பேஷண்ட்டை அனுப்பி வெக்கறேன். நானும் கூட வரேன். அடுத்த வாரமே பண்ணிடலாமா? எல்லா எக்விப்மெண்ட்டும் எங்க ஆஸ்பிடல்ல இருக்குப்பா! உபயோகிக்கறோமோ இல்லியோ வாங்கி வெச்சுட்டோம். அந்த விஷயத்துல கவர்ன்மெண்ட் எல்லா சாங்க்ஷனும் குடுத்திருக்காங்க! நீதான் கொஞ்சம் உன் டைம் டேபிளை மாத்தி இந்த சர்ஜரியப் பண்ணிடணும்!'

ஃபோனை வைத்தவுடன் படபடத்தார்.

‘வசுதா! ராகினியோட அப்பா அம்மாவை அழைச்சிண்டு வா! லெட் ராகினி ஆல்ஸோ கம்! இன்னிக்கே!’

●

அந்தப் பெரியவர் சமீபத்தில் ரிடயர் ஆன பாங்க் குமாஸ்தா. லேட்டாகக் கல்யாணம் பண்ணிக்கொண்டு லேட்டாகப் பெற்ற பெண் ராகினி. முதலில் ராகினியுடன் பேசினார்.

ராகினி சின்னப் பெண். வட்ட முகமும் சுருள் முடியுமாய் குங்குமச்சிமிழ்போல இருந்தது. எண்ணெய் காணாத தலை. பின்னல் கலைந்து ‘ஆன் எட்ஜ்’ என்று சொல்லிவிடக்கூடிய முகபாவம். நெற்றியில் கவலைக்கோடுகள் ஆக்ரமித்திருந்தன.

‘அங்கிள்! என் கண்ணு சரியாய்டுமா அங்கிள்?’

‘கவலைப்படாதே ராகினி! உன்னைச் சரியாக்கிவிடுவோம்!’

‘அடுத்த மாசம் செமெஸ்டர் எக்ஸாம் வருது அங்கிள்! ஐ வாண்ட் டு பிகம் ய ஸ்பேஸ் சயண்டிஸ்ட் இன் இண்டியா!’

‘இண்டியாவுலயா? இங்க என்னம்மா ஸ்பேஸ் சயன்ஸ் இருக்கு! நாசா போகலாமே?’

‘நோ அங்கிள்! இன்னும் ரெண்டு வருஷத்துல நாம் சந்திரனுக்கு போப்போறோம். எனக்கு இண்டியாவுலதான் ரிசர்ச் பண்ணனும்!’

‘வெல் வெல்! இண்டியாவுக்கு ஒரு பிரைட் சயண்டிஸ்டை தரப்போறோம்! நீ ஜாலியாப் போய் செமஸ்டர் எழுதலாம்! அண்ட் யூ வில் பிகம் அ க்ரேட் சயண்டிஸ்ட்! இப்ப நீ வெளில வெயிட் பண்ணு! நா டாக்டர் வசுதாவோட ட்ரீட்மெண்ட் ப்ளான் பண்ணிட்டு சொல்றேன்!’

‘ப்யூலா! ராகினியக் கூட்டிண்டுபோய் அவினாஷைப் பாரு! சில டெஸ்ட் எடுக்கணும்!’

ராகினியை அப்புறப்படுத்திவிட்டு பெற்றோருடன் பேசினார்.

‘இதப் பாருங்க சார்! உங்க பொண்ணுக்கு வந்திருக்கறது பிரெயின் ட்யூமர்! கொஞ்சம், இல்லை உங்ககிட்ட க்ளியராச் சொல்லிடணும், நெறையவே சீரியஸ்தான்...’

உடைந்து அழுதார் பெரியவர். அம்மா பெருங்குரலெடுத்துவிட்டு பின்னர் புடைவைத் தலைப்பால் முசுமுசுவெனக் கலங்கினாள். கையால் கணவரை இறுக்கப் பற்றிக்கொண்டாள். பெரியவரின் உடல் நடுங்கிக் குலுங்கியது.

'ஸ்ஸ்... என்ன பண்றது! வரவேண்டாம் ஆனா வந்துடுத்து. ட்ரீட் பண்ணியாகணும். மேஜர் சர்ஜரி. சான்ஸ் ஃபிஃப்டி ஃபிஃப்டிதான். பண்ணலைன்னா ஒரு மாசம்கூடத் தாங்க மாட்டா. நமக்கு வேற வழி இல்லை. ஆனா நாங்கள்லாம் அவ்வளவு சுலபமா விட்டுடுவோமா? எங்க படிப்பு அனுபவமெல்லாம் சும்மாவா? எல்லா வழியும் டிரை பண்ணப்போறோம். இருந்தாலும் நாம கடவுள் இல்லியே! அதனால பிரார்த்தனை பண்ணுங்க. ராகினி நல்லா ஆகணும்னு. வசுதா! இவரக் கூட்டிட்டு போ. பணம் பத்திக் கவலைப்படாதீங்க! நாங்க பாத்துக்கறோம்!'

'இதோ அனுப்பிட்டு வரேன் புரொஃபசர்!'

திரும்பி வந்த வசுதா, 'ரொம்ப உடஞ்சு போயிட்டார்!' என்றாள்.

'நாச்சுரல்லி வசுதா!'

'உங்க ப்ராக்நோஸிஸ் என்ன புரொஃபசர்?'

'வசுதா! அவளுக்கு வந்திருக்கறது டிரைஜெமினல் ஷ்வானோமா! இப்பத்தான் டாக்டர் பரணிகிட்ட பேசினேன்.

'பரணின்னா? சுப்ரா ஆர்பிடல் கிரேனியோடாமி பரணியா? அவர் டேட்ஸுக்கே ஒரு வருஷம் காத்திருக்கணுமே புரொஃபசர்!'

'அவன் என்னோட ஸ்டூண்ட், உன்ன மாதிரி! அடுத்த வாரமே ஒரு டேட் தந்துடறேன்னு கமிட் பண்ணியிருக்கான்.'

'வாவ்! கிரேட்! புரொஃபசர்! யூ ஆர் ய ஒண்டர்!'

'இரு இரு! ராகினி சரியானப்றம் சொல்லு, நா ஏத்துக்கறேன். ஆனா இப்ப இல்லை! பரணி சர்ஜரி பண்ணிடுவான். நா கூடவே இருக்கேன்.'

'ஐ யாம் ஒர்ரீட் புரொஃபசர்!'

'வசுதா! வெரி காம்ப்ளிகேடட்! சில சமயம் ரேடியேஷன்ல சரி பண்ணிடலாம். ஆனா ராகினியோட கேஸ்ல அந்த ட்யூமர் ரொம்ப இண்டீரியர்லன்னா இருக்கு. அதனால இன்ஸிஸிவ் சர்ஜரிதான் ஒரே வழி!'

'புரொஃபசர்! ரிஸ்க் ஜாஸ்தியாச்சே?'

'எஸ் பட் நோ ஆப்ஷன்! ஹாப்ஸன்ஸ் சாய்ஸ்! ப்ளீடிங், ஸ்ட்ரோக், இன்ஃபெக்ஷன்னு நெறய ரிஸ்க் இருக்கு! ஆனா அதெல்லாம் மானேஜ் பண்றதுக்குத்தானே நாம டாக்டர்ஸ் இருக்கோம். பரணிகிட்ட சொல்லிட்டு நான் கூடவே இருக்கப்போறேன். நீ ராகினியோட பேரெண்ட்ஸ் கிட்ட எல்லா ரிஸ்க்கையும் சொல்லிடு. ஆனா கான்ஃபிடென்ஸ் குடு! வேணும்னா நானும் பேசறேன்!'

எட்டு மணி நேரம் நடந்த அந்த சர்ஜரியில் டாக்டர் வைகுண்டம் கூடவே இருந்தார். ஒரு இண்டர்ன் மாதிரி சர்ஜன் பரணிக்கு வேண்டுகின்ற சாமக்கிரியைகளை எடுத்துக்கொடுத்து உதவினார். எலெக்ட்ரோவிஸியோலாஜிக் வைத்து ராகினியின் நர்வஸ் சிஸ்டத்தை மானிட்டர் பண்ணச் சொன்னார். ராகினியின் கிரேனியத்தை டைசெக்ட் பண்ணின பிற்பாடுதான் தெரிந்தது அந்த ட்யூமர் அடியில் எங்கோ இருந்தது. பரணி படு லாவகமாக ராகினியின் முகவாய்க்குக் கீழே வெண்ணை வெட்டுவது போல இன்ஸிஷன் செய்து ப்ளேன்களில் உள்ளது போன்ற நாவிகேஷன் சிஸ்டம் உபயோகித்து அந்த டிரைஜெமினல் நரம்பைத்தொடர்ந்து ட்யூமரை அணுகி அல்ட்ராசானிக் அஸ்பிரேடர் கொண்டு ட்யூமரைப்பிளந்து பொடியாக்கி அப்படியே பெப்ஸி கோலா உறிஞ்சுவது போல உறிஞ்சி எடுத்து...

முதலில் என்ன சொல்லிக்கொண்டிருந்தேன்?

வசுதாவின் வீட்டில் எதிர்ப்பக்கம் மஹா ஹாலின் கடைசியில் வெனீஷியன் ப்ளைண்டுகள் தூக்கிவிடப்பட்ட அந்த ஃப்ரெஞ்ச் ஜன்னலுக்கு அருகில் நாற்காலியில் எனக்கு முதுகைக்காட்டிக் கொண்டு வசுதாவின் அப்பாவோடு பேசிக்கொண்டிருந்தது...

ஆம், டாக்டர் வைகுண்டமாகத்தான் இருக்க வேண்டும்!

அந்த கிரகப்பிரவேசத்தில் ராகினியைப்பார்த்தபோது சொன்னாள்.

‘ஒரு வாரம்தான் அங்கிள் ஆஸ்பிடல்ல இருந்தேன். அடுத்த வாரமே என் விஷன் நார்மலாய்டுத்து. அந்த செமஸ்டர் எக்சாம்ல நான் 90 பர்சண்ட் வாங்கினேன்!’

ராகினி இப்போது தும்பாவில் சயண்டிஃபிக் ஆஃபீசராக இருக்கிறாளாம்.

30

ஆளுங்கட்சியாக இருந்தால் என்ன?

'இந்தாம்மா இங்க நின்னு கூவாத! போ போ அந்தாண்ட!'

'அய்யா அய்யா! எப்படியானு புள்ளய காப்பாத்துங்கய்யா! உன்னும் பத்து வயசுகூட ஆவலீங்க!'

'இங்க வந்து அழுவு! வூட்ல ஒயுங்கா கவனிக்கறதில்ல! நடு ரோட்ல வெள்ளாட வுட்டு நீ எங்க தூங்கிகினு இருந்தியா?'

'இல்லீங்க! குடிச ஓரமாத்தான்... அய்யா! புள்ளக்கி ரத்தம் போவுதுங்க!'

'என்னய்யா இங்க சத்தம்! சூசை! இதான் நீ எமர்ஜென்ஸிய கவனிக்கற லட்சணமா? மறுபடி மெமோ வாங்கறியா?'

'இல்லீங்க அய்யா! இந்தாம்மா! நவுரு நவுரு! வெளில போ! இங்க நிக்காத!'

'அய்யா!அய்யா! புள்ள... புள்ள...'

'இரும்மா! சூசை! என்ன ஆச்சு?'

'ஆக்ஸிடெண்ட் கேஸுங்க!'

'யாரு பாக்கறது?'

'இன்னும் யாரும் பாக்கலீங்க!'

'ஸ்டுப்பிட்! அவினாஷ் எங்க போனான்? இன்னிக்கு எமர்ஜென்ஸி ட்யூட்டில வேற யாரு? அண்ட் வேர் ஆர் தெ இண்டெர்ன்ஸ்! ப்யூலா!'

'டாக்டர் அவினாஷ் இன்னொரு எமர்ஜென்ஸி! உள்ள இருக்காரு! இண்டர்ன்ஸ்ல்லாம் டீ சாப்பிடப் போயிருக்காங்க!'

' ப்ளைமி! டீ? நௌ? சூசை! நீ உடனே போய் அவங்களக் கையோட கூட்டி வா! யாரும்மா ஆக்ஸிடெண்ட்?'

'இந்தப் பையந்தாங்க!'

'எம்புள்ளைங்க! எம்புள்ளைங்க!'

'உம்புள்ளைதாம்மா! என்னுதுன்னா சொன்னேன்? ஆவ்ரில்! வீல் திஸ் பாய் டு தெ ஆபரேட்டிங் டேபிள்! கெட் தி அனஸ்திஸிஸ்ட்! டாக்டர் சுப்பையாவ வரச்சொல்லு!'

'டாக்டர்! அட்மின்ல அப்ஜெக்ட் பண்றாங்க!'

'ஏன்?'

'ஆக்ஸிடெண்ட் கேஸ்! ஃபார்மாலிட்டி ஒண்ணும் முடியலையாம்! இன்ஸ்பெக்டருக்காக கான்ஸ்டபிள் காத்திருக்கார்!'

'ஆஸ்க் தெம் டு கோ டு ஹெல்! வீல் தெ பாய்! நான் பாத்துக்கறேன்!'

வெள்ளை கோட்டும் தொளதொள பாண்ட்டும் புசுபுசுவெனக் கை முடியுமாய் வைகுண்டம் விறுவிறுவென நடந்துபோக ஜெனரல் ஆஸ்பத்திரியின் இன்னொரு தினம் தொடங்கிவிட்டது.

'அய்யா! நீங்க கடவுள்! எம்புள்ளையக் காப்பாத்திட்டீங்க!'

'த பாரும்மா ஜாக்கிரதையாப் பாத்துக்க! நடு ரோட்ல வெளையாட விட்டா இப்படித்தான்!'

'இல்லீங்க! புள்ள குடிசை வாசல்லதான் உட்கார்ந்து படிச்சிட்டு இருந்தாங்க! அந்த கார்தான் வேகமா வந்து இடிச்சித் தள்ளிட்டு!'

'ஓ! அதான் கதையா? சரிம்மா நீ போ! புள்ள இன்னும் ரெண்டு வாரம் இங்கதான் இருக்கணும்! போலீஸ் எதுனா உங்கிட்டக் கேட்டா என்னய வந்து பாக்கச்சொல்லு! நீ ஒண்ணும் பேசாத!'

●

'வாங்க இன்ஸ்பெக்டர்!'

'சார்...'

'கால் மி ப்ரொஃபசர்!'

'ப்ரொஃபசர்! எந்த ஃபார்மாலிட்டியும் முடிக்கறதுக்குள்ள நீங்க பாட்டுக்கு அட்மிட் பண்ணி, ஆபரேஷன் பண்ணி... எங்க பொழப்பு கஷ்டமாயிடுது டாக்டர்!'

'ஒரு சின்னப்பையன் உயிரோட உங்க ஏன், என்னோட பொழப்புகூட முக்கியமில்லை! சரி என்ன விஷயம்?'

'இப்ப எங்க மேலிடத்துல எஃப் ஐ ஆர்ல உங்க கையெழுத்து வேணுமாம்!'

‘என்ன பையன் நடு ரோடுல வெளையாடினதால கார்ல மோதிட்டான்னு எழுதியிருக்கீங்க! இது உண்மை இல்லையே?’

‘டாக்டர்! சாரி, ப்ரொஃபசர்! இதெல்லாம் உங்களுக்கு எதுக்கு? கார ஓட்டினது பெரிய எடம். டிஐஜியே கவனிக்கிறார். ஆளுங்கட்சி சம்மந்தப்பட்ட எடம். அதனால உங்களுக்கு எதுக்கு வம்பு? கையெழுத்து போட்டுடுங்க!’

‘இன்ஸ்பெக்டர்! டூ ஒன் திங்! ப்ரொஃபசர் கையெழுத்து போட முடியாதுன்னுட்டார்னு சொல்லி, உங்க டிஐஜிய என்கிட்டப் பேசச்சொல்லுங்க!’

‘புரொஃபசர்! நான் சொல்றத...’

‘யூ ஆர் வேஸ்டிங் மை டைம்! கெட் கோயிங்! ப்யூலா! உமா ராம் வந்தாச்சா! இன்னும் அஞ்சு நிமிஷத்துல இங்க வரச்சொல்லு! க்விக்!’

‘புரொஃபசர்?’

‘ப்யூலா! நான் முக்கியமான மீட்டிங்ல இருக்கேன்னு உனக்குத் தெரியாதா? ஏன் டிஸ்டர்ப் பண்ணற?’

‘சாரி புரொஃபசர்! டிஐஜி லைன்ல இருக்காரு! உங்ககிட்ட பேசியாகணும்னாரு!’

‘இப்ப முடியாது! இன்னும் அரை மணில நானே ஃபோன் பண்றேன்னு சொல்லு!’

‘இல்லை...’

‘என்ன இல்லை?’

‘ டிஐஜி கோவத்துல கத்தறாரு. எமர்ஜென்ஸி ஆபரேஷனா இருந்தாக்கூட இது அதைவிட முக்கியம்.உடனே ஃபோனுக்கு வரச்சொல்லுன்னு!’

‘ஓ! நீ போய் ப்ரொஃபசர் மீட்டிங்லதான் இருக்காரு. ஆனாலும் இப்பப் பேச வர மாட்டார். அரை மணிக்கப்பறம்தான்னு சொல்லு. ஓகே, உமா! சொல்லுங்க, இந்த புது டெக்னாலஜினால ஆஸ்பத்திரிக்கு என்ன பெனெஃபிட்?’

‘டாக்டர்! மறுபடி டிஐஜி!’

‘எஸ்! புரொஃபசர் வைகுண்டம் ஹியர்!’

‘...........’

'கையெழுத்துப் போட முடியாது! எஃப்ஐஆர சரியா எழுதணும்!இந்த எஃப்ஐஆர் போகஸ்!'

'............'

'ஐ டோண்ட் கேர்! வேணுமின்னா மினிஸ்டரயே என்கிட்டப் பேசச்சொல்லுங்க!'

'............'

'நோ பிராப்ளம்! எந்தவித விளைவையும் நான் சந்திப்பேன்! ஒரு கேள்வி! நீங்க டிஐஜியா இல்ல அரசியல்வாதியா? தேர் ஈஸ் சம்திங் கால்ட் ட்யூட்டி மை டியர் போலீஸ்மேன்! குட் டே டு யூ!'

•

'ப்யூலா! நாட் அகெயின்! இப்ப யாரு?'

'மந்திரி டாக்டர்!'

'சொல்லுங்க இளமாறன்! எப்படி இருக்காங்க உங்க அக்கா! நடமாட ஆரமிச்சிருக்கணுமே?'

'............'

'இல்லை இளமாறன்! நீங்க அரசியல்ல என்ன வேணா பண்ணுங்க! எனக்குக் கவலை இல்லை. மெடிக்கல்னு வந்தா என்னோட தர்மத்தை விட மாட்டேன்! '

'............'

'குடிசை வாசல்ல ஓரமா இருந்த பத்து வயசுப் பையன இடிச்சுத் தள்ளிட்டு நிக்காம போயிருக்கான்! கைல பிஎம்டபிள்யூ இருந்தா மனுஷங்ககூடவா கண்ணுக்குத் தெரியாது! ஹிட் அண்ட் ரன்! மை காட்! விட மாட்டேன்! சாரி இளமாறன்!'

'............'

'கோர்ட்டுக்கு போய் அந்தப் பையனுக்குக் கிடைக்கவேண்டிய காம்பன்சேஷனை வாங்காம விட மாட்டேன். நீங்க கட்சியிலேர்ந்து குடுக்கற பணமெல்லாம் வேண்டாம்! சட்டப்படி கெடைக்க வேண்டியது கெடச்சா போறும்!'

'............'

'எனக்கு அந்தப் பதவிக்கெல்லாம் நேரமே இல்லை! ஜெனரல் ஆஸ்பத்திரி டீன், காலேஜ் புரொஃபசர், மெடிக்கல் கவுன்ஸில்

டைரக்டர், இன்னும் ரெண்டு இண்டர்னேஷனல் கமிட்டி போர்டுன்னு ஏகபட்ட வேலை. அதனால நீங்க தரப்போற பதவியெல்லாம் எனக்கு வேண்டவே வேண்டாம்!'

'...........'

'இளமாறன் ப்ளீஸ்! சிஎம்ட்ட சொல்லிடுங்க! என்கிட்ட டைம் வேஸ்ட் பண்ணவேண்டாம்!'

●

'டாக்டர் வைகுண்டமா?'

'ஆமா, நீங்க?'

'நான் பாரதி அனாதை இல்லத்தோட செகரட்டரி பஞ்சாபகேசன்!'

'சொல்லுங்க?'

'நீங்க அனுப்பினதா அந்தம்மாவும் பையனும் வந்தாங்க! சேர்த்துக்கிட்டோம்! பையன ஸ்கூல்ல சேர்த்துடறோம். அந்தம்மாவ சமையல் அறையில உதவிக்கு!'

'ரொம்ப தாங்க்ஸ் பஞ்சாபகேசன்!'

'நீங்க பண்ணின உதவிய அந்தம்மா மாஞ்சு மாஞ்சு சொன்னாங்க! ஒரு ஆளுங்கட்சியையே எதிர்த்துன்னா போராடியிருக்கீங்க! பிரமாதம் டாக்டர்! அப்புறம் டாக்டர் ஒரு உதவி?'

'சொல்லுங்க!'

'எங்க அனாதை விடுதில ரெகுலர் மெடிக்கல் செக் பண்ணனும். வர்ர டாக்டர்ல்லாம் கொஞ்ச நாள்ள விட்டுட்டுப் போயிடறாங்க. எங்களால ஃபீஸூம் அதிகமாக் குடுக்க முடியறதில்ல. உங்களுக்குத் தெரிஞ்ச ஜூனியர் டாக்டர் யாராவது சொன்னா, உதவியா இருக்கும்?'

'ஏன், நான் வந்தா சேர்த்துக்க மாட்டீங்களா?'

'அய்யோ டாக்டர் நீங்களேவா? நீங்க எவ்வளவு பிஸி! ஜெனரல் ஆஸ்பத்திரி டீன், காலேஜ் புரொஃபசர், மெடிக்கல் கவுன்ஸில், வெளிநாட்டு கமிட்டீங்க?'

'நான் அப்படியெல்லாம் ஒண்ணும் பிஸியே இல்ல. நிச்சயமா வாரத்துக்கு மூணு நாள் ரெண்டு மணி நேரம் வந்து செக் பண்ணிடறேன். போதுமா?'

‘போதுமாவா? டாக்டர்! ஆனா, உங்களுக்கு ஃபீஸ்?’

‘நாந்தான் கவர்ன்மெண்ட் சம்பளம் வாங்கறேனே! நா வரும்போதெல்லாம் உங்க காண்டீன்லேர்ந்து ஒரு கப் காப்பி குடுப்பீங்களா? என்ன, எனக்குக் கொஞ்சம் சூடா இருக்கணும்!’

டாக்டர் வைகுண்டம் சந்தோஷமாக அடுத்த கடமைக்குத் தயாரானார்.

31

சுண்டைக்காய் வத்தக்குழம்பு

‘**நா**ன் ரெடியா இருக்கேன்! எப்ப வரப்போறீங்க?’

‘தோ, இன்னும் அரை மணியில நம்ம கார்ல இருப்பேன்!’

‘அப்பாடா! ஒரு வழியா உங்களக் கிளப்பியாச்சு! இன்னம் ரெண்டு நாளைக்கு ஒண்ணும் பேசப்படாது!’

‘ஆஹா! நீ சொன்னா மறுப்பேது?’

‘ம்க்கும்!’

கார் மெயின் ரோடு திரும்பி ராஜ் பவன் வருவதற்குள் மொபைலை எடுத்துப் பேச முற்பட்டார். வேதவல்லி அதைப் பிடுங்கிக்கொண்டாள்.

‘இப்பத்தானே சொன்னேன்! பேசப்படாது! எனக்கு பிராமிஸ் பண்ணியிருக்கேள்!’

‘ஓகே ஓகே! நீதான் பாஸ்!’

ரிலாக்ஸாகச் சாய்ந்துகொண்டு அமைதியானார். கார் செங்கல்பட்டைத் தாண்டும்போது, ‘இங்கதான் ஒரு கிராமத்துல நான் ஸ்டூடண்ட்டா இருக்கும்போது…’ என்று ஆரம்பித்தார்.

‘நெறைய தரம் சொல்லியாச்சு! அந்தக் கிழவனும் அவன் ஊமைப் பெண்ணும்தானே!’

‘ஓகே, யூ வின்!’

மறுபடி அமைதியானார். வேதவல்லிக்கு அவரைப்பார்க்க பாவமாக இருந்தாலும் அப்படியே விட்டுவிட்டாள். இந்த ரெண்டு நாள் அமைதி அவருக்குத் தேவை!

வழியில் சிதம்பரத்தில் மேற்குத் தேரடி வீதியில் பலகாரம் டாட் காம் என்னும் ரெஸ்டாரண்ட்டில் தோசையும் காபியும் சாப்பிட்டார்கள்.

'இப்பல்லாம் என்ன! டேஸ்டே இல்ல பாரு! அப்ப மாயவரத்துல காளையாக்குடி...'

'சொல்லியாச்சு! தோசைக்கு எள்ளுப்பொடியும் நல்லெண்ணெயும் தானே!'

'சரி சரி, இன்னமே வாயைத் திறந்தேன்னா கேளு!'

வேதவல்லி சிரித்துக்கொண்டே அவர் கையைப் பற்றினதில் துல்லியமான வாத்ஸல்யம் கலந்திருந்தது.

வைத்தீஸ்வரன் கோவில் தாண்டினதும் அழகான கிராமங்கள் தென்பட, ஏஸியை அணைக்கச்சொல்லி, கார் கண்ணாடியைத் திறந்துவைத்து வேடிக்கை பார்த்துக்கொண்டு வந்தார்.

கண்ணுக்கெட்டிய தூரம் வரை பச்சைப்பசேல். நடு நடுவே சல சல சிற்றாறுகள், இல்லை சிற்றோடைகள். கோவிலுக்கு அருகிலேயே தெரியும் கார்த்தவீரியன் சிலைகள். தெருவில் கொஞ்சம் நடமாட்டம். கூட்டமாய் ஆடுகளை ஓட்டிப்போகும் பெரிய முண்டாசு அணிந்த அந்தச் சிறுவன், சுகுணா என்ற பெயருடன் காரியரில் கட்டி வைத்த டப்பாவில் முட்டை வியாபாரத்துக்கு சைக்கிளில் போகும் ஆசாமி, கையில் குடங்களுடன் ஒன்றிரண்டு விடலைப்பெண்கள், முணு முணுப்புடன் சில கிழவிகள். தூரத்தில் வரிசையாக ஊருக்குக் காவல்போலப் பனை மரங்கள்.

'கிராமம்னா நன்னாத்தான் இருக்கு!'

'அதுக்குத்தான் ரெண்டு வருஷமா நானும் என் தம்பியும் உங்களக் கெஞ்சிக் கூப்டுண்டு இருந்தோம்!'

'ஆமா, இப்ப என்ன உன் தம்பிக்கு திடீர்னு தெய்வ பக்தி! நவக்கிரக ஹோமம், சுதர்ஸன ஹோமம்னு அமர்க்களம் பண்றானே?'

'அவனோட விவசாய நெலத்துக்கு அவார்டு கொடுத்தாளே போன மாசம்! அதுக்கு பிரீதியா ஏதோ தெய்வ காரியம் பண்றான்!'

'யாரு அவனா? சும்மா இது ஒரு சாக்கு! தன்னோட பந்தாவைக் காட்டிக்கறதுக்கு யூஸ் பண்ணிக்கறான்! மந்திரி வர்றாரோன்னோ?'

'ஆமா! உங்களுக்கு அவனக் கண்டா எப்பவுமே கரிப்புதான்! மந்திரி வராருன்னா அவனோட செல்வாக்கு அப்படி! எவ்வளவு நெலம்! அத்தனையிலும் இப்பவும் பயிர் பண்ணி, எரநூறு பேருக்கு மேல

வேல கொடுத்து, ரைஸ் மில்லுல வேலைன்னு அவனால எத்தன பேர் பொழைக்கிறா!'

'சரி இன்னைக்கு என்ன புரோகிராம்?'

'புரோகிராம் என்ன புரோகிராம்! நாம போய்ச் சேர நாலாயிடும்! டிஃபன் சாப்பிட்டுட்டு கொஞ்சம் ரெஸ்ட் எடுத்துண்டா அஞ்சரைக்குத் திருநள்ளாறுல அபிஷேகம் பண்றான்! முடிச்சுட்டு வீட்டுக்கு வந்து சாப்பிட்டு, தூக்கம். நாளைக்குக் காலம்பர ஆறு மணிக்கே ஆத்துல பூஜை ஹோமமெல்லாம் ஆரம்பிச்சுடறாளாம்...'

'ஆமா உன்னோட சித்தி பொண்ணு ஒருத்தி இங்க எங்கயோதான் இருப்பாளே?'

'ஆமா சுகந்திதானே! இங்கதான் செம்பனார்கோவில்ல இருக்கா!'

'வருவாளா? அவ ஹஸ்பண்ட்கூட வைதீகக் கார்யம் பண்றார்ம்பியே?'

'தெரியல! என் தம்பிக்கும் அவாளுக்கும் ஒத்துப்போகாது!'

'நெனச்சேன்! உன் தம்பிக்கு ஒத்துப்போணும்னா அவாளுக்கு சொத்து இருக்கணுமே! இல்லேன்னா இவன் கிட்டத்துல சேர்க்க மாட்டானே!'

'என்ன பண்றது, பண்ணையாராவே வளர்ந்துட்டான்! அந்த மிதப்பு அப்படியே ஒட்டினுடுத்து! நாம போய் அவாளப் பாத்துட்டு வந்துடலாம்!

'நிச்சயமா! நானும் வரேன்!'

திருநள்ளாறு போய் அபிஷேகம் ஆராதனையெல்லாம் பார்த்து வீடு வந்தபோது சின்ன உறவுக்காரக் கூட்டம். கழுத்து காது என்று நகைகள் அணிந்த செயலான உறவுக்காரர்கள் மட்டும்!

'வா வேதவல்லி! இந்த தரம் எப்படியோ ஆத்துக்காரர அழைச்சிண்டு வந்துட்டே! பேஷ்!'

'ஆமா சுகந்தியப் பாத்தியோ?'

'எப்படி இருக்கா மாமி?

'அவ ஆம்படையானுக்குத்தான் உடம்பு சரியில்லைன்னா. நானுமே காதால கேட்டதுதான்! அவரும் இப்ப வைதீகத்துக்கெல்லாம் வர்ரதில்லை!'

'அக்கா, அத்திம்பேரச் சாப்பிட வரச் சொல்லலாம்! உங்க ரெண்டு பேருக்கும் மாடில ரூம் ஏற்பாடு பண்ணியிருக்கேன், ஏஸிய ஆன்

பண்ணி வெக்கச்சொல்லிட்டேன். சீக்கிரமா போய்த் தூங்கிடுங்கோ! காலம்பர சுருக்க எழுந்திருக்கணுமே!'

'அப்புறம் அத்திம்பேர்?'

'என்ன, சொல்லு?'

'இங்க என்னோட ஃப்ரெண்ட்! கடலங்குடி மிராஸ்தார்!. பெரிய எடம்! மயிலாடுதுறை எம்எல்லேக்கு ரொம்ப ஆப்தர். அவர்ட்ட எனக்குச் சில சகாயம் ஆக வேண்டியிருக்கு! உடம்பு சரியில்லாம அவஸ்தைப் படறார். நாளைக்கு வருவர். கொஞ்சம் நீங்க அவர செக் பண்ணனும்! மாடில ஏஸி ரூம்லதான் அவர உக்காத்தி வெக்கப்போறேன். நீங்களே இங்க வந்தபோது அவரப் பார்த்தேள்னா அவருக்குப் பெருமை. எனக்கும் மரியாதையா இருக்கும்!'

'த பாரு நீ என் மச்சினந்தான்! அதுக்காக உன்னோட பிஸினஸுக்காக என் தொழில யூஸ் பண்ண முடியாது. நா இங்க லீவுல வந்திருக்கேன். அதனால, சாரி! அவர மெட்ராஸுக்கு வரச்சொல்லு. பேஷாப் பாக்கறேன். இப்ப மறுபடி சாரி!'

'என்னக்கா, இப்படிச் சொல்றார் அத்திம்பேர்!'

'விடுடா! அவரப்பத்தி இத்தன வருஷத்துல ஒனக்குத் தெரியாதா?'

காலை விடிந்தபோது முன்பின் கேட்டே அறியாத பட்சிகள் சப்தித்துக்கொண்டிருந்தன. பல் தேய்த்துக் குளித்தார். டிஃபன் சாப்பிட்டார். கீழே வேத மந்திரங்கள் தொடங்கிய ஓசை கேட்டது

'அத்திம்பேர்! நீங்க பாட்டுக்கு மாடியில ரெஸ்டா இருங்கோ! பதினோரு மணிக்கெல்லாம் எல போட்டுடலாம்னு வாத்யார் சொல்லியிருக்கார். வேணும்னா நம்ம ஊர் கோவிலுக்குப் போய்ட்டு வரேளா?'

'இல்ல வாண்டாம்! செம்பனார்கோவிலுக்கு ஒரு நடை போய்ட்டு வரேன்!'

'ஆரு, சுகந்தி ஆத்துக்கா?'

'உன் ஒண்ணு விட்ட தங்கைன்னு சொல்ல மாட்டியா?'

'அடப்போங்கோ அத்திம்பேர்! அவாள்ளாம் நம்ம ஸ்டேட்டஸுக்கு ஒத்து வருவாளா? இங்க வந்தாள்னா, அதான் பாத்தேளே, இத்தன பேரோட நகை நட்டெல்லாம் பாத்து பிரமிச்சுண்டு அலமலந்து நிப்போ! அசட்டுப் பிசட்டுன்னு பேசுவோ! எனக்கு அதெல்லாம் சரிப்படாது அத்திம்பேர்!'

'நான் சாதாரண ஆசாமிதானேப்பா! நா போய் பார்த்துட்டு வந்துர்ரேன்! வேதம், நீ வரயா?'

'அத்திம்பேர்! ப்ளீஸ்! அக்காவையாவது இஞ்ச வெச்சுக்கறேனே! அவளையும் இழுத்துண்டு போணுமா அந்தாத்துக்கெல்லாம்?'

'சரி சரி! வேதம் நா போய்ட்டு ஒன்னவர்ல வந்துடறேன்!'

'கன்னியப்பா! ஒனக்கு வழி தெரியுமா?'

'இங்கல்லாம் அவ்வளவு பளக்கமில்லீங்கய்யா!'

'அத்திம்பேர்! நம்ம மாடசாமியைக் கூட்டிண்டு போங்கோ! டேய்! மாடசாமி! அய்யாவோட செம்பனார்கோவிலுக்குப் போய்ட்டு கூட்டிண்டு வா! சுருக்க வரணும், என்னடா?'

எழுபதுக்கு மேல் வயதான மாடசாமி தன்னைவிட இருவது வயது குறைந்த மிராஸ்தார் 'டா' போட்டுப் பேசியதைப் பொருட்படுத்தாமல் கிளம்பினார்.

●

'சுகந்தி! வாசல்ல கார் நிக்கறதே! நம்மாத்துக்கா? யார்னு போய்ப்பாரு?'

'தோ போறேம்மா! இவருக்குக் கஞ்சி கொடுத்துட்டு வந்தேன்!'

அடேடே! வேதத்தண்ணாவா! வாங்கோ வாங்கோ! வேதவல்லி வரலியா? மிராஸ்தார் ஆத்துக்கு வந்தேளா? ஹோமம்னு கேள்விப் பட்டேன்!'

'ஆமாமா! நீ எப்படி இருக்கே? அவர் சௌக்கியமா? உடம்பு சரியில்லைன்னு சொன்னாளே!'

விசும்பல்.

'ஒரு மாசமாப் போட்டுப் படுத்தறதுண்ணா! வயத்த வலி வலின்னு துடிக்கறார்! மாயவரம் டாக்டர்ட்ட காட்டினேன். வயத்துல அல்சர்ங்கறார். உப்பு காரமில்லாம சாப்பிடச் சொன்னார்! ஆச்சு இதோ ஒரு மாசத்துக்கு மேல! ஒரு மருந்தும் கேக்கலேண்ணா!'

'ஏம்மா எனக்கு ஒரு ஃபோன் பண்ணப்படாது? என்ன பொண்ணு நீ?' சரி வா! நான் பாக்கறேன்!'

'வாங்கோ சார்!'

'ஏந்துக்க வாண்டாம்! அப்படியே ஈஸியா இருங்கோ! என்ன பண்றது! யோஜனை பண்ணி சரியாச் சொல்லுங்கோ!'

‘போன மாசம் ஒரு நா தெவசத்துக்குப் போய் சாப்டுட்டு வந்தேன்! அன்னிலேர்ந்தே வயத்துல ஒரு அசக்தம். வலின்னு சொல்ல முடியாது. வெளிக்கி சரியாப் போகல. ரெண்டு நா பாத்துட்டு மாயரம் டாக்டர்ட்ட காட்டினேன். அவரும் ஏதோ மருந்து குடுத்தார்’.

‘வலி குறைஞ்சுதா?

‘இல்லை! ஜாஸ்தியாச்சு! சில சமயம் பின் பக்கத்துலேர்ந்து ரத்தம்! சில நாள் பேதி! சில சமயம் ரெண்டு மூணு நாளைக்கி ஒண்ணுமே போகவே போகாது! வெறுமனே குசுவா... கேஸாப் போகும்!’

‘மறுபடி டாக்டர்ட்ட போலியா?’

‘இல்ல! அம்மா கை மருந்தா ஏதோவெல்லாம் குடுத்தா. ஒண்ணொண்ணாப் பார்த்துண்டு இருக்கேன்!’

‘சுகந்தி! இவருக்கு வெயிட் குறைஞ்சிருக்கா?’

‘ஆமாண்ணா! ஆள் பாதியாய்ப் போயிட்டார்!’

‘சரி, இவர இன்னமே இங்க வெச்சு ட்ரீட்மெண்ட் பண்ணினாப் போறாது. இன்னிக்கே என்னோட மெட்ராசுக்கு கிளம்புங்கோ!’

‘அண்ணா, என்ன சொல்றேள்? ஏதாவது அபாயமா?’

அதெல்லாம் ஒண்ணும் இல்ல. ஏற்கெனவே நாள் கடத்திட்டேளே! அதான்!’

‘அண்ணா?’

‘நம்மாத்துல தங்கிக்கலாம். அம்மாவையும் கூப்டுக்கோ! சட்டுனு பொட்டி எடுத்துண்டு கெளம்புங்கோ! என் கார்லயே போய்டலாம். நா வேதத்துக்கு ஃபோன் பண்ணிட்டு வரேன்!’

‘மாடசாமி! நீங்க கெளம்புங்க! எனக்கு லேட்டாவும்! இந்தாங்க பஸ்ஸுக்குக் காசு. போறப்போ காபி சாப்ட்டுட்டு போங்க!’

‘அய்யா கோவிச்சுக்குவாரே?’

‘நா இப்ப ஃபோன்ல சொல்லிர்ரேன்! நீங்க கவலைப்படாம போங்க!’

‘வேதம்! நாந்தான்!’

‘என்ன ஆச்சு?’

‘நான் சொல்றத முழுசாக் கேளு!’

‘ம், சொல்லுங்கோ!’

‘...........’

‘அடப்பாவமே! அவாள அழச்சிண்டு உடனே நீங்க கெளம்புங்கோ! நான் மெட்ராசுக்கு ஃபோன் பண்ணி அலமேலுவ வரச்சொல்லிடறேன்! சமையக் காரியத்தெல்லாம் அவ பாத்துப்போ! நானுமே நாளைக்கி டிரெயின்ல கெளம்பி வந்துடறேன்!’

‘ஒந்தம்பி?’

‘அவங்கெடக்கான்! நா சமாளிச்சுக்கறேன்!’

‘தாங்க் யூ வேதவல்லி! ஐ லவ் யூ!’

‘அய்யே போறுமே! வழிஞ்சாறது! கெளம்புங்கோ! கெளம்புங்கோ!’

‘ப்யூலா? நம்ம ஆஸ்பத்திரியில ஸ்பெஷல் ரூம் ரெடி பண்ணு! இன்னிக்கு ஈவினிங் நா வந்துருவேன்! அவினாஷக் கூப்பிட்டு கோலோனோஸ்கோபிக்கு தயார் பண்ணிக்கச் சொல்லு! கால் டாக்டர் நிர்மலா!’

‘நிர்மலா ஹியர் புரொஃபசர்!’

‘எஸ் நிர்மல்! கார்சினோ எம்ப்ரையோனிக் ஆண்டிஜென் டெஸ்ட் இருக்கா நம்மகிட்ட? ஓ குட்! அத ரெடி பண்ணு!’

‘எஸ் புரொஃபசர்!’

‘எனக்கு கான்ஸர் ஸ்டேஜிங் டெஸ்ட் பண்ணனும் ஒரு பேஷண்ட்டுக்கு! ஐ சஸ்பெக்ட் இன்வேஷன் இண்ட்டு லிம்ஃப் நோட்ஸ். ஆஸ்க் ப்யூலா டு கெட் தி ஆபரேஷன் தியேட்டர். மினிமல் இன்வேஸிவ் சர்ஜரி டுமாரோ! ஓகே?’

‘எஸ் டாக்டர்! வி வில் பி ரெடி ஃபார் யூ!’

‘அண்ணா! என்னென்னமோ சொல்றேளே! இவர் பொழப்பாரா?’

‘சேச்சே! சுகந்தி! நாங்கள்ளாம் எதுக்கு இருக்கோம்! அப்படி உயிர் போக விட்ருவோமா? எனக்கு இப்ப பசி உயிர் போறது! இன்னிக்கு என்ன சமையல்?’

‘வெத்தக்குழம்பு, சுட்ட அப்பளாம்! அண்ணா! நீங்க மிராஸ்தார் ஆத்துல ஹோமம் முடிஞ்சு சாப்பிடணும்னு?’

‘என்னது வெத்தக்குழம்பு சுட்ட அப்பளாமா? அதுக்கு என் வலது கையையே தருவேனே! நீ என்ன பண்றே, முதல்ல அதப் போடற. அப்புறம், அரை மணியில சாப்ட்டுட்டு எல்லோருமா மெட்ராசுக்கு கெளம்பறோம்!

சுண்டைக்காய் வெத்தக்குழம்பை வெக்கமில்லாமல் வழித்துச் சாப்பிட்டுவிட்டுத்தான் எழுந்தார் டாக்டர் வைகுண்டம்.

32

அதே சம்பளம்

'கணேசன் சார்! மானேஜர் கூப்பிடறார்!'

'இரப்பா! இப்பத்தான் காஷ் டாலி ஆச்சு! இன்னிக்கு என்ன கூட்டம் என் கெளண்டர்ல, பார்த்தயில்ல? சாப்பிட்டுட்டு வரேன்னு சொல்லு!'

'இல்ல சார்! மருதண்ணன் வந்திருக்கார்! மானேஜர் ரூம்புல இருக்கார்! அவர் விஷயமா ஏதோ பேசணுமாம்! உடனே வாங்க!'

'ம், வரேன் வரேன்! நேஷனலைஸ்டு பாங்குன்னுதான் பேரு! ஆனா மானேஜர்தான் ராஜா! நாமெல்லாம் அடிமைதானே!'

'சொல்லுங்க சார்! கூப்ட்டேளாமே?'

'சார் யாருன்னு தெரியுதில்ல? நம்ம மருதண்ணன்! அவர் லாரி காண்ட்ராக்டோட முழு அக்கவுண்டு நாம் பிராஞ்சுலதான்!'

'ஓ சாரைத் தெரியாதா? தினம் நாந்தானே மாரிமுத்துகிட்ட கேஷ் குடுத்தனுப்பறேன்!'

'ஓ நீங்கதான் காஷியர் கணேசனா? மாரி ரொம்பச் சொல்லுவான்! நீங்க நல்ல உதவின்னுட்டு!'

'உதவியெல்லாம் இல்ல சார்! என்னோட வேலையே அதானே!'

'கணேசன்! நம்ப மருதண்ணனுக்கு ஒரு புது கவர்மெண்ட் காண்டிராக்ட் கெடச்சிருக்கு! அதுக்கு தினம் ஆறு ஏழு லட்ச ரூவா வரைக்கும் கேஷ் புரளணும்! காலையில குடுத்துட்டா சாய்ங்காலம் நாலு மணிக்குள்ள மருதண்ணன் அதத் திருப்பிடுவாரு!'

'பண்ணலாமே! நீங்க இவாளுக்கு ஒரு ஓவர்டிராஃப்ட் சாங்க்ஷன் பண்ணிடுங்க! லிமிட்டுக்குள்ள கேஷ் எவ்வளவு வேணா டிரா பண்ணிக்கலாமே!'

'அதுலதான் சிக்கல் கணேசன்!'

'என்ன சார் சிக்கல்?'

'அண்ணனுக்கு லிமிட் இல்ல. நான் குடுத்த புரோபோசலை ஹெட் ஆஃபீஸ்ல ரிஜக்ட் பண்ணிட்டாங்க!'

'அடேடே! அப்ப நாம ஒண்ணும் பண்ண முடியாதே சார்!'

'அதுக்குதான் நம்ம உதவியக் கேட்க வந்திருக்கார் அண்ணன்!'

'சொல்லுங்க சார்?'

'டெய்லி நம்ம பிராஞ்ச் கேஷ் பன்னண்டு லட்சம் வரைக்கும் புரளுதே! காலையில ஒம்பதரைக்கு பிராஞ்ச் ஓப்பன் பண்ணும்போது மாரி வருவார். அவர்ட்ட ஏழோ எட்டோ லட்சம் கேஷ் குடுத்துடறது. சாயங்காலம் நாலு மணிக்கு கேஷ் குளோஸ் பண்றதுக்குள்ள திருப்பிடுவாரு! நீங்க தினம் கேஷ் ஓப்பன் பண்ணி குளோஸ் பண்றதுக்குள்ள புரண்டுடும்! இந்தச் சின்ன அட்ஜஸ்ட்மெண்ட்டுக்காக மருதண்ணன் நமக்கு மாசம் பத்தாயிரம் தந்துடறேங்கறாரு! என்ன சொல்றீங்க? சின்ன அட்ஜஸ்ட்மெண்ட்டுதானே?'

'சார்! தப்பு சார்! சர்ப்ரைஸ் செக்கிங் வந்தா நாம மாட்டிக்குவோம்!

'அடேடே! ஒண்ணுங் கவலைப்படாதீங்க கணேசன்! இங்க செக்கிங் வர்ரதுக்குள்ள நா மருதண்ணனுக்கு ஃபோனப் போட்டேன்னா அவர் உடனே கேஷக் குடுத்து அனுப்பிடுவாரு! அதெல்லாம் ஒரு பிராப்ளமும் வராம நா பாத்துக்கறேன்! என்ன மருதண்ணே?'

'ஆமா ஆமா! நீங்க உதவி பண்ணும்போது நா விட்டுக் கொடுத்துடுவேனா? உங்க செக்கிங் ஆசாமிங்க உள்ர வந்து உட்கார்ந்து காபி குடிக்கறதுக்குள்ள பணம் உங்க கேஷ் பெட்டிக்கு வந்துராது?'

'இல்ல மானேஜர் சார்! என்னால இத அனுமதிக்க முடியாது! இது தப்பு! நா பண்ண மாட்டேன்! சாரி!'

'கணேசன்! யோசிங்க! நாம் செய்யலேன்னா மருதண்ணன் இன்னொரு பிராஞ்சுக்கு போய் சாதிச்சுக்குவாரு! உங்களுக்கும் எனக்கும்தான் நஷ்டம்!'

'சார்! இந்தத் தப்பான பணம் எனக்கு வேண்டாம்! நா ஒப்புக்க மாட்டேன்! மறுபடி சாரி! என்ன விட்டுடுங்க! நா வரேன்!'

'சரி விடுங்க! நா அஷோக் நகர் பிராஞ்சுல பாத்துக்கறேன்! இந்த காஷியர் இருந்தா நீங்க பொழக்க முடியாது மானேஜர் சார்! பாத்துக்குங்க! நான் வரேன்! வாடா மாரி!'

•

'ப்யூலா! இன்னிக்கு கேஷ் வாங்கணும்னு சொன்னேனே!'

'ஆமா புரொஃபசர்! செக் எங்கிட்டதான் இருக்கு! இன்னும் ஹாஃபனவர்ல நா பாங்குக்கு போய்ட்டு வந்துருவேன்!'

'ஓகே! அவினாஷ வரச் சொல்லிட்டு நீ போ!'

'இந்தாங்க கேஷ்! பதினெட்டாயிரம்!'

'என்ன ப்யூலா, இருவத்தி நாலாயிரம் இருக்கு!'

'என்னது? இருவத்தி நாலாயிரமா?'

'ஆமா, இதோ பார்!'

'அய்யய்யோ! ஐநூறு ரூவாய்னு நெனச்சு காஷியர் நாலு ரெண்டாயிர ரூவாய் நோட்டத் தந்துட்டாரு!'

'ப்யூலா! வாட் இர்ரெஸ்பான்ஸிபிளிடி! புவர் காஷியர்! உடனே கிளம்பு! நானும் வரேன்! அவன் பயந்து போயிருப்பான்! ஆறாயிரம் ரூபா ஷார்டேஜுனா சும்மாவா?'

'அவினாஷ்! யூ டேக் கேர் ஆஃப் எனி எமர்ஜென்ஸி! ஐ வில் பி பேக் இன் 20 மினிட்ஸ்!'

•

'சார்! என்னைக் காப்பாத்தினீங்க சார்! என் வேலயே போயிருக்கும்! ஆறாயிர ரூபா மிஸ்ஸிங்குன்னு பார்த்துட்டு செத்துட்டேன் சார்! ரொம்ப தாங்க்ஸ் சார்! இதுக்காக நீங்களே வந்தீங்க! யு ஆர் கிரேட் சார்!'

'என்ன பிராப்ளம் கணேசன்? யாரு சார்?'

'ஒண்ணும் பிராப்ளம் இல்லை மானேஜர் சார்! கேஷ் அதிகமா குடுத்துட்டாரு! அதத் திருப்பிக்குடுக்க வந்தேன்!'

'என்னது? கணேசன் ஆறாயிரம் ரூபா அதிகமா குடுத்துட்டாரா? மை காட்! என்ன கணேசன் இதுமாதிரி கேர்லெஸ்ஸா இருக்கீங்க?'

'மானேஜர்! ஒண்ணும் பிராப்ளம் இல்ல! அதான் நா திருப்பிக் கொடுத்துட்டேனே! பரவாயில்ல. தப்பு ஏற்படறது சகஜம்தானே!'

'வாட் டு யூ மீன்? என்ன தெரியும் உங்களுக்கு எங்க பேங்க் ரூல்ஸ் பத்தி! நீங்க கௌம்புங்க! கணேசன்! என் ரூமுக்கு வாங்க!

•

'புரொஃபஸர்! அந்த காஷியர் கணேசன் உங்களப் பாக்கணும்னு வந்திருக்காரு!'

'வரச்சொல்லு!'

'சார்!'

'என்ன கணேசன்! பதட்டமா இருக்கீங்க! என்ன ஆச்சு?'

'சார் என் வேலபோச்சு சார்!'

'வாட்? ஒய்? அதான் கேஷ சரி பண்ணியாச்சே?'

'இல்ல சார்! அந்த பாங்க் மானேஜருக்கு எம்பேர்ல வெறுப்பு சார்! ....'

'மை காட்! பாங்குல்ல இப்படியெல்லாம்கூட நடக்குமா?'

'இதவிட மோசமான ஃப்ராடெல்லாம் நடக்கறது சார்! நா பெரிய சம்சாரி சார்! வேல இல்லாம திண்டாடப்போறேன்! உங்களுக்குத் தெரிஞ்ச எடத்துல ஏதாவது சின்ன வேலயா இருந்தாக்கூடப் பரவாயில்ல! நான் செய்யறேன் சார்!'

'ம்ம்ம்! ஓகே! லெட் மீ திங்க்! ப்யூலா!'

•

'இந்தாங்க ஸ்வீட்.'

'எதுக்கு?

'நீங்க என்ன இங்க சேர்த்துண்டு இன்னியோட மூணு வருஷம் ஆறது?'

'ஓ அப்படியா? குட்! குட்!'

'நீங்க மட்டும் அன்னிக்கு என் ஓதவிக்கு வரலைன்னா எம்பாடு ரொம்பத் திண்டாட்டமாப் போயிருக்கும்! என் குடும்பமே...'

'நிறுத்துங்க கணேசன்! இதென்ன சும்மா சும்மா? ஏதோ ஒருவிதத்துல நா உங்க பாங்க் வேல போக நான் காரணமாயிட்டேன். அதுக்கு என்னாலான காம்பென்சேஷன்! விடுங்க! வேல பிடிச்சிருக்கா?'

'எவ்வளவு மரியாதையா நடத்தறேள்! இங்க எத்தன சேவை நடக்கறது! நா பாங்குல வாங்கின அதே சம்பளம் தரேள்! வேலைக்கு வேலை! மனசுக்குத் திருப்தி! இதுக்குமேல என்ன வேணும்! பாங்க் வேல போனதே நல்லதுதான்!'

'ஓகே ஓகே! நீங்க போங்க! ஆஸ்க் அவினாஷ் டு கம்!'

'அவினாஷ்! பெட் நம்பர் ஃபோர்ட்டீன்! அமினோடிரான்ஸ்ஃபெரேஸ் டெஸ்ட் ரிப்போர்ட் ரெடியா? ப்ளட் பாங்க் ஸ்டாக் செக் பண்ணினியா? ப்யூலா! எண்டொக்ரினாலஜிஸ்ட் வந்தாச்சா? சவரி! எங்க போனே?

இதென்ன ஹாஸ்பிடலா இல்ல ஹோட்டலா? சாம்பார் வாசனை அடிக்கறது! கிளீன் இட்! க்விக்!'

டாக்டர் வைகுண்டம் விறு விறுவென பெட் நம்பர் பதினாலுக்கு நடந்து போனார்.

வவேசு அய்யர் மற்றும் வைமு கோதைநாயகி அம்மாள் கதைகளில் வருவதுபோல கணேசன் 'விக்கித்துச் சிலையாக' நின்றார்!

33

வேறு யாராக இருக்க முடியும்?

'டாக்டர்! அந்த பதினொண்ணாம் நம்பர் பேஷண்ட்...'

'அந்த டாக்ஸிக் மெகா கோலொன் கேஸா? ஏன் என்ன ஆச்சு?'

'ஒரே அலறல் டாக்டர்! வலி தாங்க முடியலைன்னு...'

'ட்யூட்டி டாக்டர் இல்ல? நீ ஏன் ஃபோன் பண்றே?'

'இல்ல, அவர் இண்டர்ன். பயப்படறார் டாக்டர்.'

'சில்லி! கிவ் தெ ஃபோன் டு ஹிம்!'

'யெஸ் சார்!'

'வாட் யங் மேன்! டாக்டராக வேண்டாமா? நர்ஸ் பெட்டிகோட்டுல ஒளிஞ்சுக்கற? ஸ்டுப்பிட்! சொல்லு என்ன சிம்ப்டம்ஸ்?'

'எது சிம்ப்டம்ஸ் டாக்டர்?'

'மை காட்! எப்படிய்யா நாலு வருஷம் முடிச்சே? பெட் நம்பர் லெவன்! கமான்! ஸ்பிட் இட் க்விக்!'

'ஓ யெஸ்! ஸ்டமக் பெயின்! டயோரியா! ரெக்டல் பெயின்! அப்புறம்... ஃபீவர் டாக்டர்! 102.4!'

'ஓகே! என்ன பண்ணினே?'

'பாராசிட்டமால் இஞ்செக்ஷன்! அண்ட் ஆலுட்ராக்ஸ் 840 டாக்டர்!'

'ஆலுட்ராக்ஸா? யோவ்! அவன் ஒரு வாரமா இதே சிம்ப்டம்ஸ் சொல்லிண்டு இருக்கான்யா? நீ என்னமோ இப்பத்தான் புதுசா இன்வெஸ்டிகேட் பண்றா மாதிரி இந்த அலுமினியம் மெக்நீஷியம் ஹைட்ராக்ஸைடெல்லாம் போட்டுண்டிருக்கியே!'

‘இல்ல டாக்டர்...’

‘இரு, நான் வரேன்!’

‘நர்ஸ்! நீங்க வரப்போறீங்களா இல்லியா?’

‘என்னங்க நீங்க! நா வந்து ஒண்ணும் பண்ண முடியாது! இப்ப அவருக்குக் கொடுக்க வேண்டிய மருந்து கொடுத்தாச்சு. செடேட்டிவெ கூட தந்தாச்சு! இருவது நிமிஷத்துல தூங்கிடுவாரு! நீங்க பொறுமையா இருங்க!’

‘அவன் வலி வலின்னு துடிக்கறான் சிஸ்டர்!’

‘அதான் சொல்றேனே சார்! மருந்தெல்லாம் கொடுத்தாச்சு! கொஞ்ச நேரத்துல தூங்கிடுவாரு! அதோட எனக்கு ஜெனெரல் வார்டுல எமெர்ஜென்ஸி சார்! பெரியவர் வேற வர்ரேன்னிருக்காரு, ப்ளீஸ்!’

‘நர்ஸ்! என்ன பேசறீங்க! நாங்க இங்க ஒரு நாளைக்கி 8000 ரூவா கொடுத்து ஸ்பெஷல் ரூம் எடுத்திருக்கோம்! எங்கள கவனிக்காம ஜெனெரல் வார்டா? அப்ப எதுக்கு ஸ்பெஷல் ரூமுன்னு இவ்வளவு சார்ஜ் வாங்கறீங்க! நா அரைமணி நேரமா கூப்பிடறேன்! அதுக்கு வராத உங்க பெரிய டாக்டர் சாதாரண ஜெனெரல் வார்டுக்குன்னா வருவாரா? என்ன ஹாஸ்பிடல்யா இது!’

‘இதோ, பெரிய டாக்டர் வந்து போனதும் வர்ரென் சார்!’

‘நோ! பெரிய டாக்டர வந்து எம்பையனப் பாக்கச்சொல்லு! எனக்கு உங்க ட்யூட்டி டாக்டர்மேல நம்பிக்கையே இல்ல. கத்துக்குட்டிப்பசங்க!’

‘அவர்ட்ட சொல்றேன் சார்!’

‘டு தட்!’

‘நர்ஸ் ஆவ்ரில்! பெரியவர் வந்தாச்சு! லிஃப்ட்டுல இருக்கார்!’

‘டாக்டர் நரசிம்மன்! வாங்க!’

பெரியவர் கோடு போட்ட சட்டை பைஜாமாவுடன் வந்துவிட்டார். காலில் ரப்பர் செருப்பு!

‘என்னய்யா நரசிம்மா! ஒரு சின்ன கேஸ் தனியா ஹேண்டில் பண்ண மாட்டியா? ராவுல ஏன்யா படுத்தறீங்க!’

படுக்கை பதினொண்ணுக்குப் போய்க் கேட்டார். ‘என்ன பண்றதுய்யா? ரொம்ப வலிக்குதா?’

‘ம்...ம்...’ முனகல்.

‘மதியத்துலேர்ந்து ஒரே வலியாம் டாக்டர்! சின்ன டாக்டர் மருந்தெல்லாம் பாத்துப் பாத்து கொடுத்தாரு. அப்படியும் வலி குறையவே இல்லை டாக்டர்!’

‘நா வந்துட்டேன் இல்ல, பாக்கறேன்!’

வயிற்றைத் தொட்டுத் தடவி அழுத்திப் பார்த்தார். முதுகில் தட்டித் தட்டிப் பார்த்தார். கட்டில் ஓர பௌச்சில் வைத்திருந்த ரிப்போர்ட்டு களை மறு பார்வை.

‘ஆவ்ரில்! இவரோட ஸ்டூல் டெஸ்ட் எப்ப எடுத்தது?’

‘நேத்துதான் டாக்டர்!’

‘ஓகே! சரி, உடனே ஒரு கோலோனொஸ்கோபி ஏற்பாடு பண்ணும்மா! டாக்டர் பாஸ்கரை முடிஞ்சா வரச்சொல்லும்மா காலையில!’

‘நரசிம்மா! என் ரூமுக்கு வா!’

ரூமில் லைட் போட்டார். டேபிள் சுத்தமாக இருந்தது. சைட் டேபிளில் ஒரே ஒரு பெருமாள் ஃபோட்டோ. மற்றபடி அஸெப்டிக் டாக்டர் ரூம்.

‘சொல்லு நரசிம்மா! என்னென்ன சிம்ப்டம்ஸ் நீ பார்த்தே?’

‘முன்னமே சொன்னாமாதிரி ஸ்டமக் பெயின்! டயோரியா! ரெக்டல் பெயின்! அப்புறம்... ஃபீவர் டாக்டர்!’

‘இல்லை! நீ இன்னும் கொஞ்சம் ஆழமா யோசிச்சுச் சொல்லு! இதான் நீ புஸ்தகத்துல படிச்ச படிப்பை அப்ளை பண்ணும் சமயம்! கமான்! திங்க் திங்க்!’

‘..............’

‘ஷார்ப்பா யோசி! ரெண்டு மூணு நாளா நெறய காஸ் விடறான், கவனிச்சியா?’

நரசிம்மன் அடக்கமாட்டாமல் புன்னகைத்தான்.

‘டோண்ட் லாஃப்!’ அதட்டினார்.

‘சாரி டாக்டர்!’

‘அதோட போன வாரம் வந்தபோது இருந்த வெய்ட்டைவிட ரெண்டு கேஜி குறைஞ்சிருக்கான்! டெஸ்டுக்கு அனுப்பும்போது அவனோட ஸ்டூல்ஸ கவனிச்சியா? கவனிச்சிருக்க மாட்ட! தே வேர் ப்ளடி ஸ்டூல்ஸ்! பிரௌனிஷ், வாட்டெரி, பபிள்ஸ்... என்ன தெரியரது இதுலேர்ந்து?’

நரசிம்மன் மௌனம்.

'ஹாரிஸன்ஸ் பிரின்சிபிள்ஸ் ஆஃப் இண்டர்னல் மெடிசன் என்ன சொல்றது? படிச்சியா இல்ல காப்பி அடிச்சியா?'

'இல்ல டாக்டர்! புரிபடல!'

'ரொம்ப சிம்பிள் மை பாய்! இவனுக்கு அல்ஸரேடிவ் கோலிடிஸ்! சந்தேகமில்லாம முத்தின கேஸ்! நாளைக்கு டெஸ்டுல தெரிஞ்சுடும் பாரு, கோலோன் கான்ஸர்!'

'டாக்டர்!'

'ஆரம்ப ஸ்டேஜுன்னா சரி பண்ணிடலாம். நாம எதுக்கு இருக்கோம்! விட்டுடலாமா? நம்மளை மீறி அவன் சாக விட்டுர்ரதா?'

நரசிம்மனுக்குக் கொஞ்சம் பயமாக இருந்தது. கான்ஃபிடென்ஸ் வந்தது.

'எஸ் டாக்டர்!'

'குட்! யூ டிட் த கரெக்ட் திங். இன்னும் நாலு மணி நேரத்துக்கு அப்புறம் டைபெண்டியம் கொடு. கார்த்தால டெஸ்டுக்கு அப்புறம் பாக்கலாம்!'

'ஓகே டாக்டர்!'

'நான் இங்கதான் இருக்கப்போறேன்! ஏதாவதுன்னா என்னை வந்து கூப்பிடு! ஜஸ்ட் வாட்ச் ஹிம்.'

நரசிம்மன் கிளம்பும்போது ஆவ்ரில் வந்தாள்.

'என்னம்மா?'

'டாக்டர்! அந்த ஸ்பெஷல் வார்டு!'

'எது, அந்த ஸ்யூசைட் கேஸா?'

'ஆமாம் டாக்டர்! அந்தப் பையனோட அப்பா வீட்டுக்குப் போய்ட்டாரா, இல்ல இங்கதான் இன்னும் ரகளை பண்ணிண்டு இருக்காரா?'

'இருக்குது டாக்டர்! நீங்க இப்போ வந்து பார்த்தே ஆகணுமுன்னு அடம்! நா அல்லா மருந்தும் குடுத்தாச்சு. செடேட்டிவும் கிவன்! பையன் தூங்கறப்போ வலி வலின்னு அழுவுது! உடனே இது எங்க மேல பாயுது! ஹார்ரிபிள்! கத்திக்கினே இருக்குது டாக்டர்!'

'ஆவ்ரில்! உனக்கு எல்லாமே அஃறிணைதானா?'

'சாரி டாக்டர்! வூட்ல தமிலே பேசறது இல்ல, அதான்...'

'இவர் பெரிய பிஸினஸ்மேனா இருந்தா நாம என்ன பண்ணனும், காலில விழணும்னு எதிர்பார்க்கறாரா?'

'நீங்க வந்து பாக்கறீங்களா டாக்டர்?'

'இல்ல வேண்டாம். காலைல ரவுண்ட்ஸ் வரும்போது பாக்கறேன்!'

தேடிக் கண்டுபிடித்து கழுகு மாதிரி பெரியவர் ரூமுக்கே அவர் வந்துவிட்டார். 'என்ன டாக்டர்! எம்பையனப் பாக்காமலே இங்க வந்துட்டிங்களே! நீங்க வந்து பாத்தாகணும்னு நான் சொல்லிருந்தேனே!'

பெரியவர் நின்றார். நிதானமாகப் பார்த்தார்.

'ஹூ ஆர் யூ? எந்த பேஷண்ட்ட எப்ப பாக்கணும்னு எங்களுக்குத் தெரியும்!'

'டாக்டர்! அவன் வலில துடிக்கறான்!

'அவனுக்குக் குடுக்க வேண்டிய மருந்தெல்லாம் குடுத்தாச்சு! ஹி மஸ்ட் ஸ்லீப்! நான் நாளைக்குக் காலையில பாக்கறேன்!'

'நோ! நா உங்க சேர்மன்ட்ட இப்பவே பேசறேன்! ஒரு நிமிஷம் வெயிட் பண்ணுங்க! அவர் சொன்னா நீங்க பார்ப்பீங்க இல்ல?'

பெரியவர் மறுபடி நிதானமாக அவரைப் பார்த்தார். 'கடவுள் சொன்னாகூடப் பாக்க மாட்டேன்! நௌ வில் யூ கெட் அவுட்?'

'என்ன நினைச்சிண்டுருக்கீங்க! நா போறேன்! எம்பையன டிஸ்சார்ஜ் பண்ணிடுங்க! நா அவன மெர்குரி ஹாஸ்பிடலுக்குக் கூட்டிண்டுபோறேன். என்னை மாலை போட்டு வரவேத்து எம்பையன ராஜா மாதிரி பாத்துப்பாங்க! எமெர்ஜென்ஸினால இங்க வந்தேன்!'

சத்தம் போட்டுக்கொண்டே வெளியே போனார்.

நரசிம்மன் பயந்துபோனான்.

'ஆவ்ரில்! இவர் பெரிய புள்ளியாச்சே! நம்ம டாக்டருக்கு ஏதானும் ஆப்பு வெச்சிடுவாரோ?'

'ஒண்ணும் புடுங்க முடியாது மேன்! நம்ம பெரியவர் உஸ்தாது! சேர்மனே இவர்ட்ட பயந்து பயந்துதான் பேசும்!'

ஒரு வாரத்துக்குப் பின்னர்...

'எங்க வீட்டுக்காரர் பொழப்பாரா டாக்டர்? நர்ஸம்மா சொல்றாங்க அவருக்கு கான்ஸராமே?'

'ஒண்ணும் கவலைப்படாதம்மா! கான்ஸர்தான்! ஆனா குணப்படுத்திடலாம்மா! நா சொல்றத கவனமா கேக்கணும்! சொன்னபடி நடந்துக்கணும். சரியா?'

'நிச்சயமா டாக்டர்! அவர் பொழச்சாப் போதுங்க!'

நிச்சயம் பொழப்பாருமா! நாங்கள்ளாம் இருக்கோமில்ல!'

'ரொம்ப நன்றிங்க! நீங்க எவ்ளோ பெரிய டாக்டர்! நாங்க ஏழைங்க! நேத்து ராவு முழுக்க அவரோடவே தூங்காம கொள்ளாம உக்காந்திருந்தீங்க!'

'என் வேலைம்மா அது! சரி, நீ போய் வெளில உக்காரு. உம்புருஷன முழுசா உங்கிட்ட தந்துர்ரேன், சரியா?'

'நரசிம்மா! அந்த ஸ்யூசைட் பையன் இன்னிக்கு எப்படி இருக்கான்?'

'பரவாயில்லை டாக்டர்! இன்னிக்கு சாலிட் சாப்பிட்டான்! வெளில வந்துட்டான் டாக்டர்!'

'என்ன காரணமாம் தற்கொலை அளவுக்கு?'

'நான் பேசினேன் டாக்டர்! நல்ல பையன்தான்! அப்பாதான் டார்ச்சர்ங்கறான்! இவனுக்கு ஸ்கூல் ஆஃப் ஆர்ட்ஸ்ல சேர்ந்து படிச்சு ஃப்ரான்ஸுக்குப் போகணும்னு ஆசை. அப்பா ஐஐடிதான் படிக்கணும்னு இவன வெரட்டறாரு. ஸ்ட்ரெஸ் தாங்காம... பார்ப்பிட்யூரேட்!'

'புவர் ஃபெல்லோ! நான் வந்து பாக்கறேன்னு சொல்லு!'

34

‘பக்ஷகதா அல்லது ஹெமிப்ளெகியா’

டாக்டர் வைகுண்டம் நுழையும்போதே ப்யூலாவுக்கு எதிரில் இருவரும் உட்கார்ந்திருந்தார்கள். இவரைப் பார்த்ததும் இளமையாக இருந்தவர் பவ்யமாக எழுவதுபோல பாவம் காட்டினார். முகத்தில் அதீத மரியாதை இருந்தது. கூட இருந்த பெரியவர் சற்று விரோதமாக உட்கார்ந்திருந்தார். இவரைப் பார்த்த அடையாளம் ஏதும் முகத்தில் காண்பிக்கவில்லை. ஒரு வித அவாவின்மை, சரி இவ்வளவு செந்தமிழ் வேண்டாம்! பிஜி வூட்ஹவுஸ் சொல்லும் டிஸ்ரெலிஷ் என்று வைத்துக் கொள்ளலாம். வைகுண்டம் ப்யூலாவை உள்ளே வரச் சொல்லிவிட்டு தன் அறைக்குள் நுழைந்தார். உட்கார்ந்தமாத்திரத்திலேயே ப்யூலாவிடம் என்ன என்பதைக் கண்களால் விசாரித்தார்.

‘டாக்டர் ரவிஷங்கர் ரெஃபர் பண்ணியிருக்காரு புரொஃபசர்!’

‘ரவிஷங்கர்?’

‘ந்யூராலஜிஸ்ட்! மையாட் ஹாஸ்பிடல்!’

‘ஓ ரவியா! முதல்ல ரிப்போர்ட்ஸ வாங்கிண்டுவா. அங்கயே உட்காரச்சொல்லு! நான் கூப்பிடறேன்!’

சட்டென்று இண்டர்காமுக்குப் போய்விட்டார்.

‘நிர்மலா! பெட் நம்பர் 234?’

‘…………’

‘ஸியாடிகா நர்வ்! நீ என்ன வெங்கட்ரமணா நர்ஸிங்ஹோம் மாதிரி ஆயில் மஸாஜுன்னு சொல்றே! ரிடிக்யுலஸ்! அஸிடமினோஃபென் போட்டியா?’

‘இன்னும் இல்ல, புரொஃபசர்!’

'என்ன முகூர்த்தத்துக்கு வெயிட் பண்றே? உடனே அட்மினிஸ்டர் பண்ணு! எட்டு மணி நேரம் பாரு! அப்படியே ஃபிஸியோதெராப்பி ஒரு கோர்ஸ் போகணும். அதுவும் சரியாகலைன்னா சர்ஜிகல் ஆப்ஷன் பாத்தாகணும்! அத விட்டுட்டு தென்னை மரக்குடி எண்ணெய் சொல்லுவியா? இது என்ன ஜிஹெச்சா இல்ல மஸாஜ் பார்லரா! ஜஸ்ட் கெட் கோயிங் நிர்மலா!'

இன்னும் மூன்று இண்டர்காம் பேசி எதிர்ப்பக்கம் கடித்துக் குதறினார்.

'ப்யூலா! அவங்கள வரச்சொல்லு!'

உள்ளே நுழைந்ததும் சின்ன வயசுக்காரர் மறுபடி பவ்ய வணக்கம். பெரியவரின் விரோதப் பார்வை மாறினபாடில்லை. அமைதியாக உட்கார்ந்துகொண்டார். சின்னவர்தான் பேச ஆரம்பித்தார்.

'எங்க அம்மாவுக்கு டாக்டர்! போன மாசம் ஸ்ட்ரோக் மாதிரி வந்துது. இடது கை செயல்பாடு பாதிக்கு மேல நின்னு போச்சு. கையைத் தூக்கக்கூட முடியல. நாமா கையில ஏதாவது கொடுத்தா ரொம்பச் சிரமப்பட்டு பிடிச்சுப்பா. டம்ளர்கூட ரெண்டு நிமிஷந்தான். அப்புறம் கீழ போட்டுர்ரா!'

'சரி எந்த டாக்டர்ட்ட போனேள்?'

'உங்க மாதிரி டாக்டர்ட்டல்லாம் போகல!'

பெரியவர் பேசினார். குரலில் கடுமையும் வெறுப்பும் தொனித்தது.

'அப்ப நீங்களே வீட்ல ட்ரீட்மெண்ட் பண்ணினேளா? நீங்க என்ன டாக்டரா?'

'சாரி டாக்டர்! அப்பாவுக்கு அல்லோபதியில நம்பிக்கை இல்லை. அதனால ஆயுர்வேத ட்ரீட்மெண்ட் போனோம்!'

'அப்புறம் ஏன் இங்க வந்தீங்க?'

'இதோ இவந்தான் பிடிவாதமா வரணும்னு! முதல்ல மையாட்டுக்கு போன்னான். அங்க ரவி...'

'இருங்கப்பா நா சொல்றேன்! டாக்டர்! அப்பாவுக்குன்னு ஒரு ஆயுர்வேத டாக்டர் இருக்காரு. என்ன பேரு அது, வாயிலேயே நுழையாம...'

'டாக்டர் தில்லையம்பதி! மகா சமர்த்து டாக்டர்! ஆயுர்வேதத்துல எக்ஸ்பர்ட்!'

'ஆ, அந்த தில்லையம்பதி என்னென்னமோ சூரணம், கஷாயம்னு மருந்து மாதிரியே இல்லாம எத்தையோ குடுத்தார். அப்புறம் மசாஜு,

உருவிவிடறதுன்னு ஸ்டோன் ஏஜ் ட்ரீட்மெண்ட் ஒரு மாசமா! எங்கம்மா சார்! ரிஸ்க் எடுக்க முடியுமா? நாந்தான் பிடிவாதமா ரவிஷங்கர்ட்ட கூட்டிண்டு போனேன்.'

'அவர் என்ன ட்ரீட்மெண்ட் பண்ணினார்? எங்கிட்ட ஏன் அனுப்பினார்?'

'இதோ எல்லாம் எங்கப்பாவால டாக்டர்!'

பெரியவர் இப்போது தன் மகனை முறைத்துப் பார்த்துவிட்டு கோபத்துடன் தலை குனிந்துகொண்டார்.

'ஏன், என்ன ஆச்சு?'

'டாக்டர் ரவிஷங்கர் டெஸ்ட் எடுக்கச்சொன்னா இவர் முடியாதுன்னுட்டார். மருந்து குடுத்தா சாப்பிடக்கூடாதுன்னு தடுக்கறார். அம்மாவும் இவர் சொல்றதக் கேட்டுண்டு... ஒரே பிடிவாதம்! எனக்கு ஒரே பாடு டாக்டர்! நாந்தான் ரவிஷங்கர் கிட்டே கேட்டேன். அவர் உங்ககிட்ட அழச்சிண்டு போகச்சொன்னார். முக்கியமா உங்கப்பாவக் கூட்டிண்டு போ, டாக்டர் வைகுண்டம் அவருக்குமே ட்ரீட்மெண்ட் பண்ணுவார்ன்னார்!'

சொல்லிவிட்டு புள்ளாண்டான் லேசாக கேலிச்சிரிப்பு ஒன்றைச் செய்ய பெரியவர் இப்போது தயக்கமில்லாமல் கோபப்பார்வை பார்த்தார்.

'சார் நீங்க சொல்லுங்க! ஏன் அல்லோபதி வேண்டாம்? அப்படி என்ன உங்க வெறுப்பு?'

'டாக்டர்! நா சின்ன வயசுலேர்ந்தே ஆயுர்வேத மருந்துகள்தான் சாப்பிட்டுண்டு வரேன். என் ஒய்ஃபுக்கும் அதேதான். எந்தவித சைட் எஃபெக்ட்சும் இல்லாம இருக்கு. இப்ப வர்ர அல்லோபதி மருந்தெல்லாம் பாய்சன் டாக்டர்!'

'அப்படிப் பொத்தாம் பொதுவாச் சொல்ல முடியாது சார்! எனி வே, இப்ப நா என்ன பண்ணனும்? எனக்கு தலைக்குமேல வேலை இருக்கு. டாக்டர் ரவிஷங்கர் அனுப்பினாரேன்னு பாக்கறேன். உங்களுக்குள்ள மத்தியஸ்தம் பண்ணி வெக்க என்னால முடியாது. ரெண்டு பேரும் சீக்கிரமா ஒரு முடிவு பண்ணிச் சொல்லுங்க!'

'டாக்டர்! அப்பா இப்படித்தான் ஏதாவது சொல்லிண்டிருப்பார். இதோ ஒரு மாசமா ஆயுர்வேத ட்ரீட்மெண்ட் குடுத்தாறது. ஒரு இம்ப்ரூவ்மெண்ட்டும் இல்ல. அம்மா உயிரோட விளையாட எனக்கு இஷ்டமில்ல!'

‘உளராத! டாக்டர்! இப்பத்தான் ஆயுர்வேத ட்ரீட்மெண்ட் ஆரம்பிச்சு ஒரு மாசம் ஆறது. எனக்கு சில இம்ப்ரூவ்மெண்ட்ஸ் நன்னாத் தெரியறது! இன்னும் பொறுமையா இருக்கணும். ஆயுர்வேதத்துல நிச்சயமா குணமாகும்!’

‘சரி, இப்ப நீங்க ரெண்டு பேரும் கௌம்புங்க! உங்க அம்மா சாப்பிடற மருந்தெல்லாம் என்னனு எழுதிக்கொடுத்துட்டுப் போங்க! இன்னிக்கு சாயங்காலமா ஆறு மணிக்கு மேல மறுபடி வாங்க. நானுமே கொஞ்சம் ஃப்ரீயா இருப்பேன். பேசி முடிவு பண்ணலாம்.!’

‘ப்யூலா! நிர்மலாவ வரச்சொல்லு!’

‘நிர்மலா! கார்த்தால உம் பேஷண்ட், அதான் பெட் நம்பர் 234! என்னமோ ஆயுர்வேத ட்ரீட்மெண்ட் சொன்னியே, என்ன அது?’

‘புரொஃபசர்! சாரி, நான் ஏதோ எங்க மாமா...’

‘யெஸ் ஐ நோ! டெல் மி தெ டீடெயில்ஸ் நிர்மலா!’

‘...........’

‘ஓகே தாங்க்ஸ்! அந்த டாக்டரோட நம்பர ப்யூலாட்ட குடுத்துட்டுப்போ!’

லஞ்சுக்குப்பிறகு அரை மணி நேரம் அந்த ஆயுர்வேத டாக்டரிடம் பேசினார். மாலை ஆறரைக்கு இருவரும் உள்ளே வந்தனர்.

‘ப்யூலா! பெரியவரை மட்டும் உள்ளே அனுப்பு!’

நாற்பது நிமிடங்கள் பேசினார்.

‘ப்யூலா! சார அழைச்சிண்டு போய் காண்டீன்ல காஃபி வாங்கிக்கொடு. அந்த எமர்ஜென்சி ரூம் காலியாத்தானே இருக்கு அங்க உட்கார வை!’

●

‘டாக்டர்! அப்பா என்ன சொல்றார்? இங்க ட்ரீட்மெண்ட்டுக்கு ஒத்துண்டாரா?’

‘இல்லப்பா! உங்க அம்மாவுக்கு ஆயுர்வேத ட்ரீட்மெண்ட்டே கண்டின்யூ பண்ணு!’

‘வாட்? டாக்டர்! நீங்களே இப்படிச் சொன்னா என்ன பண்ணுவேன்! அப்பா ஒரு ஓல்ட் டைமெர்! அவருக்கு மாடர்ன் மெடிசன் பத்தி தெரியல! எங்க அம்மாவ சஃபர் பண்ண வெக்கக்கூடாதுன்னுதானே நான் இங்க...’

‘வெயிட் வெயிட்! என்ன ஆயுர்வேதிக் ட்ரீட்மெண்ட்டுனு நான் அப்பாகிட்ட விலாவரியாப் பேசினேன்!’

'என்ன ட்ரீட்மெண்ட்டோ போங்க டாக்டர்! சூரணம், கஷாயம், வெளிக்கு எண்ணை மஸாஜுங்கறான்! அம்மா என்னமோ சிரமப்படறா! ஹம்பக்!'

'இல்லைப்பா! உங்க அம்மாவுக்கு ஏற்கெனவே பிளட் பிரஷர் உண்டு, டையபெடிக் வேற. அண்ட் ஷீ ஈஸ் ஒபீஸ்! அதனால இந்த பெரலிடிக் அட்டாக்குக்கு ரொம்ப தோதான பேஷண்ட் உங்கம்மா! 'இஸ்கீமிக் செரிபரல் லெஸிஆன்'ம்போம் நாங்க! அதாவது தலைக்குள்ள இருக்கற ரத்தக்குழாயில அடைப்பு. ஏர் பபிள் இருக்கலாம். கொலஸ்ட்ரால் ப்ளேக், அதான் துகள்னு வெச்சுக்கோயேன்! எங்க பாஷையில அதீரோஸ் ஸ்லெரோஸிஸ் அண்ட் ஹெமிப்ளெகியா!'

'ரொம்ப சீரியஸா டாக்டர்?'

'அதெல்லாம் ஸ்டேஜப் பொருத்ததுப்பா!'

'நீங்க சொல்றதக்கேட்டா உடனே ட்ரீட் பண்ணனும்ங்கறா மாதிரி இருக்கு. ஆனா ஆயுர்வேதமே போறும்னு...'

'ஹோல்ட் ஆன்! இப்ப என்ன ட்ரீர்மெண்ட்டுன்னு அப்பாகிட்ட பேசினேன். நீங்க எழுதிக்கொடுத்த மருந்தெல்லாம் பார்த்தேன். த்ரிகடகாடின்னு ஒரு ஹெர்பல் மருந்து. 12 ஹெர்ப்ஸ் கலந்து இருக்கற இதோட காம்பினேஷனப் பார்த்தா இதுல அடைப்புகளை நீக்கற காம்போனெண்ட்ஸ் இருக்கு. கூடவே சந்திரகல்கான்னு ஒண்ணு. அதுவுமே கெமிக்கலா பார்த்தா ஹைபர்டென்ஷனைக் குறைக்கக் கூடியது. அதோட ரத்த சுத்தமும் பண்ணும். இன்னும் ஏகவீர்யான்னு மாத்திரை தராளாம். அதுல ரவோல்ஃபியா செர்பெண்டினான்னு ஒரு வகை வேர்ல பண்ணினது. அதுல இருக்கற ரீசெர்ப்பைன்ங்கற கெமிக்கல் ஒரு ஆண்ட்டி ஹைபர்டென்சிவ். கூடவே கார்டியக் அரித்மியாஸைக் கட்டுப்படுத்தக்கூடியது. இதத்தவிர ஷிரோ அப்யங்கா, ஷரீர அப்யங்கான்னு ஆயில் மஸாஜெல்லாம் வேற பண்றாங்க இல்ல. அதெல்லாம் பாலியேடிவ்தான். ஆனாலும் நல்லது!'

'டாக்டர்! இப்ப நான் என்ன பண்ணனும்?'

'ஒண்ணும் கவலைப்படாத! அம்மாவோட ஹெமிப்ளெகியா ரொம்ப ஆரம்ப கட்டம்தான். இன்னும் ரெண்டு மாசத்துக்கு இந்த ட்ரீட்மெண்ட் ஓடட்டும். நாங்க குடுக்கற மெடிசினும் இதே கெமிக்கல் காம்போதானே! ஒரு வேளை சரியாகலைன்னா மறுபடி இங்க வாங்க. அப்பாவும் கன்வின்ஸாகிடுவார். இப்ப ஏன் அவர் நம்பிக்கையை டிஸ்டர்ப் பண்ணனும்?'

'ஓகே டாக்டர்!'

‘ப்யூலா! பெரியவரக் கூப்பிட்டுண்டு வா!’

‘சார்! வாங்க! நானுமே யோசிச்சுப் பார்த்தேன். நீங்க சொல்ற ஆயுர்வேத ட்ரீட்மெண்ட்தான் இப்ப சரி. அதையே கண்டின்யூ பண்ணுங்க! இன்னும் ரெண்டு மாசத்துல சரியாகாம இம்ப்ரூவ்மெண்ட் இல்லேன்னா என்கிட்ட வாங்க, சரியா? இந்தாப்பா, அப்பா சொல்றதக் கேளு! அவரோட வயசு, அனுபவத்துக்கெல்லாம் மதிப்பு தர வாண்டாமா!’

‘ரொம்ப சரி டாக்டர்! நீங்க அபூர்வமான அலோபதிக் டாக்டர்! ரொம்ப நல்லவர்னு தெரியறது! பாத்தியாடா, இவரே சொல்லிட்டார். ஆயுர்வேதம் தாண்டா சரி. ஆனா டாக்டர் சொல்றாமாதிரி ரெண்டு மாசம் பார்ப்போம், இம்ப்ரூவ் ஆகலைன்னா இவர்ட்டயே அழச்சிண்டு வந்துருவோம்! ரொம்ப தாங்க்ஸ் டாக்டர்! டேய்! டாக்டருக்கு எவ்வளவு ஃபீஸ்னு கேட்டுக் குடுத்துடு!’

‘அதெல்லாம் ஒண்ணும் வேண்டாம்! நாந்தான் ட்ரீட்மெண்ட்டே பண்ணலியே! போய்ட்டு வாங்கோ!’

வாழ்க்கையிலேயே இரண்டாம் முறையாக வைகுண்டம் கண்ணடித்ததாக டாக்டர்கள் அவினாஷ், நிர்மலாவிடம் ப்யூலா சொன்னபோது யாரும் நம்பவில்லை!

35

இன்னார்க்கு இன்னாரென்று...

சென்னை வெயிலுக்குத் தயாராகும் துல்லிய வானம். சென்ட்ரல் ஸ்டேஷனின் வழக்கமான பரபரப்புகள் சற்றே ஓய்ந்து பஸ்களும் கார்களும் அதிகமாகும் ராஜபாட்டை. சகல ரோகங்களுக்குமாய் சாட்சி நிற்கும் 'ஜென்லாஸ்பத்ரி' என்று செல்லமாக விளிக்கப்படும் ஜி.ஹெச்.

ஏழிலிருந்து ஒன்பது வரைதான் ஓபி எனப்படும் Outpatient அனுமதி. நீண்ட க்யூ. இருமலும், கனைப்பும், முனகலும், அனத்தலுமாய் சோர்ந்தும் தொய்ந்தும் போன க்யூ. மூடின கதவின் வாசலில் ஆகா கான்போல அமர்ந்திருக்கும் வார்டு பையன் என்னும் நாற்பத்தைந்து வயது ஆசாமி.

'ஒண்ணியும் ஆவாது. இரு, ஒனுக்கு இன்னிக்கு அட்மிசந்தான்!'

'இன்னா, துலுக்காணம், ரிஷ்கா இஸ்துக்கினு வண்ட்ட. நோவல?'

'இந்தாமா, நாதான் நேத்தே சொன்னேனே, கொயந்தீங்கல்லாம் எட்த்துக்கினு வராதன்ட்டு...'

ஒன்பது மணிக்கு உள்ளே போனவர்கள் வரைதான். கதவு சாத்திவிடுவார்கள். அப்புறம் நாளைக்குத்தான்.

சென்ட்ரல் ஸ்டேஷன் கடிகாரத்தில் ஏழு காட்டினவுடன் திறக்க, வார்டு பாய் ஒவ்வொருத்தராய் உள்ளே அனுப்பினான்.

ஒன்பது மணிக்கு, 'சரி, அவ்வளவுதான். நீங்கல்லாம் நாளைக்குத்தான். போங்க போங்க, இங்கே கூட்டம் கூடாதீங்க. பெரிய டாக்டர் வந்தா என் வேல போய்டும்.'

சற்றுத்தள்ளி சின்ன டாக்டர்கள் நாலு பேர். இளைஞர்கள். ஒருவித அலுப்புடன் வேலை செய்துகொண்டிருந்தார்கள். வரும்

நோயாளிகளின் தொந்திரவால் கடுகடுப்புடன் வேறு இருந்தார்கள். வரும் பேஷண்டுகளை முதலில் செக் பண்ணி பெரியவரிடம் அனுப்பினார்கள். சுலபமான வேலை அல்லதான். நோயால் அவஸ்தைப்படும் ஜனங்களின் பிடுங்கல்கள் கஷ்டம்தான்.

வயதான அம்மாள் ஒருத்தி, தன் பத்து வயது மகனுடன் நின்றிருந்தாள். சின்னப்பையன் விடாமல் இருமிக்கொண்டிருந்தான். தொண்டையில் லேசான வீக்கம். டாக்டர் மூர்த்தி போன வருஷம்தான் ஹவுஸ் சர்ஜன் முடித்து இங்கே போஸ்டிங்.

'வாம்மா இங்க! என்ன பையனுக்கு?'

'நாலு நாளா இருமலுங்க! சொரம் வேற இருக்கு!'

'நாலு நாளாவா? ஆடி அசஞ்சு இன்னிக்கு வர்ரீங்களா?'

'நேத்தும் முந்தா நாளும் வந்தேனுங்க! ஓபியில கூட்டம் க்யூவுல வர்ரதுக்குள்ர கதவு மூடிட்டாங்க!'

'ஆமா எல்லாத்துக்கும் காரணம் சொல்லுங்க! லேட்டா வந்து எங்க கழுத்த அறுங்க! வாடா தம்பி! இங்க படு!'

'இந்தாம்மா! வெறு ஜுரம்தான்! நெஞ்சுல கபம் கட்டியிருக்கு! இந்தாங்க சீட்டு! அங்க போய் மருந்து வாங்கி குடுங்க! ரெண்டு நாளுல சரியாய்டும்!'

'இல்ல...'

'என்னம்மா நிக்கற? கூட்டத்தப் பாத்தியில்ல! உயிர வாங்காம போம்மா! போய் அடுத்த பில்டிங்கில் மருந்து வாங்கிச் சாப்பிடச் சொல்லு! சவரி! அடுத்த பேஷண்ட்ட அனுப்பேன்யா! தூங்கிட்டியா நீயி?'

'இல்லீங்க...'

'என்னம்மா வேணும்? ரோதனை பண்றியே?'

'என்ன சாப்புடக் கொடுக்கணும்னு?'

'ஆமா பெரிய விக்டோரியா மகாராணி. ஹார்லிக்ஸ் இருக்கா, இல்ல த்ரெப்டின் இருக்கா. சும்மா தொண தொணன்னுட்டு! சாம்பார்தானே கொடுக்கப்போறே, போ அதையே கொடு!'

அம்மாள் பயத்துடன் தயங்கி நகரும்போது குரல். 'இந்தாம்மா, இங்க வா!'

பெரியவர்!

சின்னப்பையனை உற்றுப்பார்த்தார். முதுகில் கை வைத்தார். வாயைத் திறந்துகாட்டச் சொன்னார்.

மூர்த்தி! கெட் தெ ஸ்டெத்!'

பார்த்துவிட்டு, 'அந்தச் சீட்டைக் குடும்மா!' மை காட்! மூர்த்தி! என்ன எழுதியிருக்க?'

'எரித்ரோமைசின் டாக்டர்! கோல்ட், ஃப்ளெம், ஃபீவர்!'

'எரித்ரோமைசின்! மை ஃபுட்! மூர்த்தி! சிம்ப்டம்ஸைப் பாருய்யா! தொண்டையில லிம்ஃப் நோட்ஸ்! இருமலைக் கவனிச்சியா? பார்கிங் காஃப்! ஸ்டெத்துல என்ன பாட்டா கேட்டே? ஸ்டுப்பிட்! அப்நார்மல் ஹார்ட் ரேட் தெரியல? மையோகார்டிடிஸ் இருக்கலாமேய்யா! க்ளியர் கேஸ் ஆஃப் டிஃப்தீரியா! ஆனா நீ எரித்ரோமைசின் குடுக்கறியா?'

'இந்தாம்மா! நீ இங்க உட்காரு! ப்யூலா! கம் ஹியர்! ப்ரோண்டோ! இந்தப் பையனை உடனே அட்மிட் பண்ணு! டிராகியோடாமி புரோசீஜருக்கு ஏற்பாடு பண்ணு! ஜஸ்ட் கெட் மூவிங்!'

இப்போது மூர்த்தி பக்கம் திரும்பி, 'மூர்த்தி! கால் தி அதர் ட்யூட்டி டாக்டர்ஸ் இன் ஓபி!'

'இங்க பாருங்க! இது ஜிஹெச். இலவச ஆஸ்பத்திரி. இங்க இப்படிப்பட்டவங்கதான் வருவாங்கன்னு ஒங்களுக்கு முன்னமே தெரியுமில்ல? அப்புறம் ஏன் இவ்வளவு எரிச்சல், கோபம் எல்லாம். If the patient is angry, you be strong. If arrogant, you be intelligent! But if vulnerable, you be kind!'

சின்ன டாக்டர்கள் அமைதி, தலை குனியல்.

'சே சம்திங் யங் மென்!'

இடி இடித்தது.

'யெஸ் டாக்டர்!'

'கால் மி புரொஃபஸர்!'

'யெஸ் புரொஃபஸர்!'

'கெட் மூவிங்!'

அம்மாள் பயத்துடன் இவரைப் பார்த்தார்.

'ஒண்ணும் பயப்படாதம்மா! ஒரே வாரத்துல சரியாய்டும்! ஆனா ஆஸ்பத்திரியில இருக்கணும்! என்ன? ஒண்ணும் இல்லை. கவலையே படாதீங்க. நான் பாத்துக்கறேன்!'

படு சாந்தமாகச் சொல்லிவிட்டு பையனைக் கவனிக்கப்போனார் டாக்டர் வைகுண்டம்.

36

அவர்தான்... அவர்தான்...

விமானம் சீராகப் பறந்துகொண்டிருந்தது.

இன்னும் இரண்டு மணி நேரம் துபாய் போய்ச்சேர. அதோடு இல்லை, நாலு மணி நேர வெயிட்டிங்குக்குப்பிறகு ம்யூனிக் ப்ளேன் ஏறவேண்டும். அதாகும் எட்டு மணி நேரம் ம்யூனிக் போய்ச்சேர. ஆயாசமாக சீட்டில் சாய்ந்தபோது அடுத்த சீட் ஆசாமியின் கை மேல் இடிக்க, அவர் சாப்பிட்டுக்கொண்டிருந்த காபி கப்புடன் நடுங்கியது.

'சாரி, வெரி சார்!'

'இட்ஸ் ஓகே! நத்திங்!'

நல்ல வேளை காபி கொட்டிவிடவில்லை.

'நீங்க துபாயா இல்ல, வேறெங்கானுமா?'

'துபாய்தான்! கான்ஃபரன்ஸ்!'

'நீங்க?'

'டாக்டர் ராஜகோபால்! ஜெனெரல் சர்ஜன்!'

'க்ளாட் டு மீட் யூ டாக்டர்!'

'சேம்! நீங்க எங்க?'

எப்போதும்போல் என் பேரன் பிரதாபத்துடன் ஜெர்மனி கதை அளந்தேன். அப்படியே பேச்சு தொடர்ந்தது.

'சாரி சார்! செந்தில பிரின்சிபால் வரச்சொல்றார்!'

'*செந்தில்! யூ மே கோ!* Polish neurologist Edward Flatau <https://en.wikipedia.org/wiki/Edward_Flatau> greatly influenced the developing field of...' லெக்சரர் தொடர்ந்தார்.

செந்தில் கிளாசுக்கு வெளியே வந்து கொஞ்சம் கலவரத்துடன் பிரின்சிபால் ரூமுக்கு நடந்தான். காரணம் அவனுக்குத் தெரியும். ஒன்றும் செய்ய முடியாத இயலாமை.

'செந்தில்! இதோட ரெண்டு செமஸ்டர் ஆயிடுச்சி! போன தரமே வாய்தா கேட்டியின்னு என்னோட பர்சனல் டிஸ்க்ரெஷன் வெச்சு டையம் குடுத்தேன். இப்ப மறுபடியும்!'

'சாரி சார்! கொஞ்சம் கஷ்டம்! இன்னும் ஒரு வாரத்துல கட்டிடறேன் சார்!'

'எப்படி? எதுனா மணிப்பூர் லாட்டரி வாங்கியிருக்கியா? சும்மா பேசாத. சாரி! நீ ஃபீஸ் கட்டற வரைக்கும் சஸ்பென்ஷன்தான்! சாரி, வெரி சாரி!'

'சார்...'

'யூ மே கோ, ஐ மீன் அவுட் ஆஃப் தெ காலேஜ்!'

ஷார்லி வாசனையுடன் ஏர்ஹோஸ்டெஸ் வந்து ஆரஞ்ச் ஜூஸை நீட்டினாள். நானும் டாக்டர் ராஜகோபாலும் ஆளுக்கொன்று எடுத்துக் கொண்டோம். டாக்டர் தொடர்ந்தார்.

'யாரு நீங்க? டீன எதுக்கு பாக்கணும்?'

'இல்ல ஒரு பர்சனல் விஷயம்!'

'ஏம்ப்பா! அவரு ஏற்கெனவே பயங்கர பிஸி! ஆபரேஷன், ஆஸ்பத்திரி, பேஷண்ட், காலேஜுன்னு அல்லாடிக்கினு இருக்காரு! அதுக்கு நடுவுல நீங்கள்லாம் வேற பர்சனல் அது இதுன்னு...'

'ப்யூலா? யாரோட பேசறே?'

'பாம்புக் காது! இதோ புரொஃபசர்! யாரோ செந்திலாம்...'

'செந்தில்? வரச்சொல்லு!'

'வா செந்தில்! என்ன விஷயம்? நேர இங்க வந்திருக்கே?'

'............'

'ம்! ஓகே! காலேஜ் ரூல மீற முடியாது. நீ ஒண்ணு பண்ணு!'

'............'

'ப்யூலா! ஸ்டூடண்ட் யாரு வந்தாலும் உள்ள அனுப்பணும்! உன்னோட நாட்டாமையெல்லாம் பேஷண்டோட வெச்சுக்க!'

'ஸாரி டாக்டர்! சாரி! புரொஃபசர்!'

‘நேத்து டீன் பத்து மணிக்குத்தான் கிளம்புனாரு! எதுனா எமர்ஜென்சியா ப்யூலா?’

‘நேத்தா? இல்லியே! மத்த நாளவிட நேத்து ஈஸி நாளாச்சே!’

‘ஆறுமுகம்! டீன் டேபிள்ள காபி டம்ளர் அப்படியே இருக்கு! சாயங்காலமே துடைச்சு வெக்கறதில்லியா? டீன் வந்தாருன்னா என்னைத்தான் கத்துவாரு!’

‘ப்யூலாக்கா! நா நேத்து சாயங்காலமே க்ளீன் பண்ணி வெச்சுட்டேனே! டீன் பத்தி தெரியாதா?’

‘என்னப்பா சொல்றே? டீன் ஏழு மணிக்குக் கிளம்பிடுவாரு! நீ அப்புறமா போய் க்ளீன் பண்ணினா இப்ப எப்படிப்பா டம்ளர் வரும்? டீன் இன்னும் வரவே இல்லியே இன்னிக்கு காலையில!’

‘என்ன ப்யூலாக்கா உனக்குத் தெரியாதா? நான் ராத்திரி கிளம்பும்போது டீன் ரூம்ல லைட் எரிஞ்சுதே! கண்ணாயிரங்கூட கேட்டானே, டீன் ஏன் கொஞ்ச நாளா ராவு பத்து மணி வரைக்கும் இருக்காருன்னு?’

‘என்னது பத்து மணி வரைக்குமா? என்னை ஆறு மணிக்கே அனுப்பிடறாரே?’

’ஏதாவது நிழலான மாட்டரா இருக்கும்!’

‘சீ வாயைக்கழுவு! நம்ம டீனப்பத்தி பேசுன, சோத்துக்குத் தாளம் போடுவ! போய்யா! போய் வேலயப்பாரு!’

‘செந்தில்! நல்ல வேளை ஃபீசைக்கட்டிட்ட! பரிட்சைய மிஸ் பண்ணாம எழுத முடிஞ்சுதே, அதச் சொல்லு! போ, பிரின்சிபால் உன்ன வரச்சொன்னாரு!’

‘வா செந்தில்! ஃபீஸ் கட்டிட்ட போலருக்கே! குட்! அது சரி, சஸ்பெண்ட் ஆனதால கிட்டத்தட்ட ரெண்டு வாரம் கிளாஸ் மிஸ் பண்ணியிருக்கே. மத்த சப்ஜெக்ட் பரவாயில்ல, படிச்சு பாஸ் பண்ணிடலாம். அனாட்டமி எப்படிப்பா இவ்வளவு நல்லா பண்ணியிருக்கே! க்ரேட் ஒர்க்! ஐயாம் கிளாட்!’

எனக்குமே சஸ்பென்ஸ் தாங்கவில்லை.

‘என்ன ஆச்சு டாக்டர் ராஜகோபால்? செந்தில் எப்படி..?’

‘எங்க டீன் தினமும் சாயங்காலம் அவனை ஜெனரல் ஆஸ்பத்திரிக்கு வரச்சொல்லி அனாட்டமி கிளாஸ் எடுத்திருக்கார். ஆஸ்பிடல் மார்ச்சுவரியிலயே பிராக்டிகல்! ரெண்டு வாரம் டீனும் வீட்டுக்கு பத்து மணிக்குத்தான் கிளம்பினார்!’

‘அமேசிங்! யார் அந்த டீன்? இப்ப இருக்காரா?’

‘நீங்க டாக்டர் வைகுண்டம்னு கேள்விப்பட்டிருக்கீங்களா? அவர்தான் அந்த டீன்!’

அப்படியே உறைந்தேன்!

‘டாக்டர் வைகுண்டம்! என்ன ஒரு செரெண்டிபிட்டி இது!’

ஒரு கணம் அதிர்ந்து டக்கென்று ஆரஞ்ச் கிளாசை சீட் நுனியில் வைத்தேன். பரபரப்புடன் டாக்டர் ராஜகோபாலிடம் கேட்டேன்.

‘அந்த செந்தில் இப்ப எங்க இருக்காரு? உங்க கிளாஸ்மேட்டா அவரு? நீங்க இன்னும் அவரோட தொடர்புல இருக்கீங்களா?’

‘சொன்னேனே! நான் டாக்டர் ராஜகோபால்னு! டாக்டர் செந்தில் ராஜகோபால்!’

விமானம் சலனமின்றிப் பறந்துகொண்டிருந்தது.

37

ரூபாய் 101

வெங்கடேசன், பிள்ளை ரமேஷுடன் மைலாப்பூரில் உள்ள அந்த பாலிக்ளினிக்குக்குப் போயிருந்தார்.

'ஒண்ணும் இல்லை சார்! ஏதோ அஜீரணம்தான். என்ன சாப்டீங்க நேத்து?'

'நா சாப்பாட்டுல ரொம்ப ஸ்ட்ரிக்ட் சார். ரொம்ப நாளா சாப்டற அதே டயட்தான்!'

'ஒங்க பேர்?'

'வெங்கடேசன்!'

வயசு?'

'65.'

'கூட வந்திருக்கறது யாரு, ஒங்க பிள்ளையா?'

'ஆமாம். பேரு ரமேஷ்.'

'சரி சரி, இந்த டாப்லெட்ஸ் எடுத்துக்கோங்க, ஒரு வாரம் கழிச்சு வந்து என்னைப் பாருங்க! ரிசப்ஷன்ல நானூறு ரூபாய் கட்டிடுங்க!'

'கோவிந்தா! எங்க போய்த்தொலஞ்சே? அடுத்த பேஷண்டை அனுப்ப நானே வரணுமா?'

அந்தப் பெரியவர் தயங்கி நின்று, 'இல்ல டாக்டர் வலி பார்த்தா ஏதோ சீரியசா இருக்குமோனு...'

'Look here! நா டாக்டரா இல்ல நீங்களா? அடுத்த வாரம் வாங்க சார்!'

●

‘என்ன சொன்னார், டாக்டர்?’

‘த்சு!’

‘அஜீரணங்கராண்டா, எனக்கானா எரியறது கப கபன்னு. ஒரு வா தண்ணி குடிச்சாகூட நெஞ்சக் கரிக்கறது. ஜெலூசில்தான் குடுத்திருக்கார்!’

‘அதான் டாக்டரே சொல்றாரே மாமா! நீங்க ஏன் கலவரப்படறீங்க? ஒண்ணும் இருக்காது. ஏன்னா! கிளம்பரேளா, எங்கக்கா அங்க வந்து காத்துண்டு இருப்பா!’

‘அப்பா! நா போய்ட்டு வந்துடறேன். கிச்சன்ல சாப்பாடு எடுத்து வெச்சுருக்கு உங்களுக்கு.’

அவர்கள் ராத்திரி வந்தபோது சுருண்டு படுத்துக்கொண்டிருந்தார்.

‘நான் சொல்லல! மருந்து சாப்டவுடனே தூங்கிட்டார்!’

ஹாலில் அப்பா வலியில் முனகியது அவனுக்குக் கேட்கவேயில்லை.

அடுத்த வாரம்.

‘ரமேஷ்! எனக்கு வலி, அப்புறம் அந்த எரிச்சல் குறையவே இல்லைடா...’

‘இன்னிக்கு டாக்டர்ட்ட போலாம்ப்பா!’

●

‘என்ன வெங்கடேசன்! தேவலாமா?’

‘எங்க சார்! வலி ஜாஸ்தி ஆயிடுத்து. தண்ணி குடிச்சாக்கூடப் பெரட்டறது.’

‘ரமேஷ், உங்கப்பா சாப்பாடு எப்படி? யாரும் இல்லாதபோது கிச்சன்ல பூந்து வெள்ளாடுவாரா?’

‘அப்படி எல்லாம் இல்ல டாக்டர். அவர் சாப்பாட்ல ரொம்ப டிசிப்ளிண்ட்.’

‘சரி, இன்னிக்குப் பாத்துடலாம்! நீங்க அங்க அந்த ரூம்ல போய் என் சன்னைப் பாருங்கோ. அவன் என்னமாதிரி இல்ல. UKல படிச்சுட்டு வந்து, உனக்கு ஒண்ணுமே தெரியலைங்கறான்!’

டை அணிந்த சென்ட் வாசனை தூக்கும் இளைஞன்.

‘நத்திங் டு ஒர்ரி. இந்த டாப்லெட்ஸ் ரெகுலரா சாப்டுங்க. அதோட அடுத்த வாரம் வரும்போது பகீரதா ஸ்கேன்ல இந்த அல்ட்ரா சௌண்டும் ஸ்கேனும் எடுத்துண்டு வந்துடுங்க!’

மெதுவாக வயிற்றைப் பிடித்துக்கொண்டே வெங்கடேசன் நடந்து போவதை டாக்டரின் பிள்ளை கவனித்தார்.

‘டாட்! ஒரு நிமிஷம்’

‘என்ன ரமேஷ்?’

‘இந்தாப்பா, நீ கொஞ்சம் வெளில இரு. இப்போ சொல்லு!’

‘இந்த வெங்கடேசன், எனக்கு கொஞ்சம் டவுட்டா இருக்கு. இன்னும் டீடெய்லா எக்ஸாமின் பண்ணியிருக்கணுமோ?’

‘ரமேஷ்! வாசலில பார்த்தியா? இன்னும் 70 பேர் இருக்காங்க. ஒத்தருக்கு 400 ரூபாய் வெச்சா இந்த வேளைக்கு மட்டுமே 28,000 ரூவா ஆச்சு. அதுல ஒரு ஆளைப்போய் எக்ஸாமின் பண்ணறேன்னு இருவது நிமிஷம் போனா, மூணு பேரைக் கவனிக்க முடியாது. 1200 ரூவா காலி! இதுதான் சிம்பிள் எகனாமிக்ஸ்!’

‘ஓகே டாட்! யூ ஹேவ் ய பாயிண்ட்!’

‘அதான் அடுத்த வாரம் வரச்சொல்லியிருக்கியே. அதோட பகீரதா ஸ்கேன்லேர்ந்து நமக்கு பர்சண்டேஜ் வரணுமே! டோண்ட் ஒர்ரி! அதான் ஆசாமியை அடுத்த வாரம் பார்க்கப் போறோமே!’

அடுத்த வாரமும் வெங்கடேசனுக்கு நரக வேதனை.

‘ரமேஷ்! நாம வேணா ஒரு தரம் ஜெனரல் ஹாஸ்பிடலுக்கு போலாமா? அங்க ஒரு எக்ஸ்பர்ட் இருக்காராம். நன்னா தரோவா பார்ப்பார்னு என் ஃப்ரெண்ட் அய்யாசாமி சொன்னான்!’

ஜெனெரல் ஹாஸ்பிடல் ஓபி வார்டில் எப்போதும்போலக் கூட்டம் நிறைந்த காலை.

‘வெங்கடேசன்! நீங்க முதல்ல வாங்கோ. முகமே சரியா இல்லியே! சவரி! இவரை ஏன் நீ க்யூவுல நிக்க வெச்சே?’

‘ப்ளீஸ்! உக்காருங்கோ! உடம்புக்கு என்ன பண்றது?’

இரண்டு வாரக் கதையை விவரணையாகச் சொன்னார்.

‘இப்படிப் படுங்கோ!’

வயிற்றில் கை வைத்துத் தடவினார். மீண்டும் ஒரு முறை. லேசாக அழுத்தினார்.

‘வலிக்கிறதா?’

‘இல்லை சார்!’

‘குப்புறப் படுங்கோ!’

'முடியலை டாக்டர். மூச்சு முட்டறது!'

'ஓகே, ரிலாக்சா உட்காருங்கோ! இந்த ரெண்டு வாரமா என்னென்ன சாப்டேள்? உடம்பை என்ன பண்ணித்து? ஒண்ணோண்ணா மெதுவா ஞாபகப்படுத்திச் சொல்லுங்கோ.'

'சவரி! பெரியவரை அழைச்சிண்டு போய் எமர்ஜென்சியில பெட் காலியா இருக்கும் பாரு. இதோ அவர் பிள்ளை வரவரைக்கும் அங்க படுத்துக்கச் சொல்லு!'

'நீங்கதான் இவரோட சன்னா? வாங்க!'

'அப்பாக்கு என்ன டாக்டர்?'

'கிட்டத்தட்ட தெரிஞ்சுபோச்சு. எதுக்கும் ஒரு டெஸ்ட் பண்ணிண்டு வாங்கோ!'

'நாளைக்கா டாக்டர்?'

'ரைட் நௌ!'

ஏன் டாக்டரின் குரல் உசந்திருந்தது என்று பிள்ளைக்குச் சந்தேகமாக இருந்தது.

ரிசல்டை கையில் வாங்கிப்பார்த்தார்.

பிள்ளையின் தோளில் சாந்தமாகக் கை வைத்தார்.

'இன்னும் இரண்டோ அல்லது மூன்றோ மாதம்தான்! அந்த பாலிக்ளினிக் டாக்டர்கள் என்ன மருந்து கொடுத்திருக்கிறார்கள், Bloody heck! ஜெலூசில்! ரானிடிடின்! My foot! இதோ நம்ம சவரி சொல்லிடுவான்! இது சீரியஸ் கேஸ்னு! சாரிப்பா!'

'அப்பாவ அட்மிட் பண்ணனுமா?'

'வேணாம். தேர் ஈஸ் நோ நீட்! வீட்டுக்குக் கூட்டிண்டு போ. வேணுங்கறதச் சாப்பிடட்டும். ரொம்ப காரமோ ஸ்வீட்டோ வேண்டாம். காபி வேண்டாம்!'

'எப்பிடிப் பாத்துக்கணும் டாக்டர்?'

'அவருக்கு வலி ஜாஸ்தி ஆகிண்டே போகும். மனசு கோணாமப் பாத்துக்கோ!'

'அவர்கிட்ட சொல்லலாமா டாக்டர்?'

'இப்போ சொல்லி என்ன பண்ணப்போறே? Why rock the boat? ரெண்டு மூணு வாரத்துல அவருக்கு வலி ஜாஸ்தியாகி sedation

கொடுக்கவேண்டியிருக்கும். அப்புறம் it is an unconscious way to his end.'

'டாக்டர்!'

'அப்புறம் இன்னொண்ணு. அடுத்த setback அவர் நிக்காம வாந்தி எடுப்பார். நீயும் உன் மனைவியும் கொஞ்சம் தயாரா இருங்கோ. வேணும்னா வீட்டு ஹெல்ப்க்கு நர்ஸ் யாரையாவது போட்டுக்கறது நல்லது. என்ன சந்தேகமானாலும் எந்த டைமானாலும் என்னைத் தயங்காமக் கூப்பிடு!'

ரமேஷிடம் வீட்டு அட்ரஸைக் கேட்டு இரண்டு நாளைக்கு ஒரு தரம் நேரில் வந்து பார்த்தார். பெரியவர் மோசமானதும் ஒரு முறை அவராகவே நாடு ராத்திரி காரை ஓட்டிக்கொண்டு வந்து அப்பா பக்கத்தில் உட்கார்ந்துகொண்டார். இறப்பதற்கு முந்தின நாள் அவர் வாந்தி எடுத்தபோது தானே முதுகைப் பிடித்துக்கொண்டு நீவி விட்டார்.

'அப்பாவோட டெத் சர்ட்டிபிகேட் நானே கையெழுத்துப்போட்டு தர்றேன் ரமேஷ்!'

காரியங்கள் முடிந்து ரமேஷ் டாக்டரை வீட்டில் போய் பார்த்தான்.

'வாப்பா, எல்லாம் முடிஞ்சுதா?'

'ஆச்சு டாக்டர். உங்க ஹெல்ப் இல்லேன்னா அப்பா ரொம்பச் சிரமப்பட்டிருப்பா டாக்டர்! நாங்களும்கூடத்தான்!'

'இல்ல ரமேஷ்! ஐ வாஸ் ஜஸ்ட் டூயிங் மை ட்யூட்டி!'

'நீங்கதான் ஒண்ணுமே சொல்லலை, டாக்டர்?'

'என்ன சொல்லணும்?'

'இல்லை ஃபீஸ் பத்தி ஒண்ணுமே கேக்கலை. நானும் அந்தப் பரபரப்பில அது பத்திப் பேசலை.'

'அதெல்லாம் ஒண்ணும் வேணாம்பா!'

'இல்லை டாக்டர். அப்பாவுக்கு நீங்க எவ்வளவோ பண்ணி இருக்கீங்க. என் திருப்திக்கு...'

'சரி, நூத்தி ஒரு ரூபாய் கொடு!'

கேட்டு வாங்கி பர்ஸில் ஜாக்கிரதையாக வைத்துக்கொண்டார் டாக்டர் வைகுண்டம்.

●

www.ingramcontent.com/pod-product-compliance
Lightning Source LLC
LaVergne TN
LVHW060619051026
849519LV00002B/677
* 9 7 8 9 3 5 1 3 5 0 4 0 8 *